அம்பேத்கரின் பௌத்தம்

கச்சாமி

நீலம்

நீலம்

அம்பேத்கரின் பௌத்தம்

ஆசிரியர் : கச்சாமி । முதற்பதிப்பு : ஜனவரி - 2023
மறு பதிப்பு : ஜனவரி - 2026

நீலம் பப்ளிகேஷன்ஸ்,
முதல் தளம், திரு காம்ப்ளக்ஸ்,
மிடில்டன் தெரு, எழும்பூர், சென்னை - 600008.
அட்டைப்படம் : திலிப் சங்கரலிங்கம்
நூல் வடிவமைப்பு : நெகிழன்

விலை ரூ.225

AMBEDKARIN BOUTHAM

Author : Gachami © Gachami
First Edition : January - 2023
RePrint : January - 2026
Published by : NEELAM PUBLICATIONS,
1st floor, Thiru Complex, Middleton street,
Egmore, Chennai - 600008.
Sudarsan Graphics Pvt. Ltd., Chennai - 600041

Email : editor@neelampublications.com
Mobile : +91 63698 25175

INR : 225
ISBN : 978-93-94591-22-6

Neelam Monthly Magazine & Subscription - www.theneelam.com
Neelam Online Store - www.neelambooks.com

படையல்

எனக்குப் பௌத்தத்தைப் போதித்த
அம்பேத்கருக்கும்...
அவர் எழுதிய 'புத்தரும் அவரது தம்மமும்' நூலுக்கும்...
புத்தரை எப்போதும் நினைவூட்டிக்கொண்டேயிருக்கும்
பௌர்ணமி நிலவுக்கும்...

பொருளடக்கம்

1. 'மதம்' பற்றிய அம்பேத்கரின் கோட்பாடு — 15
2. அம்பேத்கர் ஏன் பௌத்தம் தழுவினார்? — 25
3. பௌத்தம் : அயோத்திதாசரும் அம்பேத்கரும் — 41
4. தமிழ்ப் பௌத்தமும் - நவயானா பௌத்தமும் — 48
5. பௌத்தம் : பெரியாரும் அம்பேத்கரும் — 64
6. திராவிடச் சிந்தனை மரபும் நவயானா பௌத்தமும் — 78
7. தமிழர் சமயங்கள் : அடிப்படைப் புரிதல்கள் — 89
8. தமிழ்த்தேசியச் சிந்தனை மரபும் நவயானா பௌத்தமும் — 112
9. நாம் ஏன் பௌத்தத்தைத் தழுவ வேண்டும்? — 129
10. பௌத்தம் வளர என்ன செய்ய வேண்டும்? — 141

முன்னுரை

உனக்கு நீயே விளக்கு!

"எல்லோரும் பௌத்த மதத்தைத் தழுவுங்கள்!"

இந்த நூலில் உள்ள கட்டுரைகளின் மையக் கருத்து இதுதான். இந்தக் கட்டுரைகள் முன்முடிவுகளோடு எழுதப்பட்டவை என்பதை வெளிப்படையாகச் சொல்லிவிடுகிறேன். ஒடுக்கப்பட்ட மக்களின் விடுதலையை நோக்கி அம்பேத்கர் செய்த தொடர்ச்சியான தேடலின் பயன் பௌத்தம். புத்தரும் அவரது தம்மமும் அம்பேத்கருடைய அறிவின் விளைச்சல். அவரின் உடல்நிலையைப் பாழாக்கி, உயிரின் ஒவ்வொரு துளியையும் குடித்த பல நூறு இரவுகள் ஆராய்ச்சி செய்து தேர்ந்துகொண்ட தத்துவம் பௌத்தம்.

அம்பேத்கர் சொல்லிவிட்டார். அவருடையது தேவவாக்கு. அதைக் கேட்டுப் பௌத்தத்தை ஏற்கச் சொல்லவில்லை. அவர் கஷ்டப்பட்டு உழைத்த உழைப்பிற்கு நாம் கைம்மாறு செய்யும் விதமாகப் பௌத்தத்தைத் தழுவ வேண்டுமென்றும் நாம் கோரிக்கை வைக்கவில்லை. அவர் ஒடுக்கப்பட்ட சாதியில் பிறந்த தலைவர் என்பதால் கண்ணை மூடிக்கொண்டு அவர் சொல்லை ஏற்று ஒடுக்கப்பட்ட வகுப்பினர் அனைவரும் மதம் மாற வேண்டுமென்று சாதிப்பாசத்தால் அறைகூவலும் விடவில்லை. தேவ வாக்கெனக் கருதியோ, கைமாறு செய்ய வேண்டுமென நினைத்தோ, சாதிப்பாசம் காட்டவோ பௌத்தத்தைத் தழுவினால் நீங்கள் எந்நாளும் பௌத்தராக ஆகவே முடியாது.

"நான் சொல்லுவதாலேயே நீங்கள் பௌத்தராக மாற வேண்டிய அவசியமில்லை. எது சரி என்று உங்கள் அறிவின் துணைகொண்டு முடிவு செய்யுங்கள்" என்றுதான் புத்தரே சொல்கிறார். 'உனக்கு நீயே விளக்கு' எனத் தன் இறுதிச் சொல்லாக புத்தர் உரைத்ததும் இதுதான். அம்பேத்கரின் அறிவுரையும் அதுதான். அதனால்தான், ஒரு குழந்தை பௌத்தராக முடியாது என்று வரையறுக்கிறது பௌத்தம். குழந்தை வளர்ந்து விழிப்புணர்வோடு தான் பௌத்தராக உணர்ந்தால் மட்டுமே பௌத்தராக மாற முடியும். பிறப்பால் மட்டுமே ஒருவர் பௌத்த அடையாளத்தைப் பெற முடியாது. இது பௌத்தத்தின் அடிப்படை விதிகளில் ஒன்றாகும். ஆகவே, ஒவ்வொருவரும் சிந்தியுங்கள் என்பதுதான் நம்முடைய வேண்டுகோள். எதையும் விழிப்புணர்வோடு இருந்து சிந்தித்து முடிவு செய்யுங்கள். அதுதான் இந்த நூலிலும் சொல்லப்பட்டிருக்கிறது. ஒருவரின் சிந்தனையைத் தூண்ட உற்ற துணையாக இந்த நூல் பயன்படும் என்பது உறுதி.

இது பௌத்தத் தத்துவத்தை விளக்கும் தத்துவ நூல் இல்லை. தத்துவ விளக்கங்கள் தேவைப்படும் இடங்களில் மட்டும் மிகச் சுருக்கமாக அங்குமிங்கும் சுட்டிக் காட்டப்பட்டிருக்கின்றன. அவ்வளவே. பௌத்தத்தின் தத்துவத்தை விளக்கிச் சொல்வது இந்த நூலின் முதன்மை நோக்கமில்லை. அது குறித்த நூல்கள் ஏராளமாகக் கிடைக்கின்றன. தமிழிலும், ஆங்கிலத்திலும் நல்ல நூல்கள் வெளிவந்திருக்கின்றன. பௌத்தத் தத்துவத்தைச் சரியான பார்வையில் விளக்கும் நூலை வாசித்துத் தெரிந்துகொள்ள வேண்டுமென விரும்புபவர்கள் அம்பேத்கரின் 'புத்தரும் அவரது தம்மமும்' மற்றும் லட்சுமி நரசுவின் *'Essentials of Buddhism'* முதலான நூல்களை வாசிக்கலாம். பௌத்தத் தத்துவத்தை ஆராய்ந்து அதன் முக்கியக் கூறுகளையும் பொருத்தப்பாட்டையும் இயங்கும் முறையையும் வரலாற்றுப் போக்கில் பெருந்திரளான மக்கள் கூட்டத்தினரிடையே அது உண்டாக்கிய தாக்கத்தையும் இந்த நூலில் காணலாம்.

இன்னும் குறிப்பாகச் சொல்ல வேண்டுமென்றால், ஒருவர் பௌத்தத்தை ஏற்று அதைத் தழுவுவதற்கான சாத்தியக்கூறுகளை ஆராய்வதுதான் இந்த நூலின் முதன்மையான நோக்கம். குறிப்பாக, தமிழ் மொழி பேசும் மக்களிடையே பௌத்தப் பரவலின் தேவையையும் பரப்ப வேண்டிய முறைகளையும் விவாதங்களின் வழியாகச் சுட்டிக் காட்டும் நூல். அதையும் தமிழ்ச் சூழலில் இயங்கி வரும் பல்வேறு சிந்தனை மரபுகளோடு ஒப்பிட்டு ஆய்வு செய்து அந்தச் சாத்தியங்களை அடையாளம் கண்டு ஏனையோருக்கும் விளங்கும்படி தொட்டுக் காட்டுவதும் அதன் துணை நோக்கமாகும்.

ஏனென்று சொன்னால், நாம் ஒவ்வொருவரும் ஒரு மனச்சாய்வு கொண்டவர்களாக இருக்கிறோம். அந்த மனச்சாய்வு ஒரு கருத்தியலின் அடிப்படையில் உண்டாகிறது. அதனால் அக்கருத்தியல் சொல்லும் கருத்துகளை ஏற்றுக்கொண்டு, அக்கருத்தியல் காட்டும் வழிகளில் நடக்க நம்மை முழுமையாக ஒப்புக்கொடுக்கிறோம். அவ்வாறான ஒப்புக்கொடுத்தலிலிருந்து ஒருவரை விலக்கி வெளிக்கொண்டு வர வேண்டுமென்றால் அந்தக் கருத்தியலின் அடிப்படைகளை, இயங்கு முறைகளை, அவற்றின் முறையியல்களை ஆழமாக ஆராய வேண்டியிருக்கிறது. நாம் மற்றவர்களுக்குப் பரிந்துரைக்கும் கருத்தியலோடு அதை மோதவிட்டுப் பார்க்க வேண்டியிருக்கிறது. இந்தக் கருத்து மோதல்கள் ஒரு புதிய திறப்பை உண்டாக்கும். அது தரும் வெளிச்சத்தில், நாம் முன்வைக்கும் கருத்தியலின் மேன்மைகள் துலக்கமாகத் தெரிய வரும்.

அதன்படிதான், பௌத்தம் என்னும் அறவியல் தத்துவத்தை இந்தச் சமூகத்தின் முன்பு பரிந்துரைக்கிறேன். அதனாலேயே தமிழ்ச் சமூகப் பொது மனவெளியை ஆளுமை செய்து வருகிற மார்க்சியச் சிந்தனை, அயோத்திதாசரின் சிந்தனை, பெரியாரிய-திராவிடச் சிந்தனை, தமிழ்த்தேசியச் சிந்தனை என எல்லாவற்றோடும் பௌத்தத்தை ஒப்பிட்டு ஆய்வு செய்துள்ளேன். சமத்துவத்தையும் ஜனநாயகத்தையும் வலியுறுத்துகிற பிற சிந்தனை மரபுகளை ஒரேயடியாக அடித்து நொறுக்கி மறுதலிப்பது இவ்வாய்வுக் கட்டுரைகளில் இல்லை. அதிலிருக்கிற நல்ல கூறுகள் அடையாளங் காணப்பட்டு எடுத்துக்காட்டப்பட்டுள்ளன. ஒவ்வாமைகளும் போதாமைகளும் விளக்கப்பட்டுள்ளன. அதைச் சரிசெய்யும் முகமாகப் பௌத்தம் எவ்வாறு பொருந்தி இயைந்து செயல்படும் என்பது அந்தந்த இடங்களில் தெளிவாக விவரிக்கப்பட்டுள்ளன. பௌத்தத்தையும் எவ்வாறு அதனோடு இணைத்து எடுத்துச் செல்வது என்னும் முறையில்தான் இந்த ஆய்வுகள் அமைந்திருக்கின்றன. 'புத்தரா? காரல் மார்க்ஸா?' எனக் கேள்வி கேட்டு கம்யூனிசத்தையும் பௌத்தத்தையும் அம்பேத்கர் ஆய்ந்த ஆய்வு முறையியல்கள் என்னுடைய இந்த ஆய்வுகளின் அடிப்படைகள் எனலாம். அதுவே இந்த நூலின் கட்டுரைகளாக அமைந்திருக்கின்றன.

மேலும், இதன் அடிப்படைகளைப் புரிந்துகொள்வதற்காக முதலில் அம்பேத்கர் ஏன் பௌத்தத்தைத் தழுவ முடிவெடுத்தார் என்னும் வரலாற்றுக் காரணிகளையும் அம்பேத்கருக்கே உரியத் தனித்துவமான 'மதம்' என்னும் கோட்பாட்டு விளக்கத்தையும் முதல் கட்டுரை விளக்குகிறது. இறுதிக் கட்டுரை, நாம் பௌத்தத்தைத் தழுவினாலொழிய ஒடுக்குமுறையையும் இழிவையும் தன் மையக்கூறாகக் கொண்ட சாதியக் கட்டமைப்பிலிருந்து விடுதலை பெற முடியாது என்பதன் அடிப்படையில் அனைவரையும் நோக்கி 'நாம் ஏன் பௌத்தத்தைத்

தழுவ வேண்டும்?' என்னும் கேள்வியை எழுப்பி அதற்கான தீர்வுகளை விளக்கி வழிமுறைகளையும் செயல்திட்டங்களையும் விவரித்துச் சொல்லுகிறது.

'நீலம்' மாத இதழுக்காகக் கடந்த ஆண்டு அதன் பொறுப்பாசிரியர் தோழர் வாசுகி பாஸ்கர் என்னிடம் ஒரு கட்டுரை கேட்டிருந்தார். மூக்நாயக் இதழில் அம்பேத்கர் எழுதிய தலையங்கங்களைத் தமிழில் முதன்முதலாக நான் மொழி பெயர்த்துக்கொண்டிருந்ததைக் கேள்விப்பட்டு அதை வெளியிடுவதற்கு என்னை அணுகினார். அந்த உரையாடல் நடந்தது 2021ஆம் ஆண்டு செப்டம்பர் மாதம் என்பதாக நினைவு. திடீரென, அம்பேத்கர் பௌத்தம் தழுவிய அக்டோபர் மாதத்தில் வெளியாகும் இதழுக்கு அவர் பௌத்தம் தழுவியதற்கான காரணங்களை விளக்கி ஒரு கட்டுரை எழுதலாம் என்று யோசனை சொன்னேன். உடனே ஒப்புக்கொண்டார். முதலில் மதம் மாறுதலுக்கான காரணங்களை மட்டும் விளக்கி ஒரேயொரு கட்டுரை எழுதலாம் என்று ஆரம்பித்த நான், இன்னொரு கட்டுரையையும் எழுத வேண்டிய தேவையை முதல் கட்டுரை உண்டாக்கியது. காரணங்களைத் தெரிந்துகொள்வதோடு நில்லாமல் அம்பேத்கர் எதிர்பார்த்தது போல நாமும் அதைத் தழுவ வேண்டும், அதனையும் விளக்கி ஒரு கட்டுரை எழுதலாம் என்ற யோசனையில் இன்னொரு கட்டுரையும் அதன் தொடர்ச்சியாக எழுதிவிட்டேன்.

பிறகு, நாமும் தழுவுவது என்றால், யாரெல்லாம் தழுவுவது? அதற்கான சூழல் தமிழகத்தில் உள்ளதா என்னும் கேள்வி பிறந்தது. தமிழ்ச்சூழலில் அம்பேத்கருக்கு முன்னதாக அயோத்திதாசர் பௌத்தம் பரப்பும் இயக்கத்தை நடத்தியிருக்கிறார். இன்றைய தலைமுறையினருக்கு அயோத்திதாசரைப் பற்றிய அறிமுகம் பரவலாக உண்டு. ஆனால், அது என்ன மாதிரியான அறிமுகம்? அவர்கள் அறிந்து வைத்திருப்பவை அனைத்தும் சரிதானா? என்பதையெல்லாம் விளக்க வேண்டுமெனத் தோன்றியது. அதனால் அதனையும் ஆய்ந்துவிட வேண்டியதுதான் எனத் தொடங்கி, அங்கிருந்து பெரியாரிய-திராவிடச் சிந்தனை மரபோடும், தமிழ்த் தேசியச் சிந்தனை மரபோடும் ஒப்பிட்டு ஆய்வு செய்து தொடர்ச்சியாக எழுதப்பட்ட கட்டுரைகள் இப்போது ஒரு சிறு நூலாக வடிவம் பெற்றுவிட்டது.

தொடராக எழுதலாம் என்று கடந்த ஆண்டு (2021) ஆரம்பிக்கப்பட்ட கட்டுரைகள் வேலைப்பளுவால் இந்த ஆண்டு (2022) வரை இழுத்து வந்துவிட்டது. கடந்த ஆண்டு அக்டோபர் மாதம் ஆரம்பித்த இந்தப் பணியை இந்த ஆண்டு அக்டோபர் மாதம் மீண்டும் நினைவூட்டியதைத் தொடர்ந்து இந்த நூல் இப்போது முழுமையடைந்துள்ளது. இதழில் வெளியிடப்பெற்ற

நீண்ட கட்டுரைகள் நூல் வடிவத்தில் வருவதால் எளிதில் வாசிப்பதற்கேற்றவாறு இயல் பிரிக்கப்பட்டு இங்கே தரப்பட்டுள்ளன. இதனால், இதழில் வெளிவந்த கட்டுரைகளைக் காட்டிலும் ஆங்காங்கே விரிவும் சுருக்கமும் இருக்கலாம். இதழில் எழுதப்பட்ட கட்டுரைகள் நூல் வடிவில் வருவதால் நிறைய மேற்கோள்களும் ஆய்வுகள் மற்றும் ஆய்வாளர்களின் கருத்துகளும் அடிக்குறிப்புகளில் தேவையான எல்லா இடங்களிலும் தரப்பட்டுள்ளன. ஆங்கில மொழியிலுள்ள அம்பேத்கரின் எழுத்தும் பேச்சும் தொகுதிகளிலிருந்து எடுத்தாளப்பட்டுள்ள எல்லா வரிகளையும் (ஒரேயொரு இடத்தைத் தவிர) இயன்ற வரை நானே தமிழில் மொழிபெயர்த்துக் கொடுத்திருக்கிறேன்.

இந்தக் கட்டுரைகளை நீலம் இதழில் தொடர்ந்து வெளியிட்ட தோழர்கள் பொறுப்பாசிரியர் வாசுகி பாஸ்கர், ஆசிரியர் பா.இரஞ்சித் ஆகியோருக்கும் மற்றும் இந்த நூலை வெளியிடும் நீலம் பதிப்பகத்திற்கும் நன்றி. இந்தக் கட்டுரைகளைத் தொடர்ந்து வாசித்துத் தக்க இடங்களில் திருத்தங்கள் சொல்லிச் செழுமைப்படுத்த உதவி செய்ததோடு மட்டுமில்லாமல் மேலும் எழுதச் சொல்லி என்னை ஊக்கப்படுத்திய அண்ணன் வெ.கனியமுதன், நண்பன் கவின் ஆண்டனி ஆகியோருக்கும் என் நன்றி. நூலை முழுதும் வாசித்துப் பிழைத்திருத்தம் செய்து கொடுத்த நண்பன் இளையராஜாவுக்கு நன்றி. சிறந்த முறையில் நூலை வடிவமைப்பு செய்து கொடுத்த தோழர் நெகிழனுக்கு நன்றி.

இந்தக் கட்டுரைகள் ஒவ்வொன்றும் விவாதித்திருக்கும் சிந்தனை மரபுகள் மிகவும் ஆழமானவை. அதன் தாக்கம் வரலாற்றில் மிகப்பெரியது. அதற்கேற்ப, கட்டுரைகள் தேவையான அளவுக்கு ஆழமாகவும் செறிவாகவும் தன் ஆய்வைச் செய்திருக்கிறது என்ற உறுதியை வாசகர்களுக்குத் தருகிறேன். வழக்கமாக, எந்தவொரு நூலையும் வாசித்துவிட்டு வாசகர்களின் கருத்தைத் தெரிவியுங்கள் என்று கேட்பது நூலாசிரியரின் வழக்கம். ஆனால், இந்த நூலை வாசிக்கும் உங்களிடம் நான் கேட்பது ஒன்றே ஒன்றுதான். வாசித்துவிட்டு பௌத்தத்தை ஏற்றுக்கொள்ளுங்கள்! மற்றவர்களையும் ஏற்கச் செய்யுங்கள்!

ஜெய்பீம்! நமோ புத்தாய!

தோழமையுடன்,

கச்சாமி

சென்னை,

17.10.2022

1

'மதம்' பற்றிய அம்பேத்கரின் கோட்பாடு

அம்பேத்கர் இந்தியச் சூழலில் பல்துறை அறிவை விரிவாகவும் ஆழமாகவும் கற்றுத் தேர்ந்த அறிஞராகக் கொண்டாடப்பட்டவர். குறிப்பாக, இந்தியச் சிந்தனைப் பாரம்பரியத்தில் முற்போக்கான சிந்தனை கொண்டவராக அறியப்பட்டவர். தம்முடைய ஆராய்ச்சி அறிவால் இந்தியச் சிந்தனையைச் செழுமைப்படுத்திய ஆய்வாளர்களில் ஒருவராக விளங்குபவர். அறிவுத் தளத்தில் மட்டுமன்றி அரசியல் களத்திலும் தம் உயிர் பிரியும் நொடி முன்பு வரைக்கும் உழைத்தவாறு வாழ்நாள் முழுக்கத் தம்முடைய செயல்பாடுகளைத் தீவிரமாகவும் தொடர்ச்சியாகவும் அமைத்துக்கொண்டவர். எங்கெல்லாம் அடக்குமுறையும் ஒடுக்குமுறையும் மக்களை வதைக்கிறதோ அங்கெல்லாம் அவரின் பேச்சும் எழுத்தும் அவற்றை உடைத்துத் தகர்ப்பதில் முன்னே நின்று களம் கண்டன. அவரின் ஒட்டுமொத்த வாழ்வும் கருத்தியலாக உருப்பெற்று இன்றைக்கும் வலுவான காவல் அரணாகப் புறக்கணிக்கப்பட்டோரை எல்லாவிதமான ஆபத்துகளிலிருந்தும் பாதுகாக்கும் அகழியாக விளங்குகிறது.

மதத்தின் பெயராலும் சாதியின் பெயராலும் பெரும் மக்கள் கூட்டம் இழிவுபடுத்தப்படும்போது தம் முற்போக்குச் சிந்தனையால் சாதியையும் மதத்தையும் கடுமையான சொற்களால் கண்டித்தவர். சாதியையும் மதத்தையும் அழித்தொழிக்க வேண்டுமென அறைகூவல் விடுத்தவர். மதம் என்னும் கோட்பாட்டின் கடும் விமர்சகராகப் பலராலும் அறியப்பட்ட அம்பேத்கர்; இறுதியில் மதம் என்னும் கோட்பாட்டையே தம் விடுதலைக் கருவியாகத் தூக்கிக் களத்தில் நிற்க வேண்டிய நிலைக்கு வந்து சேர்ந்தார். வெறுமனே புத்தகங்களிலிருந்து பெற்றுக்கொண்ட ஏட்டறிவை மட்டுமே சார்ந்திராமல் மக்களிடையே சுற்றிச் சுழன்று தொடர்ந்து பணியாற்றிய சமயங்களில் களத்திலிருந்து பெற்றுக்கொண்ட பட்டறிவையும் துணைக்கு எடுத்துக்கொண்டு அம்பேத்கர் எடுத்த இறுதி முடிவே மதம் என்னும் அடையாளத்தை விடுதலைக் கருவியாக ஏற்றல். காலமும் சூழலும் அந்தப் புள்ளிக்கு அவரைக் கொண்டு வந்து சேர்த்தது.

அம்பேத்கரின் 'மதம்' என்னும் கோட்பாட்டை அறிந்துகொள்ள வேண்டுமென்றால் மதம் பற்றி அவர் எழுதிய, பேசிய அங்குமிங்கும் கருத்துகளைத் தொகுத்துக்கொள்ள வேண்டும். 'இந்து மதத் தத்துவம்', 'சாதி ஒழிப்பு', 'விடுதலைக்கான வழி எது?', 'பண்டைய இந்தியாவில் புரட்சியும், எதிர்ப் புரட்சியும்', 'இந்து மதத்தின் புதிர்கள்', 'புத்தரா? காரல் மார்க்ஸா?', 'புத்தரும் அவரது மதத்தின் எதிர்காலமும்', 'புத்தரும் அவரது தம்மமும்' என்று வெவ்வேறு காலங்களில் வெவ்வேறு நிலைகளில் எழுதியவற்றில், பேசியவற்றில் தான் மதம் என்று வரையறை செய்துகொண்ட கருத்துகளை விரிவாகவும் குறிப்பாகவும் வெளிப்படுத்தியிருக்கிறார்.

மதத்தை ஏற்றுக்கொண்ட முற்போக்குச் சிந்தனையாளராக அம்பேத்கர் அறியப்படுவது விசித்திரமான ஒரு வரலாற்று நிகழ்வு. குறிப்பாக, இந்து மதத்தின் வரலாற்றுத் திரிபுகளைத் தம் அறிவுத் திறனால் விரிவாக ஆய்ந்து அவற்றின் புனிதத்தைச் சுக்குநூறாகப் பொதுவெளியில் போட்டு உடைத்தவர். இந்து மதத்தையும் அதன் கடவுள்களையும் அது புனிதமாகப் போற்றிய வேதங்களையும் வேள்விகளையும் சாத்திர, தோத்திர நூல்களையும் சடங்குகளையும் சம்பிரதாயங்களையும் மந்திரங்களையும் தந்திரங்களையும் அறிவார்ந்த தாக்குதல்களின் மூலம் கேள்விக்குட்படுத்திய அம்பேத்கர் தம் வாழ்வின் இறுதியில் பௌத்தம் என்னும் மதத்தைக் கொண்டாடத் தொடங்கினார். அவருடைய பௌத்தம் ஏற்கும் மதமாற்ற முடிவு உண்மையில் மிகத் தீவிரமான நீண்டகாலச் சிந்தனையோட்டத்திற்குப் பிறகு எடுத்த உறுதியான முடிவாகும். பௌத்தத்தை நோக்கிய அம்பேத்கரின் பயணத்தை வாசிக்கும் எவரொருவரும் அவரின் முடிவு எவ்வளவு சரியானது என்பதை ஒத்துக்கொள்வார்கள். கடுமையான பணிச் சுமைகளுக்கிடையில் உடல்நலம் பாதிக்கப்பட்டு மோசமாகிக்கொண்டிருந்த நிலையிலும் 'விழிப்புற்ற இந்தியாவை' உருவாக்கும் நோக்கில் தன் ஆய்வுக் கண்களை அகலத் திறந்து விழித்தபடி இருந்தார். அம்பேத்கரின் பௌத்த மதமாற்ற முடிவு குறித்து இந்நூலில் மிக விரிவாக விவாதிக்கப் போகிறோம். அதை விவாதிப்பதற்கு முன்பு அவரின் மதம் குறித்த கருத்துகளைப் புரிந்துகொள்வது இன்றியமையாததாகும். அப்போதுதான், மதமாற்றம் என்னும் வரலாற்று முக்கியத்துவம் வாய்ந்த முடிவைச் சரியான நோக்கில் விளங்கிக்கொள்ள ஏதுவாக இருக்கும்.

மதம் மாறுவது என்னும் முடிவை எடுப்பதினூடாக, அம்பேத்கர் 'மதம்' என்னும் சொல்லுக்குப் புதிய நவீனமான வரையறைகளைத் தந்தார். மதம் என்பது பொதுவாகப் பெரும்பாலானோரால் ஓர் ஆன்மிகத் தேடல் என்ற அளவில் மட்டுமே மேலோட்டமாகப் புரிந்துகொள்ளப்படுகிறது. மதம் என்பது ஆன்மிகமோ, கடவுளோ, கோயிலோ, சடங்குகளோ, பூசைகளோ, மந்திர

உச்சாடனம் செய்கிற காரியமோ மட்டுமில்லை. மதம் ஆன்மிகம், கடவுள், வழிபாடு என்பதைத் தாண்டித் தனி மனிதனையும், அவன் வாழும் சமூகத்தையும் இணைக்கிற வலுவான கண்ணியாகச் செயல்படுகிறது என்பதே அம்பேத்கரின் புரிதல். மதங்களின் தத்துவத்தையும் இந்து மதத்தின் தத்துவத்தையும் பகுத்து ஆராய்ந்து விளக்கி விவாதிக்கும்போது மதத்தின் அடிப்படைப் பண்புகளையும் அதன் இயங்கு முறைகளையும் ஒவ்வொன்றாக வரிசைப்படுத்தி விவரிக்கிறார்.

முதன்மையாக, மதம் எவ்வாறு தனிமனித மற்றும் சமூக நடவடிக்கைகளைப் பாதிக்கிறது என்பதைத் தெளிவுபடுத்துகிறார். குறிப்பாகச் சொல்வதென்றால், மதத்தின் பண்பு என்பது அதன் பயன் என்பார் அம்பேத்கர். மதத்தின் நோக்கம் என்னவாக இருக்க வேண்டுமென்று எடுத்துரைத்தார். அதனாலேயே மதம் மனிதனுக்குத் தேவை என்ற முடிவுக்கு வருகிறார். சாதாரணமான தேவையாக இல்லை, தவிர்க்க முடியாத இன்றியமையாத தேவையாக மதம் இருக்கிறது என்பதைத் தீர்க்கமாக உணர்ந்து கொள்கிறார். அதையே வழிமொழிகிறார். ஆனால், அவரின் வரையறையும் வழிமொழிதலும் பிறர் இதுவரை மதம் குறித்துச் சொன்னவற்றிலிருந்து சற்று மாறுபட்டதாக இருக்கிறது. மதம் குறித்து இதே முறையில் ஆய்வுசெய்து விளக்கிய எட்மண்ட் பர்க் பக்கம் சாய்கிறார். இறுதியாக, மதத்தின் மையமாக இருந்த கடவுளையும் கடவுளுடன் தொடர்புடைய மற்றவற்றையும் விலக்கி மனிதனை மையப்படுத்துகிறார். மனிதர்கள் சேர்ந்து வாழும் சமூகத்தின் கூட்டிணைவை, அது இயங்க வேண்டிய ஒழுங்கை மதத்தின் நோக்கமாக முன்வைக்கிறார். அம்பேத்கரின் மொழியிலேயே சொல்வது பொருத்தமாக இருக்குமென்று கருதுகிறேன்.

"மதம் மனிதனுக்காக இருக்க வேண்டும். மதத்திற்காக மனிதன் இல்லை" [1]

என்பது அம்பேத்கர் மதம் குறித்துச் சொன்ன புகழ்பெற்ற வரிகள்.

பொதுவாக, மதங்கள் இறை சக்தியை அதாவது, கடவுளை மையமாக வைத்துத் தன்னை வெளிப்படுத்துகிறபோது அம்பேத்கர் அங்கு மனிதனை மையமாக வைக்கிறார். மதத்திலிருந்து சாமானிய மனிதனைப் பிரித்தெடுப்பது இயலாத காரியம் என்று வாதிடும் நடைமுறை யதார்த்தவாதி அம்பேத்கர். மதத்தை அது ஆற்றும் பயன்களைக்கொண்டு மதிப்பிட்டார். ஒரு மனிதனைச் சமூகத்தின் அங்கமாக வளர்த்தெடுப்பதில் மதத்தின் மிக முக்கியப் பாத்திரத்தை அவர் நன்கு உணர்ந்துகொண்டார். மனிதனின் நடவடிக்கைகளைத் தீர்மானிக்கும் காரணியாக மதம் செயலாற்றுகிறது என்பதை அனுபவப்பூர்வமாகக் கவனித்து வந்தார். ஒரு சமூகத்தில் வாழும் எல்லோரின் செயல்பாடுகளைக் கட்டுப்படுத்தும் ஆற்றலை

---

1. Dhananjay Keer, Dr. Babasaheb Ambedkar, Popular Prakashan Publications, Bombay, 1954 (P.No.275).

மதம் தன் இயல்பாகக்கொண்டுள்ளது என்பதைப் புரிந்துகொண்டார். மனிதன் தனக்கான விழுமியங்களையும் மதிப்பீடுகளையும் மதத்திலிருந்து கற்றுக்கொள்கிற நடைமுறைகளை உற்றுநோக்கினார். சரிகளையும் தவறுகளையும் மதம் எடை போடுகிறது என்பதைக் கண்டுகொண்டார். மனிதன் தன் மதத்திலிருந்து அவற்றைக் கற்றுக்கொண்டு தன் அன்றாடச் செயல்பாடுகளில் அவற்றைச் செய்து பார்க்கிறான். அதனடிப்படையில் நல்லவற்றையும், தீயவற்றையும் முடிவு செய்கிறான். ஓரிடத்தில் மதம் குறித்து அம்பேத்கர் இவ்வாறு சொல்கிறார்:

"...ஆகையால், ஒழுக்க நெறிகளின் பார்வையில், மதம் ஒவ்வொரு சமுதாயத்திலும் அதனை நெறிப்படுத்தும் கொள்கையாக எப்போதும் இருக்க வேண்டும்" [2]

மரியாதை, இழிவு, வரம், சாபம், பரிசு, தண்டனை என எல்லாமும் மதத்திலிருந்து பிறக்கின்றன. மனிதன் செய்ய வேண்டிய அறச்செயல்களையும் அறமற்ற செயல்களையும் மதமே முன்மொழிகிறது. அறமற்ற செயல்களையும்கூட அறமென்று வகுக்கும் வேலையையும் மதமே செய்கிறது. அதனாலேயே சாதி, வர்க்கம், நிறம், பால் அடிப்படையிலான பிரிவினைகள், ஏற்றத்தாழ்வுகள், தீண்டாமை, நெருங்காமை, பாராமை, இழிவு, வன்முறை, ஆதிக்கம், அடக்குமுறை, ஒடுக்குமுறை ஒதுக்கல், சுரண்டல், புறக்கணிப்பு, வெறுப்பு போன்றவை எந்தவொரு கூச்சமுமின்றி ஒரு மனிதனால் இன்னொரு மனிதன் மீது நிகழ்த்தப்படுகின்றன. அவற்றை மதம் அங்கீகரிக்கிறது. பல இடங்களில் அவற்றைச் செய்யச் சொல்லி மதமே உத்தரவு போடுகிறது. அவற்றைத் தொகுத்துச் சட்ட விதிகளாக இயற்றி மனிதனின் கைகளில் தந்துவிடுகிறது. அவற்றைத் தவறாமல் பின்பற்றச் சொல்கிறது.

இவ்வாறாக வலிமையான நிறுவனமாக மதம் செயலாற்றுவதையும் தனி மனிதனையும், ஒட்டுமொத்த உலகச் சமூகத்தையும் இயக்குவதையும் கண்ட அம்பேத்கர் மதத்தை ஒரு கோட்பாடாக ஏற்பது என்னும் முடிவுக்கு வந்தார். மதத்தை வைத்தே மதம் செய்யும் கேடுகளைக் களைய முடியும் என்று நம்பினார். ஆனால், ஏற்கெனவே இங்கு இருக்கிற மதம் என்னும் வரையறை அவருடைய நோக்கங்களுக்கு ஏற்புடையதாக இல்லை. அதனால், அவரே மதம் என்னும் கோட்பாட்டைப் புதிய நோக்கில் வரையறை செய்கிறார். மதம் என்னும் வலிமையான நிறுவனம் ஆற்றும் பங்கினை நன்கு உணர்ந்து அதன் உட்பொருளாக ஒரு மனிதன் இன்னொரு மனிதனைச் சமமாக நடத்துவதற்கு அது வழிகாட்ட வேண்டுமென விரும்பினார். மதம் தன்னை ஒப்புக்கொடுத்துப் பின்பற்றும் தனி மனிதனுக்கும் சமூகத்திற்கும் ஒப்புரவோடு வாழக் கற்றுத் தர வேண்டுமென

2. Dr.B.R.Ambedkar, Dr. Babasaheb Ambedkar Writings and Speeches, Volume 17: Part II, Education Department, Government of Maharashtra, 2014 (P.No.104).

எதிர்பார்க்கிறார். அதற்கான அடிப்படைக் கூறுகளாக அவர் சில முக்கியப் பண்புகளை முன்மொழிகிறார். அது சாரத்தில் சுதந்திரத்தையும் சகோதரத்துவத்தையும் சமத்துவத்தையும் ஜனநாயகத்தையும் நிலைபெற்ற பண்புகளாகக் கொண்டிருக்குமாறு வரையறுக்கிறார். அறத்தை வலியுறுத்துவதையும் அறிவியலை ஏற்றுக்கொள்வதையும் மதத்தின் பண்புகளாகக் கட்டமைக்கிறார்.

அதனாலேயே அம்பேத்கரின் மதம் என்னும் கோட்பாட்டு விளக்கத்தில் எல்லா மதங்களும் சொல்லுகிற 'கடவுள்' இல்லை. மதம் வேண்டும் என்பதால் அவரை மதவாதி என்றோ கடவுள் வேண்டாம் என்பதால் அவரை லோகாயதவாதி என்றோ அடையாளப்படுத்துவது மிகச் சிரமமான ஒன்று. அம்பேத்கர் மதமும் கடவுளும் தேவையில்லை என்று வாதிடும் தீவிர நாத்திகர்களின் குழுவிலும் கிடையாது. மதமும் கடவுளும் தேவை என்று வாதிடும் ஆத்திகர்களின் குழுவிலும் கிடையாது என்பதை எல்லோரும் நுணுக்கமாகப் புரிந்துகொள்ள முயல வேண்டும். மனிதனுக்கு மதம் தேவை என்றார். என்ன மாதிரியான மதம் தேவை என்பதை விளக்கிச் சொல்வதில்தான் அவர் மற்ற எல்லோரிடமிருந்தும் வேறுபட்டுத் தனித்து நிற்கிறார். அதன் உச்சக்கட்டமாக நவீனக் காலத்திற்குரிய 'மதம்' என்னும் கோட்பாட்டையே மறுவரையறை செய்கிறார். ஆகவே, நாம் எல்லோரும் புரிந்து வைத்திருக்கும் மதம் என்னும் பொருளில் அம்பேத்கரின் மதத்தைப் பார்த்தால் நாம் முட்டுச் சந்துக்குள் சிக்கிக்கொள்வோம்.

தத்துவத் துறை பேராசிரியர் பன்ஸிதர் தீப்[3] அம்பேத்கரின் மதம் பற்றிய தத்துவத்தைப் பிற மேலை நாட்டுத் தத்துவ அறிஞர்களான ரூசோவின் குடிமைச் சமயம் என்னும் கோட்பாடு, ஜான் டூவியின் நடைமுறையியல் அணுகுமுறை மற்றும் இம்மானுவேல் கான்ட்டின் பொதுமையான ஒழுக்கக் கொள்கைகள் முதலான சிந்தனைகளோடு ஒப்பிட்டு ஆய்வு செய்தார். அம்பேத்கரின் மதம் பற்றிய கோட்பாடு இந்தச் சிந்தனைகளின் கூறுகளோடு உடன்பட்டு ஒத்துப் போனாலும் அவற்றிற்கு அப்பாற்பட்டதாகவும் அவர்களின் வரையறையைத் தாண்டியதாகவும் உள்ளதாக விளக்குகிறார். இவை எதுவுமே அம்பேத்கரின் மதம் என்னும் புதிய வரையறைக்கு ஒட்டுமொத்தமாக அல்லது முழுமையாகப் பொருந்திப் போகவில்லை என்கிறார். ஏதோவோர் அம்சத்தில் மேற்கண்ட தத்துவ அறிஞர்களின் மதம் பற்றிய கோட்பாட்டு விளக்கத்தைத் தாண்டிய சில அம்சங்களைத் தன்னுடைய தனித்துவமான முறையில் அம்பேத்கர் கட்டமைத்து விளக்குகிறார். அதனாலேயே அம்பேத்கரின் மதக்கொள்கையை ஒருவர் அறிந்துகொள்ள முயலும்போது மிகக்

3.Edited by Aakash Singh Rathore, Religious and Cultural Justice (Volume - V) in 'B.R.Ambedkar: The Quest for Justice', Oxford University Press, 2021 (P.No.108).

கவனமாக அதை அணுக வேண்டும். சரியான புரிதலின்றி அதை அணுகும்போது பல பிழையான வழிகளுக்குள் ஒருவர் சிக்கிக்கொள்ள நேரிடும். அம்பேத்கர், அவரைப் போலச் சொல்லியிருக்கிறார் அல்லது இவரோடு ஒத்துப் போகிறார் என்று அதைத் தட்டையான முறையில் புரிந்துகொண்டு எளிமைப்படுத்தி விடும் போக்குகளும் உண்டு. எட்மண்ட் பர்க் போன்ற சிலரின் கருத்துகளோடு தான் உடன்படுவதாக அம்பேத்கரே சொல்லியிருக்கிறார். ஆகையால், அவரின் மதம் குறித்த விளக்கத்தை நுட்பமாகப் புரிந்துகொண்டு அணுகும்போது அதன் பன்முகத்தன்மையும் தனித்தன்மையும் துலக்கமாகத் தெரிய வரும்.

கெயில் ஓம்வெத்,[4] அம்பேத்கரின் மதக் கோட்பாடு பற்றி ஆய்வு செய்து நவீனக் காலத்தில் மதத்தின் வடிவமும் உள்ளடக்கமும் பகுத்தறிவையும் அறிவியலையும் அடிப்படையாகக்கொண்டிருக்கும் என்ற சமூகவியலாளர் துர்க்கேமின் வரையறைக்கு ஒத்துப் போவதாக வாதிடுகிறார் (இது குறித்துக் கடைசிக் கட்டுரையில் இன்னும் விரிவாக விவாதிக்கலாம்). சிந்தனைப் போக்கின் அடிப்படையில் இது உண்மையென்றாலும், எட்மண்ட் பர்க் சொல்லும் மதம் என்னும் கருத்தாக்கத்தின்அடிப்படையில் தன் மதக் கொள்கையை வகுத்துக்கொண்டார் என்றே சொல்லலாம். மனிதனின் இயல்பான தேடல் மனத்தை யாரும் தடுக்கவியலாது என்றும், மதம் மனிதனுக்குத் தேவையான பற்றுக்கோல் என்பதும் மதம் பற்றிய அம்பேத்கரின் கோட்பாடாகும். அம்பேத்கரின் இந்தவகை கண்ணோட்டம், வழமையான மதம் என்னும் பிற கண்ணோட்டங்களிலிருந்து முற்றிலும் வேறானது என்பதை அம்பேத்கரை ஆழமாக வாசிக்கும்போது ஒருவர் உணர முடியும். இந்து மதத்தை எவ்வாறு கட்டமைப்பது என்பதை ‘சாதி ஒழிப்பு’ நூலில் இவ்வாறு சொல்கிறார்,

“விதிகளின் தொகுப்பாக அமைந்த மதத்தை நான் கண்டனம் செய்வதால் மதமே தேவையில்லை என்று நான் கூறுவதாகக் கருதக் கூடாது. மாறாக, மதத்தைப் பற்றி பர்க் (Burke) கூறியுள்ள கருத்து எனக்குச் சம்மதமானதே. அவர் கூறினார்: “உண்மையான மதம் சமூகத்துக்கு அஸ்திவாரமாயிருக்கிறது. அதை அடிப்படையாகக் கொண்டுதான் எல்லா அரசாங்கங்களும் அவற்றின் அதிகாரங்களும் அமைந்துள்ளன. எனவே இந்தப் பழங்கால விதிகளாலான மதத்தை ஒழிக்க வேண்டும் என்று நான் கூறும்போது, அதற்குப் பதிலாகத் தத்துவங்களாலான மதம் ஒன்று வர வேண்டும் என்று விரும்புகிறேன். அப்படிப்பட்ட மதம்தான் உண்மையில் மதம் என்று

4. Gail Omvedt, Buddhism in India, Challenging Brahamanism and Caste, Sage Publications, New Delhi, 2003 (P.No.19).

கூறத்தகுந்தது. மதம் மிகவும் அவசியம் என்று நான் உறுதியாக நம்புவதால், மதச் சீர்திருத்தத்தில் அவசியமாக இடம்பெற வேண்டிய அம்சங்கள் என்ன என்பதைக் குறிப்பிட விரும்புகிறேன்.” (5)

இவ்வாறு சொல்லிவிட்டு இந்து மதத்துக்கு ஒரேயொரு பிராமணமான புத்தகம் இருக்க வேண்டும் என்று வலியுறுத்துகிறார். வேதங்கள், சாஸ்திரங்களை இந்து மதத்தின் புனித நூல்களாகக் கருதக் கூடாது என்கிறார். புரோகிதத் தொழில் பரம்பரையாக வருவதை நிறுத்தி அதை அரசுப் பணியாக்கி, அந்தத் தொழிலைச் செய்வதற்கு அனுமதிப் பத்திரம் வழங்க வேண்டும். அவ்வாறு அனுமதியின்றிச் செய்பவர்களைச் சட்டத்தைக்கொண்டு தண்டிக்க வேண்டுமென்கிறார்.

ஒரு சமூகத்தைக் கட்டுக்கோப்பாக ஓர் ஒழுங்குடன் வைப்பதில் சட்டத்தைவிட மதம் முக்கியப் பங்காற்றுகிறது என்பது அம்பேத்கரின் உறுதியான கருத்தாகும். நாமும்கூட இதைத் தினந்தோறும் நம் அன்றாட வாழ்வில் பார்க்கிறோம். ‘இங்குச் சிறுநீர் கழிக்கக் கூடாது. மீறினால் சட்டப்படி நடவடிக்கை எடுக்கப்படும்.’ என்று கொட்டை எழுத்தில் எச்சரிக்கை வாசகங்கள் எழுதி வைத்தாலும் அங்குச் சிறுநீர்[5]கழிக்காமல் செல்லாத ஆட்களே இருக்க மாட்டார்கள். அதே இடத்தில் ஒரு கடவுள் படத்தை வைத்து மஞ்சளும் குங்குமமும் பூசி வைத்துவிட்டால் ஒருவர் கூட அங்குச் சிறுநீர் கழிக்கச் செல்வதில்லை என்பதைப் பார்க்கிறோம். அது மெல்ல மெல்ல வழிபாட்டுத்தலமாக உருமாற்றமடைகிறது. அதற்குப் புனித முலாம் பூசப்படுகிறது. அதனோடு மதம் வந்து ஒட்டிக்கொள்கிறது. தனிமனிதர்கள் சாதாரணமாக ஈடுபடும் அன்றாட நடவடிக்கைகள் மீதான மதத்தின் ஆளுமையையும் தாக்கத்தையும் இந்தச் சிறிய உதாரணத்தின் மூலம் எளிதாக அறிந்துகொள்ள முடியும். காவி உடை உடுத்திய ஒருவர் எதிரில் நின்று பேசினாலே ‘சாமி... சாமி...’ என்று மரியாதையுடன் பேசும் ஆள்கள்தான் நம் சமூகத்தில் அதிகம் என்பதையும் இங்கு நினைவூட்டிப் பார்ப்பது நல்லது. காவி நிறம், சாமி, பக்தி, மரியாதை என்பதெல்லாம் மதம் மனிதனுக்குச் சொல்லிக்கொடுப்பவை.

மனிதனுடைய அன்றாட நடவடிக்கையைத் தீர்மானிக்கிற பணியை மதம் செவ்வனே செய்கிறது. மதம் மனிதனுக்கு ஒழுக்க நெறிகளைக் கற்றுக்கொடுக்கிறது என்பதை அழுத்தமாகப் பல இடங்களில் குறிப்பிடுகிறார் அம்பேத்கர். இந்த ஒழுக்க நெறிகள்தாம் சமூகத்தை வழிநடத்துகின்றன என்றும் விளக்குகிறார். சாதியமைப்பையும் தீண்டாமையையும் இந்துமதம் தன் ஒழுக்க நெறியாக

5. பி.ஆர்.அம்பேத்கர், டாக்டர் பாபாசாகேப் அம்பேத்கர் நூல் தொகுப்பு தொகுதி 1, இந்திய அரசின் நல்வாழ்வு அமைச்சகத்திற்காகச் செய்தி ஒலிபரப்பு அமைச்சகத்தின் புத்தக வெளியீட்டுப் பிரிவின் வெளியீடு, 1993 (ப.எண்.112).

வைத்திருப்பதால்தான் ஒரு இந்து தன் சக இந்துவைக் கீழாக நடத்துகிறான். அதை இந்து மதமே அங்கீகரிக்கிறது. 'இது நீ முற்பிறப்பில் செய்த கர்ம வினை' என்று சூத்திரர்களையும் பஞ்சமர்களையும் அடிமைகளாக நடக்கச் சொல்லி இந்து மதம் அறிவுறுத்துகிறது. இதைத்தான் கிருஷ்ணர், "கடமையைச் செய், பலனை எதிர்பாராதே" என்று சொல்வதாக அம்பேத்கர் குறிப்பிடுகிறார். மனிதனுக்கு மதம் கட்டளையிடுகிறது. அதுவும் துணிந்து மீற முடியாத கட்டளை. அதை மீறினால், இவ்வாறு அங்கீகரிக்கப்பட்ட ஒழுக்க நெறிகளை மீறுவோருக்கு மதம் தண்டனைகளை அளிக்கிறது. உதாரணமாக, இந்தியச் சூழலில் இந்து மதத்தில் தீண்டத்தகாதோரும் சூத்திரர்களும் எந்தக் கேள்வியும் கேட்காமல் பணிவிடை செய்வதற்குக் காரணம் இந்து மதம் அங்கீகரிக்கும் இவ்வொழுக்க நெறிகள்தாம் என்பதை அம்பேத்கர் தெளிவாக விளக்கி விரிவாகப் பேசியும், எழுதியுமிருக்கிறார். இந்து மதத்தின் பல புனித நூல்களை ஆழமாக வாசித்து ஒவ்வொரு சூத்திரத்தையும், மந்திரத்தையும் (ஸ்லோகங்களையும்) எடுத்துக்காட்டி பல இடங்களில் மீண்டும் மீண்டும் தெளிவுபடுத்துகிறார்.

இந்து மதம் மட்டுமல்ல; இந்து மதத்தின் கூறுகளை அப்படியே ஏற்றுக்கொள்ளும் கிறித்தவம், இஸ்லாம், சீக்கியம் என எல்லா மதங்களுக்கும் இது பொருந்தும். இந்து மதத்தின் ஒவ்வோர் அணுவையும் நுணுக்கமாக ஆராய்ச்சி செய்து அதைச் சீர்திருத்திப் பண்பட்ட மதமாக, எல்லோருக்கும் சமமான வாய்ப்பை அளிக்கக்கூடியதாக, நவீனத்தின் சிறந்த கூறுகளை அதன் உள்ளீடாக மாற்றிவிட அனைத்துவகையான முயற்சிகளையும் செய்த அம்பேத்கர் மதம் என்னும் கோட்பாட்டை வரையறை செய்யும்போது இன்னொரு முக்கியக் கருத்தையும் வலியுறுத்துகிறார். 1936இல், ஜாத்-பட் தோடக் மண்டல் மாநாட்டுக்காக அவர் எழுதிய உரையான (மாநாட்டில் இந்த உரைக்குக் கட்டுப்பாடுகள் விதிக்க, அதை அவரே நூலாக வெளியிட்டார். இதுவே பெரியாரால் தமிழில் மொழிபெயர்த்து வெளியிடப்பட்டது) 'சாதி ஒழிப்பு' நூலில், இந்து மதத்தைச் சீர்திருத்த அம்பேத்கர் பல்வேறு வரைவுத் திட்டங்களை முன்வைக்கும்போது கீழ்க்கண்டவற்றைக் குறிப்பிடுகிறார்,

"உங்கள் மதத்துக்கு நீங்கள் ஒரு புதிய கோட்பாட்டு அடிப்படை கொடுக்க வேண்டும். இந்த அடிப்படை சுதந்திரம், சமத்துவம், சகோதரத்துவம் என்னும் கொள்கைக்கு, சுருக்கமாகச் சொன்னால் ஜனநாயகத்துக்கு இணக்கமானதாக இருக்க வேண்டும்." [6]

அம்பேத்கர் தன்னுடைய வாழ்வின் தத்துவம் எது? என்னும் தலைப்பில் 1954ஆம்

---

6. Dr.B.R.Ambedkar, Dr. Babasaheb Ambedkar Writings and Speeches, Volume 1, Education Department, Government of Maharashtra, 2014 (P.No.114).

ஆண்டு அக்டோபர் 3ஆம் நாள் அகில இந்திய வானொலியில் உரையாற்றுகிறார். அதில் மதம் என்பதை அவர் எவ்வாறு பொருள்கொள்கிறார் என்று விளக்குகிறார். மதம் என்பது சுதந்திரம், சமத்துவம், சகோதரத்துவம், சமூக நீதி, ஜனநாயகம் முதலானவற்றை அடிப்படைப் பண்புகளாக, அதன் மையமான, முதன்மையான உள்ளடக்கமாகக்கொண்டிருக்க வேண்டும் என்று விரும்புகிறார். இன்னும் குறிப்பாகக் கவனித்தால் அம்பேத்கர் மதத்தைக் கீழ்க்கண்டவாறு வரையறுக்கிறார்,

"சகோதரத்துவம் - இது தோழமைக்கு அல்லது மனித நேயம் என்பதற்கு மற்றொரு பெயர், மீண்டும் சொல்வதானால் இது மதம் என்பதற்கு மற்றொரு பெயர்"[7] என்கிறார். அம்பேத்கர் மதம் என்றால் சகோதரத்துவம் அல்லது மனிதநேயம் என்றே பொருள்கொள்ள வேண்டுமென்கிறார். மூன்று பெரும் கோட்பாடுகளையும் மதம் என்ற ஒற்றைக் கோட்பாடு தன்னுள் உள்ளடக்கியிருக்கிறது என்பதாகக் கருதுகிறார். இது ஒரு பொருள்கொண்ட பல சொற்கள் என்பதைப் போலப் பயன்படுத்துகிறார். அம்பேத்கரின் கூற்றுப்படி, மனிதனை மையமாகக்கொண்ட சகோதரத்துவத்தை உள்ளீடாகக்கொண்ட மனிதநேயத்தை வலியுறுத்துவதே மதமாகும்.

நான் முன்பு குறிப்பிட்டதைப் போல, 'மதம்' என்பதை நவீனக் காலத்திற்கேற்ப மறு வரையறை செய்தார் அம்பேத்கர். மதம் ஒழுக்க நெறிகளின் தொகுதியாக இருக்க வேண்டுமென்பதைப் பலமுறை வலியுறுத்தியதையும் ஏற்கெனவே குறிப்பிட்டிருக்கிறேன். இந்து மதத்திலிருந்து அவர் கற்றுக்கொண்ட பாடங்களின் விளைவுகள் அவை. அவ்வொழுக்க நெறிகள் மனிதனை நல்வழிப்படுத்த உதவியாக இருக்க வேண்டுமென்றார். அந்தக் காரணத்திலேயே, தாம் பௌத்தத்தைத் தேர்ந்தெடுத்ததாகவும் சொல்லியிருக்கிறார். நவீன அறிவியலின் வளர்ச்சியால் பெருகும் அறிவின் துணைகொண்டு பலர் மதமே வேண்டாமென்பதும் மார்க்சியச் சிந்தனையால் உள்வாங்கப்பட்டு மதத்தை வேண்டாமென்பதும் கூடாது என்றும் அறிவுறுத்துகிறார்.

மதம் மனிதனை விட்டாலும் மனிதன் மதத்தைக் கைவிடத் தயாராக இல்லை என்பது அம்பேத்கரின் கருத்து. எனவே மதத்தை ஏற்றுக்கொள்வதில் தவறில்லை என்கிறார். அம்பேத்கர் ஒரு நடைமுறைவாதி என்பதை இந்தக் கருத்துகளின் வழி அறியலாம். ஆனால், மதம் என்றால் என்ன? அதன் உள்ளீடாக எது இருக்க வேண்டுமென்பதில் அம்பேத்கரின் பார்வை அப்போதைக்கு நடைமுறையிலிருந்த கருத்துகளுக்கு மாறுபட்டு வேறு மாதிரியாக இருந்தது. மதம் பகுத்தறிவை

---

[7] Dr.B.R.Ambedkar, Dr. Babasaheb Ambedkar Writings and Speeches, Volume 1, Education Department, Government of Maharashtra, 2014 (P.No.503).

அடிப்படையாகக்கொண்டிருக்க வேண்டுமென்று விரும்பினார். மதம் ஒழுக்க நெறிமுறைகளின் மீது கட்டியெழுப்பப்பட வேண்டுமென்றார். மதம் என்பது மனித நேயத்தைப் பரப்புவதையே அதன் நோக்கமாகக்கொண்டிருக்க வேண்டுமென்றார். அது ஒவ்வொரு மனிதனும் தன்னளவில் சுயபிரக்ஞை கொண்டவர்களாக வளர்த்தெடுக்கப்பட வேண்டிய சூழல்களையும், வாய்ப்புகளையும் அமைத்துத் தர வேண்டுமென்றார். இந்த வரையறைகளின் அடிப்படையில் எல்லா மதங்களையும் சோதனைக்கு உட்படுத்திய அம்பேத்கர் எல்லாவற்றையும் நிராகரித்தார். இறுதியில், பௌத்தத்தை மட்டும் ஏற்றுக்கொண்டார். அம்பேத்கர் ஏன் பௌத்தம் தழுவினார்? அதற்கான வரலாற்று, சமூக, சமய, அரசியல், பொருளாதாரக் காரணங்களை அடுத்த கட்டுரையில் காணலாம்.

2

அம்பேத்கர் ஏன் பௌத்தம் தழுவினார்?

அம்பேத்கரின் பேச்சும் எழுத்தும் ஒடுக்கப்பட்ட மக்களின் சமூக அரசியல் போராட்டத்தின் வலிமையான கருவிகளாகக் களத்தில் எப்போதும் முன்நிற்கின்றன. சமூகம், அரசியல், பொருளாதாரம், சட்டம் என எந்தக் களமானாலும் அம்பேத்கரின் ஆராய்ச்சி உலைக்களத்தில் வடித்தெடுக்கப்பட்டுப் பட்டைத் தீட்டிக் கூர்முனையோடு அறிவுக் கிடங்கில் தயாராய் இருக்கும் கருவிகளிலிருந்து ஒரு கருவியை உருவிச் சுழற்றி யுத்தம் செய்தால் எந்தவொரு சாமானிய மனிதனாலும் வெற்றி பெற்றுவிட முடியும். நிராயுதபாணிகளான தலித்துகளுக்குத் தன்னையே ஆயுதமாக்கித் தந்தவர் அம்பேத்கர். அவர் கையளித்து விட்டுச்சென்ற ஆயுதங்களில் வலிமையான தத்துவப் பேராயுதம்தான் பௌத்தம். அம்பேத்கரைத் தவிர வேறு எந்தத் தலைவராலும் அவரளவுக்குக் களத்திலேந்திச் சுழற்றப்படாத இந்த ஆயுதத்தின் வலிமையைக் களமாடும் பலரும் உணர்வதில்லை. களமாட வேண்டிய செயல்வீரர்கள் எதிரியின் ஆயுதம் கூர்மையானது என்று எண்ணித் தயங்குகின்றனர். அது அவ்வளவு கூர்மையானது இல்லையென்றாலும் அவர்களின் போர்த்தந்திரங்கள் அவர்களுக்கு வெற்றியை ஈட்டித் தந்துவிடுவதை ஆயுதத்தின் வலிமை என்று மயங்கித் தம் கைகளில் இருக்கும் ஆயுதத்தை ஏந்துவதற்குக் காட்டும் தயக்கம் இது. இந்த ஆயுதத்தை எவ்வாறு கையாளுவது என்பதைப் பலரும் அறிவதில்லை. அறியாமை என்னும் கொடிய நோய் எந்த உயிரையும் எளிதில் சாகடித்துவிடும். அறியாமையிலிருந்து நகர்ந்து அறிதலை நோக்கி வருவதற்கு மனத்துணிவு வேண்டும். பௌத்தம் என்னும் தத்துவப் பேராயுதம் இயல்பிலேயே அந்த மனத்துணிவைத் தரும் ஆற்றல் கொண்டது. பௌத்தம் என்னும் பேராயுதத்தை ஏந்திக் களத்தில் நிற்பதற்கே பெரும் மனவலிமை வேண்டும். ஆயுதங்களின் வலிமை எப்போதும் அதை ஏந்தி நிற்பவர்களின் மனவலிமையையும் பொறுத்துத்தான். அம்பேத்கருக்கு அந்த மனவலிமை எப்போதும் உண்டு. அம்பேத்கருடைய மனவலிமையின் உச்சத்தை 1956ஆம் ஆண்டு அக்டோபர் 14ஆம் நாள் உலகமே பார்த்தது.

2021ஆம் ஆண்டோடு ஐந்து இலட்சம் மக்களுடன் சேர்ந்து அம்பேத்கர் பௌத்தம் தழுவி அறுபத்தைந்து ஆண்டுகள் ஆகிவிட்டன. இதுகுறித்து ஆதரித்தும் எதிர்த்தும் பல ஆய்வுகளும், ஆய்வுகள் என்ற பெயரில் அவதூறுகளும் வெளிவந்து கொண்டேயிருக்கின்றன. மாறுபட்ட இந்தக் கருத்துகள் தலித் சமூகத்திற்கு வெளியிலிருந்தும் உள்ளிருந்தும் வருகின்றன. இவையெல்லாம் சேர்ந்து அம்பேத்கரை வாசிக்கத் துவங்குகிற இளந்தலைமுறையினரைக் குழப்பத்தில் ஆழ்த்துகின்றன. தற்போதைய 'தகவல் தொழில்நுட்பக் காலத்தில்' வாசிப்பதற்கான பல வாய்ப்புகளைச் சமூக ஊடகங்கள் உருவாக்கியிருக்கின்றன. ஆனால், கணக்கிலடங்காதபடி செய்திகள் ஏராளமாகக் கொட்டிக் கிடக்கின்றன. எதைக் கொள்ளுவது, எதைத் தள்ளுவது என்று புரியாமல் தத்தளிக்கிற நிலைமைதான் எங்கெங்கும் நிலவுகிறது. இந்தச் சூழலில், அம்பேத்கர் ஏன் பௌத்தம் தழுவினார் என்பது குறித்த சரியான புரிதலை வழங்கிட முயற்சிப்பதுதான் இக்கட்டுரையின் நோக்கம். அப்புரிதலை அடைவதன் முதற்படியாக அம்பேத்கர் மதம் மாறும் முடிவை எடுத்ததற்கான வரலாற்றுப் பின்புலத்தை ஒருவர் அறிந்துகொள்ள வேண்டும்.

அம்பேத்கர் 'நான் இந்துவாகச் சாக மாட்டேன்' என்று ஏன் அறிவித்தார்?

1935இல் அக்டோபர் 13ஆம் நாள் நாசிக்கில் நடைபெற்ற இயேலோ மாநாட்டில்தான் அம்பேத்கர் 'நான் இந்துவாகச் சாக மாட்டேன்' என்று பொதுவெளியில் முதல்முறையாக அறிவித்தார். இது தலித் சமூக வரலாற்றில் அறிமுகமுள்ள எல்லோரும் பரவலாக அறிந்த வரலாற்றுப் பிரகடனம். இந்தப் பிரகடனம், வரலாறு என்னும் கட்டற்றுக் கரைபுரண்டு ஓடும் காட்டாற்று வெள்ளத்தின் திசைப் போக்கைத் திருப்பும் ஆற்றல்கொண்டதாய் இருந்தது. அம்பேத்கரின் அரசியல் வாழ்வில் மட்டுமில்லை. தலித்துகளின் நீண்ட நெடிய சமூக அரசியல் பண்பாட்டு வரலாற்றிலும் இதுவொரு திருப்புமுனை. ஆனால், மதம் மாறும் முடிவை அதற்கும் வெகுகாலத்துக்கும் முன்பே (1924) அம்பேத்கர் எடுத்துவிட்டார் என்பது பலரும் அறியாத உண்மை. பல ஆண்டுகளாக மதம் மாறுவது குறித்துத் தொடர்ந்து சிந்தித்து வந்துள்ளார். 1928இலிருந்து அவரே ஆசிரியராகப் பொறுப்பேற்று நடத்திய 'பகிஷ்கரித் பாரத்' இதழ்களில்[8] தொடர்ச்சியாக மதமாற்றம் குறித்து வெளிப்படையாக எழுதி வந்தார். அம்பேத்கர் மதம் மாறும் முடிவுக்கு வர முக்கியமான காரணம் ஒன்றுதான். அந்த ஒற்றைக்காரணம், இந்து மதம்.

இந்துமதத்தின் அடிக்கட்டுமானமாக உள்ள சதுர்வர்ணமும், அதனடிப்படையில் கடைப்பிடிக்கப்படுகிற சாதியும், தீண்டாமையும்தாம் அவரை இந்து மதத்தைவிட்டு

---

8. Suraj Yengde and Anand Teltumbde (Edited), *The Radical in Ambedkar: Critical Reflections*, Allen Lane (Penguin Random House India) Publications, Gurgaon, 2018 (P.No.221).

நிரந்தரமாக வெளியேறும் உறுதியான முடிவை எடுக்கச் செய்தன. இந்து மதத்தைச் சீர்திருத்தப் பலர் முயன்றனர் என்பதை வரலாறு நெடுகிலும் காணலாம். இந்து மதம் எத்தகைய சீர்திருத்தத்தை ஏற்றுக்கொள்வதற்குத் தயாராக இருந்தாலும் அதன் அடிக்கட்டுமானமாக இருக்கிற சதுர்வர்ண அமைப்பை மட்டும் சீர்திருத்தும் பேச்சுக்கே இடமில்லை என்பது உறுதியாகத் தெரிந்துவிட்டது. நவீனக் காலத்தில் இந்து மதத்தில் முன்னெடுக்கப்பட்ட சீர்திருத்தங்கள் எதுவும் இந்து மதத்தின் பிரிக்கவியலாத பண்புகளாக உள்ள சாதி முறையையும் தீண்டாமையையும் பெண்ணடிமைத்தனத்தையும் சிறிதும் மாற்றவில்லை என்பதை அவரே நேரில் கண்டார். 'மகாத்மாக்கள் வந்தார்கள். மகாத்மாக்கள் போனார்கள். ஆனால், தீண்டத்தகாதார் தீண்டத்தகாதாராகவே இருக்கின்றனர்.' என்னும் ஒரு வாக்கியத்தில் ஒட்டுமொத்தமாக வரலாற்றின் வெவ்வேறு காலகட்டங்களில் பல்வேறு சீர்திருத்தக்காரர்கள் முன்னெடுத்த அனைத்துவகையான சீர்திருத்தங்களின் தாக்கத்தையும் சித்திரித்துக் காட்டிவிட்டார்.

அந்தக் காலகட்டத்தில் நடந்த மக்கள்தொகைக் கணக்கெடுப்புகள் எல்லாச் சாதிகளின் கவனத்தையும் ஈர்த்தன. மக்கள்தொகையின் அடிப்படையில் சட்டமியற்றும் அவற்றில் பிரதிநிதித்துவம் வழங்க பிரிட்டிஷ் அரசாங்கம் முடிவு செய்தது. அதன் மூலமாக ஆட்சி அதிகாரத்தில் கிடைக்கும் பங்கு ஒவ்வொரு சமூகத்தையும் தன்னைப் பெரும்பான்மையினராகக் காட்டிக்கொள்ளும் வகையில் அவர்களை அந்தக் கால வரலாற்றுச் சூழல் நிர்ப்பந்தித்தது. ஒடுக்கப்பட்ட சமூகம் தம்மைச் சாதியால் புறந்தள்ளப்பட்டவர்கள் என்று அடையாளப்படுத்திக்கொண்டு வந்த காலகட்டம் அது. அப்போது இந்து மதம் தன் எண்ணிக்கைப் பெரும்பான்மையை நிறுவுவதற்காக ஒடுக்கப்பட்ட மக்களை இந்து மதத்தின் பிரிக்கவியலாத அங்கத்தினர் என்பதை மீண்டும் மீண்டும் வலியுறுத்திக்கொண்டிருந்தது. இந்து மதத்தின் அங்கமாகத் தம்மைப் பதிவு செய்துகொள்ளுதல் என்பது இந்து மதத்தையும் சாதியமைப்பையும் அதனால் சந்திக்க வேண்டிய தீண்டாமை வன்கொடுமைகளையும் தாமாக முன்வந்து ஏற்றுக்கொள்ளுதல் போலாகிவிடும் என்று அவர்கள் கருதினாலும் தீண்டத்தகாத சாதியினர் மீது இந்துப் பேரடையாளம் திணிக்கப்பட்டது என்பதைப் பல வரலாற்று ஆய்வாளர்கள் வெளிச்சம் போட்டுக் காட்டினர். இதனூடாகத்தான் அம்பேத்கரின் அரசியல் பிரவேசம் நிகழ்ந்தது.

இந்தியச் சமூகத்தின் கட்டமைப்பைத் தத்துவார்த்த ரீதியில் மிகத் தெளிவாகப் புரிந்து வைத்திருந்த அம்பேத்கர் இந்திய அரசியலின் நோக்கையும் போக்கையும் தெரிந்துகொள்ள அதிக காலத்தை எடுத்துக்கொள்ளவில்லை. இந்து மதக் கோட்பாடுகளைப் பாதுகாத்து வரும் சிந்தனையாளர்களின், அரசியல் தலைவர்களின் உள்நோக்கங்களைச் சரியாகக் கணித்த அம்பேத்கர் அதிலிருந்து தம் மக்களை

மீட்டெடுக்கும் முக்கிய வழியாக இந்து மதத்திலிருந்து வெளியேறுவது குறித்து யாராலும் மாற்றவியலாத உறுதியான முடிவை எடுத்தார்.

இந்துச் சமூகம் அடுக்குமுறையில் ஒன்றின்மீது ஒன்றாகப் பல சாதிகளாகவும், உட்சாதிகளாகவும் கட்டமைக்கப்பட்டுள்ளது என்பது யாரும் அறியாத ரகசியமில்லை. சில சாதிகளைக் கீழ் அடுக்கில் வைத்து அடிப்படை மனித உரிமைகளையும் பெறவிடாமல் தடுத்து முற்றும் முழுதாகப் பறித்துவிட்டுச் சில சாதிகளை மேலடுக்கில் வைத்துச் சகல உரிமைகளையும் வாரி வழங்குமாறு இந்தச் சாதியமைப்பு மிகக் குரூரமாகக் கட்டமைக்கப்பட்டுள்ளது. தீண்டத்தகாத மக்கள் மனிதர்களாகக் கூட நடத்தப்படாததைத் தன்னுடைய சொந்த வாழ்விலேயே அனுபவித்தவர் அம்பேத்கர். வகுப்பறைக்கு வெளியில் கோணிச்சாக்கில் அமர்ந்து கல்வி கற்றதும், வெளிநாட்டுப் பல்கலைக்கழகங்களில் உயர்கல்வி கற்று இராணுவச் செயலாளராகப் பதவியிலிருந்தாலும் தங்கும் விடுதியிலிருந்து துரத்தியடிக்கப்பட்டதும், அலுவலகத்தில் தனக்குக் கீழே பணிசெய்யும் ஊழியர் கூட தண்ணீர் தர மறுத்ததும் மகர் சாதி என்ற ஒரே காரணத்திற்காகத்தான் என்பதைத் தன்னுடைய சொந்த வாழ்வனுபவத்தின் மூலமாகவே உணர்ந்தவர். இது குறித்து எந்த ஆராய்ச்சியும் செய்ய வேண்டிய தேவை அவருக்கு எழவில்லை. இருப்பினும், இதற்கான காரணங்களையும் இத்தளைகளிலிருந்து விடுபடும் வழிகளையும் தேடுவதில் அம்பேத்கரின் இயல்பான ஆராய்ச்சி மனப்போக்கு அவரை இடைவிடாமல் உந்தித் தள்ளியது.

இந்து மதத் தத்துவங்களுக்கு ஆதாரமாக இருக்கும் வேதங்களையும் உப நிடதங்களையும் இதிகாசங்களையும் புராணங்களையும் சாஸ்திரங்களையும் ஆழமாகவும் நுண்மையாகவும் வாசித்து ஆய்ந்தறிந்து ஒரு முடிவுக்கு வந்தார். சீர்திருத்துவதற்கான எந்த வாய்ப்புக்கும் இடமின்றி அனைத்து வழிகளையும் தானே இறுக்க அடைத்துக்கொண்ட இருட்டுக் குகையைப் போன்றது இந்து மதம் என்னும் உண்மை துலக்கமாக அவருக்குத் தெரிந்தது. ஒளியுமின்றி வழியுமின்றி இந்துமத இருட்டுக் குகைக்குள் எத்தனை தலைமுறைகளாகக் கிடந்து உழன்று வன்கொடுமைகளுக்குப் பலியாவது என்பதை உணர்ந்துதான் சாதியமைப்பை வலியுறுத்தும் பகுத்தறிவுக்கு இடம் கொடுக்காத வேதங்களையும் சாஸ்திரங்களையும் வெடிகுண்டு வைத்துத் தகர்க்க வேண்டுமென்றார்.[9] அதன் தொடர்ச்சியாக அம்பேத்கர் தயாரித்த வெடிகுண்டுதான் 'மதமாற்றம்' என்னும் பிரகடனம்.

---

9. *Edited by Aakash Singh Rathore, Religious and Cultural Justice (Volume - V) in 'B.R.Ambedkar: The Quest for Justice', Oxford University Press, 2021 (P.No.96).*

ஒடுக்கப்பட்ட மக்கள் மதத்தில் பிடிப்புள்ளவர்களாக இருப்பதைத் தன் களப்பணிகளின்போது நேரடியாகக் கண்டார். அவருடைய தந்தையிடமிருந்தே அவர் உணர்ந்துகொண்டது இது. ஒடுக்கப்பட்ட சமூகத்து மக்கள் பின்பற்றி வரும் மத நம்பிக்கைகள் அவர்களை இந்து மதத்தின் சாதிய அமைப்புக்குத் தலைவணங்கி ஏற்றுக்கொள்ளுமாறு செய்திருக்கிறது. இழிவும், அவமானமும் நிரம்பிய கடந்த காலத்தை அவர்களுடைய மூளையில் திணித்து அவர்களை அடிமையாக்கியிருக்கிறது என்று உறுதியாக நம்பினார். அதிலிருந்து அவர்களை விடுவிக்க வேண்டுமென்றால் அவர்களுடைய தோற்றம், வாழ்ந்து கடந்த அவர்களின் சமூகப் பண்பாட்டு வரலாறு மாண்பு நிறைந்ததாகவும், எல்லோராலும் மதிக்கப்பட்ட ஒன்றாக இருந்ததாகவும் கட்டமைப்பதின் வழியாக அவர்களுக்கு எதிர்காலத்தின் மீது நம்பிக்கை ஒளியைப் பாய்ச்ச வேண்டுமென விரும்பினார். அவரின் தீவிரமான தேடலில் வரலாற்றில் புதையுண்டு கிடந்த உண்மை; சாட்சி சொல்ல தானாகவே வெளிக்கிளம்பி வந்ததைப் போலத்தான் பௌத்தம் மீண்டும் இந்தியச் சமூகத்தை எட்டிப் பார்த்தது.

மேலும், இந்து மதமும் சாதியமைப்பும் அறிவார்ந்த தாக்குதலைச் சந்தித்த ஒவ்வொரு காலத்திலும் மிகவும் தந்திரமாக அதைக் கையாண்டு, கேள்வி கேட்கும் எதிர்த் தத்துவத்தையே உட்செரித்துத் தனதாக்கிக்கொண்டு தன் ஆயுளை நீட்டித்து வருகிற வரலாற்றையும் அறிந்துகொண்டார். சதுர்வர்ண அமைப்பை நிலைப்படுத்தி வைத்திருக்கும் வேதத்தின் கருத்துநிலைகளைக் கேள்விக்குட்படுத்திய ஒவ்வொரு காலத்திலும் இந்து மதம் அதைப் புனரமைப்பு செய்து நியாயப்படுத்தியது. சனாதன அமைப்புக்குப் புதிய புதிய விளக்கங்களை அளித்துப் பாதுகாத்து வந்தது. இந்து மதத்தின் எல்லாத் தந்திரங்களையும் தன் ஆய்வுகளின் மூலம் தோலுரித்துக் காட்டினார் அம்பேத்கர். சாங்கியத்தின் ராஜ, தாம்ச, சத்வ குணங்களின் (திரிகுணா) கருத்துநிலை அடிப்படையிலும், பகவத்கீதையில் கிருஷ்ணர் போதித்த 'கடமையைச் செய்! பலனை எதிர்பாராதே' என்னும் கருத்துநிலை அடிப்படையிலும் சதுர்வர்ணத்தைப் புதுப் புது வழிகளில் நியாயப்படுத்த இந்து மதம் எடுத்த சில தந்திர முயற்சிகளை அம்பேத்கர் வெளிச்சம் போட்டுக் காட்டினார். அடிப்படையை மாற்றினாலொழிய அனைத்தையும் மாற்ற வாய்ப்பேயில்லை என்னும் முடிவுக்கு அம்பேத்கர் வந்தடைந்தார். தீண்டத்தகாதாருக்கு இந்து மதம் ஒருபோதும் விடுதலையைத் தராது என்பதை எந்தச் சந்தேகத்திற்கும் இடமின்றித் தீர்க்கமாக உணர்ந்தார். ஆகையால், இந்து மதத்தைவிட்டு வெளியேறும் முடிவைப் பொதுவெளியில் அறிவிக்க வேண்டிய நிலைக்குத் தள்ளப்பட்டார். மேற்கண்ட வரலாற்றுப் பின்னணியில்தான் அம்பேத்கரின் மதம் மாறும் முடிவு எடுக்கப்பட்டது.

ஆனால், பௌத்தத்தைத் தழுவுவது என்பது அவர் அப்போதே உடனடியாக எடுத்த முடிவில்லை. பௌத்தத்தைத் தொடக்கத்தில் நிராகரித்தவர் அம்பேத்கர்.

அம்பேத்கர் தொடக்கத்தில் ஏன் பௌத்தத்தை நிராகரித்தார்?

மனிதத்தன்மையற்ற வாழ்க்கையை மட்டுமே பரிசாக அளிக்கும் இந்து மதத்திலிருந்து விடுதலை பெற அம்மதத்திலிருந்து வெளியேறுவதைவிட சிறந்த தீர்வு ஏதுமில்லை என்பதில் உறுதியாக இருந்தார். பௌத்த மதத்திற்கு மாறுவது என்னும் முடிவை இருபத்தோர் ஆண்டுகள் கழித்தே அம்பேத்கர் அறிவித்தார். இடைப்பட்ட காலம் முழுவதும் கடுமையான சமூக அரசியல் பணிகள், அரசு நிர்வாகப் பணிகள், அரசியலமைப்புச் சட்டம் இயற்றும் பணிகள் எனக் காலத்தை வேகமாக உறிஞ்சும் கடுமையான பணிச்சுமைகளுக்கு நடுவில் அவர் மதமாற்றம் குறித்தும் தீவிரமாகப் பணியாற்றினார். இந்து மதத்தைவிட்டு வெளியேறி இன்னொரு மதத்தை ஏற்பது என்னும் முடிவில் உறுதியாக இருந்த அம்பேத்கர் அந்த இன்னொரு மதம் எது என்பதை இறுதி செய்வதில் தீவிரமான ஆய்வுகளில் ஈடுபட்டார். அதன் ஒரு பகுதியாகத் தொடக்கத்தில் பௌத்தத்தையும் ஆராய்ந்தார். ஆராய்ந்துவிட்டு இது தீண்டத்தகாத சமூகத்திற்கு உகந்ததில்லை என்று நிராகரித்துவிட்டார் [10] **(29.07.1927).**

பௌத்தத்தை அம்பேத்கர் நிராகரித்தார் என்ற செய்தியைப் பொதுவாக யாரும் அறிவதில்லை. அது விவாதங்களில் எங்கும் ஒரு கூற்றாகக்கூட வருவதில்லை. அவ்வாறு நிராகரித்த பௌத்தத்திற்கே இறுதியில் வந்து சேர்ந்தார் என்பதுவும் பலருக்கு வியப்பையும் குழப்பத்தையும் அளிக்கக்கூடும். இன்னும் சொல்லப்போனால், அதை விளங்கிக்கொண்டால்தான் அம்பேத்கர் ஏன் பௌத்தம் தழுவினார் என்பதையும் விளங்கிக்கொள்ள முடியும் என்பது என் கருத்து. 'நான் இந்துவாகச் சாக மாட்டேன்' என்ற வரலாற்றுப் பிரகடனத்துக்குப் பிறகு எந்த மதத்திற்கு மாறுவது என்பது தொடர்பாக அம்பேத்கர் மேற்கொண்ட நடவடிக்கைகள் ஒவ்வொருவராலும் கூர்ந்து கவனிக்கப்பட்டன. இந்து மதத்தை விட்டு வெளியேறக் கூடாது என்று எச்சரிக்கைகள் ஒரு புறம். தங்களுடைய மதத்திற்கு வர வேண்டும் என்ற அழைப்புகள் மறுபுறம். தங்களுடைய மதத்திற்கு வரக்கூடாது என்ற எதிர்ப்புகள் இன்னொரு புறம்.

இந்து மகாசபை[11] கண்டித்தது. ஹைதராபாத் நிஜாம் வரவேற்றார். ஒடுக்கப்பட்ட வகுப்பினர் பெருவாரியாக வாழ்ந்த பஞ்சாப் பகுதியை மையமாகக்கொண்டு

---

10. *Suraj Yengde and Anand Teltumbde (Edited), The Radical in Ambedkar: Critical Reflections, Allen Lane (Penguin Random House India) Publications, Gurgaon, 2018 (P.No.222).*

11. *Suraj Yengde and Anand Teltumbde (Edited), The Radical in Ambedkar: Critical Reflections, Allen Lane (Penguin Random House India) Publications, Gurgaon,2018, (P.No.223).*

செயல்பட்ட அகாலி தளம் அமைப்பு அச்சத்தால் எதிர்த்தது. அம்பேத்கர் அறிவித்துப் பதினான்காம் நாளில் **(29.10.1935)** பம்பாயில் இந்து மகாசபை அவசரமாகக் கூட்டிய சிறப்புக் கூட்டத்தில் மதன் மோகன் மாளவியா தலைமையில் ஜெகஜீவன் ராம், பாலூ பல்வாங்கர், எம்.சி.ராஜா முதலான ஒடுக்கப்பட்ட சமூகத்துத் தலைவர்கள் கலந்துகொண்டு அம்பேத்கரின் இந்த முடிவைக் கண்டித்துத் தீர்மானம் இயற்றினார்கள். ஹைதராபாத் நிஜாம் இசுலாம் மதம் உங்களை ஏற்றுக்கொள்ளத் தயாராய் இருக்கிறது என்று வரவேற்பைச் சொல்லளவில் நிறுத்தாமல் தீண்டத்தகாதாரின் மேம்பாட்டுக்காகக் கணிசமான நிதியுதவி அளிப்பதாகவும் வாக்குறுதி கொடுத்தார். சீக்கிய மதத்தையும் அவர்களின் வாழ்வியல் முறையையும் கள ஆய்வு செய்யச் சொல்லி அம்பேத்கர் அனுப்பிய குழுவைப் பார்த்து 'சீக்கிய மதம் ஒடுக்கப்பட்ட தீண்டத்தகாதாரின் மதமாகிவிடுமென' அச்சம் கொண்டு சீக்கிய ஜாட்டுகளின் அகாலி தளம்[12] அமைப்பினர் எதிர்ப்புத் தெரிவித்தனர். சமகால ஒரு உதாரணம் மூலம் இந்த அவலத்தை இன்றைக்கும் நாம் காணலாம். பஞ்சாபில் மூன்றில் ஒரு பங்கு மக்கள்தொகைகொண்ட தலித் சமூகத்திலிருந்து இப்போதுதான் முதன் முறையாக சரண்ஜித் சிங் சன்னி முதலமைச்சர் ஆகியிருக்கிறார். அதைத் தொடர்ந்து பாஜகவும் வரும் சட்டமன்றத் தேர்தலில் ஒரு தலித்தை முதலமைச்சராக்குவோம் என்று வாக்குறுதி அளித்து வரும் வேளையில் சீக்கிய ஜாட்டுகளின் கட்சியாகக் கருதப்படும் அகாலி தளம் மட்டும் தலித்தைத் துணை முதலமைச்சராக்குவோம் என்று அறிவித்திருக்கிறது.

இவ்வாறாக, கண்டனங்களும் கடுஞ்சொற்களும் வாழ்த்துகளும் வரவேற்புகளும் அச்சமும் அவதூறுகளும் என அவரைச் சுற்றி நெருக்கடிகள் மட்டுமே சூழ்ந்திருந்தன. எவ்வளவு இக்கட்டான சூழலிலும் அம்பேத்கரின் அறிவார்ந்த மனம் குழம்புவதேயில்லை என்பதற்கு இது நல்லதோர் உதாரணம். அடிப்படையில் சமூக விஞ்ஞானியான அம்பேத்கர் தன்னுடைய மற்ற ஆய்வுகளையும் போல எல்லா மதங்களையும் ஆய்வுக்கு உட்படுத்தினார். இதே காலகட்டத்தில்தான் இன்றைக்கும் அவரின் மேதைமையைப் பறைசாற்றும் சூத்திரர்கள் யார்? தீண்டத்தகாதார் யார்? இந்துத்துவத்தின் புதிர்கள் போன்ற மானுடவியல் மற்றும் சமூகவியல் நோக்கில் இந்து மதம், இந்திய வரலாறு குறித்த ஆய்வுகளையும் அவர் செய்தார் என்பதை நாம் நினைவுகூர வேண்டும். இவையெல்லாம் அவரின் மதம் என்னும் கருத்தியல் மற்றும் மதமாற்றம் தொடர்பான ஆய்வுகளின் ஒரு பகுதியே ஆகும்.

மதம் மாறுவது என்று அம்பேத்கர் முடிவெடுத்த பிறகு, எந்த மதத்திற்கு மாறுவது என்பதற்குத் தேர்ந்தெடுத்த முதன்மையான அளவுகோல் தீண்டத்தகாத சமூகம்

12. *Ibid, (P.No.224).*

தழுவுகிற மதம் அவர்களை எல்லா நிலையிலும் சமமான உரிமையுள்ள மனிதர்களாக ஏற்றுக்கொண்டு எல்லா உரிமைகளும் அனுபவிக்கத் தங்குதடையற்ற சுதந்திரத்தை அளித்துச் சகோதரத்துவத்தைக் கடைப்பிடித்துச் சமத்துவத்தை நிலைநிறுத்தத் துணைசெய்வதாக இருக்க வேண்டுமென்பதுதான். இந்தியச் சமூகத்தில் அவ்வாறு நிகழ்வது அசாதாரணமான காரியம் என்பதை அம்பேத்கர் மிக நன்றாகவே அறிந்து வைத்திருந்தார். இதனால், இந்து மதத்தின் சாதியமைப்பைக் கண்மூடித்தனமாக உள்வாங்கிக்கொண்டு அடிமைத்தனத்தைத் தன் இயல்பாக்கிக்கொண்ட தீண்டத்தகாத சமூகத்திற்கு எந்த வகையிலும் இழப்பு வந்துவிடக் கூடாது என்பதில் அக்கறையுடன் இருந்தார். அதனால், தீண்டத்தகாதார் மாறும் மதம் அவர்களுக்குத் தம் வாழ்வில் முன்னேறுவதற்குத் தேவையான வாழ்வாதாரங்களை உருவாக்கிக்கொள்ளும் வாய்ப்புகளையும் பொதுச் சமூகத்தில் உரிமைகளைக் கோரும்போது உண்டாகும் சிக்கல்களை எதிர்கொள்ளும் வலிமையையும் அம்மதம் தர வேண்டுமென்றும் விரும்பினார். சுருக்கமாக, அந்த மதத்தின் அடையாளம் தீண்டத்தகாதாருக்கு மாண்புள்ள வாழ்க்கையைப் பெற்றுத் தர வேண்டும் என்று விரும்பினார்.

இதனையே சில ஆய்வாளர்கள் ‘இருத்தலியல் காரணங்களுக்காக அம்பேத்கர் மதம் மாறினார்’ என்கின்றனர். இது முற்றிலும் உண்மைதான். இதில் நமக்கு மாறுபட்ட கருத்துகள் ஏதுமில்லை. இந்தக் காரணங்களின் அடிப்படையில்தான் தொடக்கத்தில் பௌத்தத்தையும், ஆர்ய சமாஜ நெறியையும் தீண்டத்தகாத சமூகம் ஏற்றுக்கொள்ளக்கூடிய காரணங்களை அவை பூர்த்தி செய்யவில்லை என்று சுட்டிக்காட்டி நிராகரித்தார். அம்பேத்கர் ஆய்வு செய்த போது, ஆர்ய சமாஜம் சிறிய அளவில் மேம்போக்கான சில சீர்திருத்தங்களைச் செய்ததேயொழிய இந்து மதத்தை மாற்றவில்லை என்று அதை முற்றிலும் புறந்தள்ளினார். கடவுள் இல்லை, ஆத்மா இல்லை என்ற பகுத்தறிவுக் கருத்துகள் இருந்தாலும் இந்தியாவில் பௌத்தத்தைப் பின்பற்றுவோர் எண்ணிக்கைக் கணிசமான அளவு இல்லை. பௌத்தம் வழக்கொழிந்த மதம். அது எந்தவகையிலும் தீண்டத்தகாத சமூகத்திற்குப் பயன் தரப் போவதில்லை எனக் கருதி அம்பேத்கர் அதைத் துவக்கத்திலேயே நிராகரித்தார்.

அம்பேத்கர் கிறித்தவம், இசுலாம், சமணம், சீக்கியம் போன்ற மதங்களையும் ஆழமாக வாசித்தார். கிறித்தவத்தில் மிக அப்பட்டமாகத் தெரிந்த சாதியின் தாக்கம் அவரின் அடிப்படை நோக்கத்திற்கே எதிராக இருந்தது. சொல்லுமளவிற்குக் கணிசமான மக்கள்தொகையைக்கொண்ட சமணமும் சீக்கியமும் கிறித்தவத்திலிருந்து எந்தவகையிலும் வேறுபட்டதில்லை என்பதையே வெளிப்படுத்தின. இந்த நான்கு மதங்களில் போராட்ட குணமும், எதிர்ப்புணர்ச்சியும், ஒற்றுமையுணர்வும்

மேலோங்கிய இசுலாம் மதத்தின் மீதே அவரின் நாட்டம் அதிகமாக இருந்தது. அதைப் பல்வேறு இடங்களில் அவர் எழுதியும், பேசியும் வெளிப்படுத்தியும் இருக்கிறார். *15.03.1929*இல்

'நீங்கள் மதம் மாற விரும்பினால், இசுலாமியராக மாறுங்கள்'[13]

என்று அவரே அறிவித்தார். இறுதியாக, இசுலாமும் தீண்டத்தகாத சமூகம் ஏற்றுக்கொள்ளக்கூடிய மதமாக இல்லை என்னும் கருத்துக்கு உறுதியாக வந்து சேர்ந்தார். இசுலாம், கிறித்தவத்தை இந்திய மண்ணுக்கு அந்நியமானவை என்பதன் அடிப்படையில் நிராகரித்தார் என்னும் கூற்று ஓரளவிற்கு உண்மைதான். என்றாலும், மேற்கண்ட கிறித்தவம், இஸ்லாம், சீக்கியம் ஆகிய மதங்களை அவர் நிராகரித்ததற்கு அடிப்படைக் காரணங்கள் அவற்றிலுள்ள கடவுள், ஆத்மா, முக்தி, மோட்சம் போன்ற பகுத்தறிவுக்கு ஒவ்வாத, அறிவியலுக்கு முரணான கருத்தியல்களும் சாதியமைப்பின் ஊடுருவலை அவை தமக்குள் அனுமதித்ததுமேயாகும்.

தீண்டத்தகாத மக்களுக்குச் சமூக அரசியல் பொருளாதார விடுதலையைப் பெற்றுத் தருதல் மற்றும் மாண்புள்ள, சுதந்திரமான வாழ்க்கைக்கு உத்தரவாதம் அளிக்கும் மதத்தைத் தேர்வு செய்தல் நல்லது என்ற இருத்தலியல் காரணங்களோடு மட்டும் அம்பேத்கர் திருப்தியடையவில்லை. அதாவது இருத்தலியல் காரணங்கள் மட்டுமே போதவில்லை அல்லது முழுமையாக இல்லை என்று சொல்லலாம். அதன் போதாமைகளிலிருந்தும் அல்லது முழுமையற்ற நிலையிலிருந்தும் அவரின் ஆய்வு முழுமையை நோக்கிப் பயணித்தது. அந்த முழுமை என்பது ஒட்டுமொத்த மனிதக்குலம் முழுமைக்கும் பொருந்திப்போகும் வகையிலான மதம் அல்லது தத்துவம் என்பதாக இருக்க வேண்டுமென்று விரும்பினார். தீண்டத்தகாதாருக்கு மட்டுமன்றி எல்லோருக்கும், குறிப்பாக, ஒட்டுமொத்த இந்தியச் சமூகத்திற்கும் பொருத்தமான மதம் வேண்டுமென்ற முடிவுக்கு வந்தார். ஒடுக்கப்பட்டவருக்கும் ஒடுக்குபவருக்கும் சேர்த்து விடுதலை வேண்டுமெனச் சிந்தித்தார். அவரின் ஆராய்ச்சிச் சிந்தனை சுருங்கி நின்று விடாமல் மனிதக்குல விடுதலைக்கு வழிகாட்டக் கூடிய சிறந்த சமய நெறியை நோக்கிச் சென்றது. அதன் தொடர்ச்சியாகத்தான் அம்பேத்கர் பௌத்தத்தை வந்தடைந்தார்.

அம்பேத்கர் இறுதியில் ஏன் பௌத்தத்தை ஏற்றுக்கொண்டார்?

பௌத்தம் தழுவலை ஓர் அரசியல் உத்தியாகக் கையாண்டார் என்பது அம்பேத்கரின் பௌத்தம் தழுவல் குறித்து மேம்போக்காக எல்லோரும் எடுத்துக்

13. Suraj Yengde and Anand Teltumbde (Edited), The Radical in Ambedkar: Critical Reflections, Allen Lane (Penguin Random House India) Publications, Gurgaon, 2018 (P.No.222).

காட்டும் வழக்கமான காரணம். இது முற்றிலும் உண்மையில்லை. அதுவும் ஒரு காரணம் என்ற அளவில் மட்டுமே அக்கருத்தை ஏற்றுக்கொள்ள முடியும். தலித்துகள் ரொட்டிகளுக்காகக் கிறித்துவ மதத்திற்கு மாறுகின்றனர் என்று தலித்துகளின் மதமாற்றத்தைச் சிறுமைப்படுத்திப் பேசுவதைப் போன்றதுதான் இது. தன் சமூக அரசியல் பொருளாதாரப் போராட்டங்களின் ஒரு வலிமை வாய்ந்த வடிவமாகப் பௌத்தத்தைப் பார்த்தார் என்பதில் சந்தேகமில்லை. ஆனால், அம்பேத்கரின் பௌத்தம் ஏற்புக்கு முதன்மையான காரணம் அதன் தத்துவம். அதாவது, பௌத்தமும், அதன் தம்மமும்.

சமூக மாற்றத்திற்கு 'அரசு' என்னும் அமைப்பு அளிக்கக்கூடிய பங்களிப்பு குறித்தும், ஒரு சமூகத்தை ஓர் ஒழுங்குக்குள் கொண்டு வந்து அதை நெறிப்படுத்தக்கூடிய அரசின் அளப்பரிய ஆற்றல் குறித்தும் அம்பேத்கருக்கு ஆழமான நம்பிக்கை உண்டு. அதனாலேயே அவர் 'அரசு சோசலிசம்' என்னும் கருத்தாக்கத்தை முன்மொழிந்தார். அரசு என்னும் அமைப்பு மூலம் சட்டங்களை இயற்றி நடைமுறைப்படுத்துவதன் மூலமாகவும், திட்டங்களை வரையறுத்து அதை மக்களிடம் கொண்டு சேர்ப்பதன் மூலமாகவும் சமூகத்தில் நிலவும் ஏற்றத்தாழ்வுகளைக் களைந்துவிட வேண்டும் என்பதில் அக்கறை காட்டினார். பிரிட்டிஷ் ஆட்சியிலும், காங்கிரஸ் ஆட்சியிலும் பங்கு கொண்டதற்கும், அரசியலமைப்புச் சட்டத்தை எழுதுவதற்கு ஒப்புக்கொண்டதற்கும் இதுவே காரணமாகும். அதனால்தான், 1936இல் இந்து மதத்தை விட்டு வெளியேறுவேன் என்று அறிவித்தபிறகும் அரசு என்னும் அமைப்பின் மூலமாகப் பல்வேறு பணிகளைச் செய்யத் திட்டமிட்டார். சட்டத்தின் மூலம் தீண்டாமையை ஒழிப்பது மட்டுமல்லாமல் சாதியை ஒழிக்கவும் தேவையான வழிகளில் முயற்சி செய்து பார்த்தார். இந்தக் காரணத்தின் அடிப்படையில்தான் ஏற்றத் தாழ்வுகளை அங்கீகரிக்கும் இந்து மதத்தின் புனித நூல்களை மறுக்கவும், பார்ப்பனர்களின் மேலாதிக்கத்தைக் கட்டுப்படுத்தி வைத்திடப் புரோகிதத் தொழிலை எல்லோருக்குமான அரசுப் பணியாக (அனைத்துச் சாதியினரும் அர்ச்சகர் சட்டம் தமிழகத்திலும், கேரளாவிலும் மட்டுமே இன்றைக்குச் சாத்தியமாகியிருக்கிறது) மாற்றிட வேண்டுமெனக் கோரவும் செய்தார்.

இந்த அரசு வழிப்பட்ட முயற்சிகள் வரிசையாகத் தோல்வியை அடைந்து வந்தன. இந்துச் சட்ட மசோதாவின் மூலம் அவர் முன்னெடுத்த மாபெரும் சீர்திருத்தங்களும் முயற்சிகளும் தோல்வியைக் கண்டன. அவர் தன்னுடைய அமைச்சர் பதவியிலிருந்து விலகவும் அதுவே காரணமாகும். அரசியல் வழியிலான தீர்வுகளில் சமூக மாற்றத்தை உண்டாக்கிட முயன்று பார்த்த அதேவேளையில் அம்பேத்கர் மத வழியிலான தீர்வை நோக்கியும் அடியெடுத்து வைத்துக்கொண்டே

இருந்தார். ஆட்சி, அரசியல், மதம் என்ற நிறுவனங்களின் மூலம் இந்தியச் சமூக, பண்பாட்டு, அரசியல், பொருளாதார நிலைகளில் மாற்றங்களைக்கொண்டு வந்துவிட முடியுமென்று எல்லாத் தளங்களிலும் தம்முடைய சிந்தனைகளைப் பரீட்சித்துப் பார்த்துக்கொண்டேயிருந்தார். அதன் தொடர்ச்சியாக, தம் வாழ்வின் இறுதிக்கட்டத்தில் ஒடுக்கப்பட்ட மக்களின் உடனடி விடுதலைக்கு மாபெரும் தீர்வாகத்தான் பௌத்தத்தை முன்வைத்தார். யாரும் எதிர்பாராத ஒரு முடிவுக்கு அம்பேத்கர் வந்து சேர்ந்தார். ஏனெனில், அம்பேத்கர் பௌத்தத்தைத் தழுவுவதாக அறிவித்த காலகட்டத்தில் பௌத்தம் அவ்வளவு பரவலாகப் பின்பற்றப்பட்ட மதமாக இல்லை. ஆனால், அம்பேத்கர் திடீரென இந்த முடிவுக்கு வரவில்லை. அவர் பல ஆண்டுகளுக்கு முன்பே தன் பணியை ஆரம்பித்துவிட்டார். தான் மெட்ரிகுலேசன் தேர்வில் வெற்றி பெற்றதற்காக அளிக்கப்பட்ட புத்தரின் வரலாறு பற்றிய நூலிலிருந்து பௌத்த வரலாற்று ஆய்வைத் தொடங்குகிறார். ஆய்வுப்போக்குகளின் முடிவில் தீண்டத்தகாதார் சமூகத்தின் பூர்வம் பௌத்தமே என்னும் முடிவுக்கு வந்தபோது இந்திய அறிவுலகத்தில் அது இன்னும் பலவகையான அதிர்வலைகளைக் கிளப்பியது.

பௌத்தம் வழக்கொழிந்த மதம். அதைப் பின்பற்றுவோர் எவருமில்லை. அகிம்சை, தியானம், ஆசையைத் துறந்திடு என்ற சொல்லாடல்களோடு பொருத்திச் சுருக்கிப் பார்க்கப்பட்ட பௌத்தத்தைத் தத்துவார்த்தத் தளத்தில் அணுகினார். அவர் ஆய்வின் தொடக்கக் காலத்திற்கும் இறுதிக் காலத்திற்கும் நிறைய வேறுபாடுகள் தென்படுகின்றன. மதத்தைத் தேர்வு செய்யும் அவரின் அளவுகோல்கள் விரிவாகிக்கொண்டே சென்றன. அதனூடாக அவரின் ஆய்வு முறைகளும் வேறுவேறு தளங்களுக்குச் செல்கின்றன. அவரின் ஆய்வுகள் அவரை அந்த முடிவுக்கு உந்தித் தள்ளியது. இறுதியில், கிறித்தவம், இசுலாம், சீக்கியம் போன்ற மதங்களைக் காட்டிலும் புரட்சிகரமான, தத்துவ வலிமையுள்ள மதம் பௌத்தம்தான் என்னும் உறுதியான முடிவுக்கு வந்தார்.

அம்பேத்கர் தீண்டத்தகாத சமூகத்தின் விடுதலைக்குத் தீண்டாமைக் கொடுமைகளை மட்டுமே ஒழிக்க வேண்டுமென்று காந்தியையும், கம்யூனிஸ்ட்டுகளையும் போலத் தீண்டாமை ஒழிப்பை மட்டுமே முன்னிறுத்தியவர் அல்லர். மனிதச் சமூகத்திற்கே எதிராக உள்ள அநீதியான சாதியமைப்பை அழித்தொழிக்க வேண்டுமென்று சூளுரைத்தார். சதுர்வர்ணம் என்னும் அக்கட்டுமானத்தைச் சுற்றி எழுப்பியுள்ள கோட்டையைத் தகர்க்கத் துணிந்தார். அதற்குச் சரியான தத்துவ ஆயுதம் பௌத்தம்தான் என்னும் முடிவுக்கு வந்தார். பௌத்தம் தன்னகத்தே கொண்டிருந்த தத்துவ வலிமையை ஆராய்ச்சிகளின் வழி கண்டறிந்தார். ஆரம்பத்தில் 1924இல் தொடங்கிய அந்த ஆராய்ச்சி 1929இல் பௌத்தத்தை நிராகரித்ததில் முடிந்தது

அல்லவா? அந்த நிராகரிப்பு வெறும் இடைவேளை மட்டும்தான் என்பது அப்போதைக்கு அம்பேத்கருக்கும் தெரிந்திருக்க வாய்ப்பில்லை. அம்பேத்கரின் மதம் மாறும் வரலாறு முப்பத்திரண்டு ஆண்டுகள் கழித்து **1956**இல் நிறைவு பெற்றது. இதுதான் அம்பேத்கரின் பௌத்த நுழைவு மற்றும் ஏற்பு வரலாறு.

பௌத்தம் என்னும் மதம் குறித்த பொதுவான பண்புகளாக அறியப்படுபவை, பௌத்தம் இந்திய மரபில் வேரூன்றிய சிரமண மதம். அது அகிம்சையைப் போதித்தது. துக்கம் குறித்த வாழ்வின் நான்கு பேருண்மைகளைச் சொல்லியது. பௌத்த மார்க்கத்தின் வழி நடக்கும் ஒவ்வொருவரும் பின்பற்ற வேண்டிய கொல்லாமை, கள்ளுண்ணாமை, பிறன்மனை விழையாமை, புறங்கூறாமை முதலான அஷ்டாங்க மார்க்கமான எட்டு வழிகளை உறுதியாகக் கடைப்பிடிக்கச் சொல்லியது. பௌத்தத்தில் கடவுள் இல்லை. ஆன்மா இல்லை. சாதி இல்லை. சதுர்வர்ணத்தின் இருப்பை எதிர்த்து வைதீக மதங்களின் கோட்பாடுகளுக்கு நேரெதிர் நிலையில் நின்று இயங்கியது பௌத்தம் என்னும் அளவில்தான் பௌத்த மதம் அறியப்பட்டிருந்தது.

நூற்றாண்டுகளாகப் பராமரிப்பின்றிச் சிதைந்து உருக்குலைந்த அரண்மனையைச் சுத்தம் செய்து புனரமைத்து அதன் பழைய அழகையும், பொலிவையும், பிரமாண்டத்தையும் மீட்டெடுப்பதைப் போல, பௌத்தத்தின் மீது அழுந்தப் படிந்திருந்த நூற்றாண்டு காலத்தின் அழுக்கைத் துடைத்தெறிந்து அதன் தன்னியல்பான பூர்வ அறிவின் ஒளியில் மிளிரச் செய்தார் அம்பேத்கர். முப்பத்திரண்டு ஆண்டுகள் அவர் செய்த ஆய்வுக்குப் பிறகு இறுதியில் பௌத்தத்தைத்தான் தாம் மாற விரும்பும் மதமாகத் தேர்ந்தெடுத்தார்.

அதற்கான முதன்மையான காரணம் பகுத்தறிவை அடிப்படையாகக்கொண்ட அதன் தத்துவமும், நவீன அறிவியலுடன் முழுமையாக ஒத்துப் போகும் அதன் கொள்கைக் கோட்பாடுகளும்தாம். அதனால்தான், பௌத்தம் முதன்மையாக அறத்தையும் அறிவியலையும் அடிப்படைப் பண்புகளாகக்கொண்ட மதம் என்று வரையறை செய்தார். பௌத்தத்தின் தத்துவத்தை மேலும் விரிவுபடுத்திக் கட்டமைத்தார். சுதந்திரம், சமத்துவம், சகோதரத்துவம், சமூக நீதி ஆகிய கொள்கைகள் பௌத்தத்தின் உள்ளார்ந்த அம்சமாக அங்கீகரிக்கப்பட்டு எல்லா நிலைகளிலும் செயல்பட்டன. புத்தர், தம் வாழ்நாள் முழுவதும் வைதீக மரபுக்கும் சதுர்வர்ண அமைப்புக்கும் எதிராகப் போராடியவர். இந்து மதத்தில் சூத்திரர்களாகவும் அவர்ணர்களாகவும் கருதப்பட்டவர்கள் பிக்குகளாகவும் உரிமைகளற்ற நிலையில் முடங்கிக் கிடந்த பெண்கள், பிக்குணிகளாகவும் வருவதற்கு

உரிமையும், வாய்ப்பும் அளிக்கப்பட்டன. சங்கம் ஒரு ஜனநாயக அமைப்பாகச் செயல்பட்டதையும் எடுத்துக் காட்டினார்

இயேசு, முகம்மது நபி, கிருஷ்ணர் போன்று தம்மைக் கடவுளாகவும், ஆக்கவும், அழிக்கவும் வல்லவர் என்றும், வரங்களையும், சாபங்களையும் அளிக்கும் சர்வ வல்லமையும் பொருந்திய அதீத சக்தி கொண்டவர் என்றும் புத்தர் தன்னைப் பிரகடனப்படுத்திக் கொள்ளாததை மிகமுக்கியமான கூறாக அம்பேத்கர் முன்வைத்தார். தன்னைக் கடவுளின் பிள்ளை என்று அறிவித்துக்கொண்ட இயேசு; தன்னைக் கடவுளின் கடைசி இறைத்தூதர் என்று அறிவித்துக்கொண்ட நபிகள், இன்னும் ஒருபடி மேலே போய் தன்னைக் கடவுளுக்கெல்லாம் கடவுள், தேவாதி தேவன், பரமேஷ்வர் என்று அறிவித்துக்கொண்ட கிருஷ்ணர் ஆகியோரைப் புத்தரோடு ஒப்பிட்டுப் பார்த்த அம்பேத்கர், ஒளிவட்டம் பொருத்திக்கொண்டு எந்தக் கடவுள் பிம்பத்தையும் தன் மீது ஏற்றிக்கொள்ளாமல் சாமானிய மனிதனாக மக்களிடையே உண்டு உறங்கிப் புழங்கி அறத்தையும், அறிவையும் போதித்த புத்தர்தான் தன்னுடைய வழிகாட்டி என்று தேர்ந்தெடுத்துக்கொண்டார். அதாவது புத்தர் தன்னை 'மோக்ஷதத்தா'வாக முன்வைக்கவில்லை. மாறாக, தன்னை அவர் 'மார்கதத்தா'[14]வாக அடையாளப்படுத்திக்கொண்டார். மார்கதத்தா என்பது வழிகாட்டி என்னும் பொருளில் சொன்னார்.

புத்தரா? காரல் மார்க்ஸா?

இந்த இடத்தில் இன்னொரு மிக முக்கியமான விசயம் குறித்து விவாதிக்க வேண்டும். அம்பேத்கரின் பௌத்தம் குறித்துப் பேசும்போது கம்யூனிசம் குறித்துப் பேசாமல் இருந்தால் அது முழுமையடையாது. அம்பேத்கர் பௌத்தத்தோடு கம்யூனிசத் தத்துவத்தை ஒப்பிட்டுப் பலமுறை எழுதியிருக்கிறார், பேசியிருக்கிறார். *புத்தரா? காரல் மார்க்ஸா?*[15] என்ற தத்துவ விவாதத்தையும் தொடங்கிவைத்தவர் அவரே.

பௌத்தத்தைக் கம்யூனிசத்துடன் பலவாறாக ஒப்பிட்டு ஆய்வு செய்தார் அம்பேத்கர். பல இடங்களில் இரண்டு தத்துவங்களையும் ஒப்பீடு செய்து விவாதித்தார். சொல்லப் போனால், கம்யூனிசத்தைப் பேசிய அளவுக்கு வேறெந்த தத்துவத்தையும் இவ்வளவு விரிவாகப் பௌத்தத்தோடு ஒப்பீட்டு ஆய்வு

14. Dr.B.R.Ambedkar,Dr. Babasaheb Ambedkar Writings and Speeches, Volume 17:PartII, Education Department, Government of Maharashtra, 2014 (P.No.97).

15. Dr.B.R.Ambedkar, Dr. Babasaheb Ambedkar Writings and Speeches, Volume 3, Education Department, Government of Maharashtra, 2014 (P.No.441).

நடத்தியிருக்க மாட்டார் என்று துணிந்து சொல்லலாம். பௌத்தத்தில் கம்யூனிசச் சிந்தனைகள் உள்ளன என்கிறார். பௌத்தமும், கம்யூனிசமும் ஒரேமாதிரியான தத்துவத்தையும் கொள்கைகளையும் நோக்கங்களையும் கொண்டிருப்பதாக அம்பேத்கர் கூறுகிறார். சமத்துவச் சமூகத்தை உண்டாக்குவதில் புத்தர், மார்க்ஸ் இருவரும் ஒத்த கருத்துடையவரே என்பது அம்பேத்கரின் வாதம். இருவரும் அவர்களின் நோக்கங்களை அடைவதில் பின்பற்றும் வழிமுறைகளை வைத்து அவர்களை வேறுபடுத்துகிறார்.

வாதத்தின் இறுதியில், அம்பேத்கர் இரண்டு காரணங்களுக்காக மார்க்ஸின் கம்யூனிசத்தைவிட புத்தரின் தம்மமே சிறந்தது என்ற முடிவுக்கு வருகிறார். ஒன்று, புரட்சி என்ற பெயரில் போரில் ஈடுபடுவதும், மக்கள் உயிர்ப்பலியாவதையும் அம்பேத்கர் விரும்பவில்லை. இரண்டு, புரட்சிக்குப் பின்னான பாட்டாளி வர்க்கச் சர்வாதிகாரத்தில் தனிமனிதச் சுதந்திரம் பறிக்கப்படுவதைத் தீவிர ஜனநாயகவாதியான அவர் ஏற்கவில்லை. அம்பேத்கர் தான் வாழ்ந்த காலத்திலேயே ரஷ்யப் புரட்சியையும் இரண்டு உலகப்போர்களையும் அதன் விளைவுகளையும் நேரில் கண்டவர்.

அதனால் உலகின் வெவ்வேறு சமூகங்களில் கம்யூனிசம் உண்டாக்கிய தாக்கத்தை நன்கு அறிந்து வைத்திருந்தார். புரட்சி என்ற பெயரில் நிகழ்த்தப்படும் ரத்தம் சிந்தும் வன்முறையையும் பாட்டாளி வர்க்க சர்வாதிகாரம் என்ற பெயரில் உரிமைகள் பறிக்கப்படுவதையும் அவருடைய வாழ்நாளிலேயே பார்த்துத் தெரிந்துகொண்டார். மேலும், எல்லோரும் வியப்படையும் வகையில் இரண்டொரு இடங்களில் அம்பேத்கர் 'பௌத்த கம்யூனிசம்'[16] என்றொரு புதிய சொல்லாடலைப் பயன்படுத்துகிறார். கம்யூனிஸ்ட் இயக்கத்தில் சேர விரும்புவோரை கம்யூனிஸ்ட் இயக்கத்தை விட்டுவிட்டு பௌத்தத்தில் சேரச் சொல்லுகிறார். பௌத்தத்தில் சங்கம் என்னும் கம்யூனிச அமைப்பு இருப்பதாகச் சொல்லுகிறார். அதில் தனியுடைமை என்பதில்லை என்கிறார். அதில் இணைந்து வன்முறையற்ற அகிம்சை வழியில் புரட்சியை நடத்தலாம் என்று அழைப்பு விடுக்கிறார். ரஷ்யாவைப் போல தென்கிழக்கு ஆசிய நாடுகள் கம்யூனிஸ்ட் நாடுகளாகி விடக் கூடாதென்று அறைகூவல் விடுக்கிறார். புத்தரின் போதனைகளைச் சரியான முறையில் வாசியுங்கள். ரத்தம் சிந்தாமல் புரட்சி நடத்திச் சமத்துவச் சமூகத்தை உருவாக்கும் கம்யூனிசத் தத்துவம் பௌத்தத்தில் இருக்கிறது என்று சுட்டிக்காட்டுகிறார். பல நேரங்களில், அம்பேத்கரிடத்தில் கம்யூனிசம், பௌத்தம் இரண்டும் ஒன்றுதான் என்பது போன்ற தொனி ஒலிப்பதைக் காண முடியும்.

---

16. Dr.B.R.Ambedkar, Dr. Babasaheb Ambedkar Writings and Speeches, Volume 17: Part II, Education Department, Government of Maharashtra, 2014 (P.No.515).

அம்பேத்கரின் பௌத்தம்

வழக்கமாக, எந்தவொன்றையும் கறாராகக் கேள்விக்குட்படுத்தும் அம்பேத்கர் பௌத்தத்தையும் விட்டு வைக்கவில்லை. அவர் காலத்தில் சொல்லப்பட்ட பௌத்தத்தை அப்படியே ஏற்கவில்லை. பௌத்தமென்னும் தத்துவத்தைக் கடும் ஆய்வுக்கு உட்படுத்தினார். காலங்காலமாகப் பௌத்தத்தின் அடிப்படைக் கொள்கைகளாக விளங்கி வந்த நவீன அறிவியலுக்கும் ஜனநாயகத்தன்மைக்கும் ஒத்துப் போகாதவற்றை விமர்சிக்கவும், கேள்விக்குட்படுத்தவும் அவர் தயங்கவில்லை. அவற்றை தாம் வடிவமைத்த பௌத்தத்திலிருந்தும், தம்மத்திலிருந்தும் முற்றிலும் நீக்கித் தூர வீசி எறிந்தார். புத்தர் துறவு மேற்கொள்ள காரணம் ரோகிணி நதி நீர்ப் பங்கீட்டுப் பிரச்சினையென்னும் ஏற்றுக்கொள்ளக்கூடிய வரலாற்றுக் காரணத்தை முன்வைத்ததையும், வெறுமனே பீடகங்களை மனனம் செய்துகொண்டு சாதுக்களைப் போல மாறிவிட்ட பிக்குகளின் சங்கத்தைக் கண்டித்ததையும் இங்குச் சுட்டிக்காட்டுவது பொருத்தமாக இருக்கும். இவ்வாறாக, இந்தியச் சமூகச் சூழலில் இந்து மதத்திலிருந்துகொண்டு தீண்டத்தகாத சமூகம் எதிர்கொள்ளும் சிக்கல்கள் அனைத்துக்கும் தீர்வு தரக்கூடிய மதமாக பௌத்தத்தை மறுவரையறை செய்தார்.

அம்பேத்கர் முன்வைத்த பௌத்த தம்மமும், புத்தர் போதித்த தம்மமும் எந்த வகையிலும் ஒன்றல்ல என்றெல்லாம் விமர்சனங்கள் வைக்கப்பட்டன. எல்லாவற்றுக்கும் தன் ஆராய்ச்சியில் கண்டெடுத்த உண்மைகளை விமர்சகர்களின் முன்பு சளைக்காமல் பதில்களாக அடுக்கினார். இதைப் போல வாய்ப்பு கிடைக்கும்போதெல்லாம் இன்னும் பௌத்த மதத்தின் பல்வேறுபட்ட பரிமாணங்களைத் தன் பேச்சின் மூலமும், எழுத்துகளின் வழியும் விரிவுபடுத்திக்கொண்டே சென்றார். தன்னுடைய அறிவுத்திறனாலும், அனுபவச் செறிவாலும் பௌத்தத் தத்துவத்தை மேன்மேலும் செழுமைப்படுத்தினார்.

அம்பேத்கர் அதுவரை தேடிக்கொண்டிருந்த மிகச் சரியான மதத்தின் தேவைக்குப் பௌத்தம் கச்சிதமாகப் பொருந்திப் போனது. பௌத்தம் மற்ற மதங்களைப் போலல்லாமல் தம்மத்தையும், புத்தரின் போதனைகளையும் கேள்விக்குட்படுத்தும் சுதந்திரத்தையும், உரிமையையும் வழங்கியது. தம் கருத்துகள் நடைமுறைக்கும் பகுத்தறிவுக்கும் அறிவியலுக்கும் ஒத்துவராது போனால் காலத்திற்கேற்ப மாற்றுவதற்கு இடம் கொடுத்தது. மகாபரிநிர்வாணச் சுத்தத்தில் புத்தர் ஆனந்தரிடம் சொல்கிறார்.

“இந்த மதம் அறிவு மற்றும் அனுபவத்தை அடிப்படையாகக்கொண்டது...

என்னுடைய சொற்களே இறுதியானதும் முழுமையானதும் இல்லை. எவரொருவருக்கும் என் கருத்துகளை மாற்றிக்கொள்ளும் உரிமையுண்டு” [17]

17. *Dr.B.R.Ambedkar,Dr. Babasaheb Ambedkar Writings and Speeches, Volume 17: PartII, Education Department, Government of Maharashtra, 2014 (P.No.98).*

என்கிறார். பௌத்தம் கொடுத்த இந்தச் சுதந்திரத்தைப் பயன்படுத்தியே பௌத்தத்தை அரித்துத் தின்றுகொண்டிருந்த கறையான் புற்றை உடைத்து நொறுக்கினார். அதன் உண்மையான ஒளியுடன் நவயான பௌத்தமாகப் புதுப்பொலிவுடன் முன்வைத்தார். பௌத்தத்தைத் தவிர எந்த மதமும் பிரக்ஞா (விழிப்புணர்வு), கருணா (அன்பு), சமதா (சமத்துவம்) என்னும் இந்த மூன்று கொள்கைகளையும்[18] கூட்டாகக் கலந்து தந்ததில்லை என்றார்.

பகுத்தறிவைத் தத்துவ அடித்தளமாகக்கொண்ட நவீன அறிவியல் பண்புகளை உள்வாங்கிக்கொண்டு இயங்கும், ஒழுக்க நெறிகளுக்கு முதன்மையான இடமளித்துச் சுதந்திரம், சமத்துவம், சகோதரத்துவம் மற்றும் சமூக நீதியை நிலைநாட்டும் எல்லா வாய்ப்புகளையும் எல்லோருக்கும் வழங்கும் 'ஆதர்ச மதமாக' அம்பேத்கர் பௌத்தத்தைப் புதிய வடிவத்தில் பொதுவெளியில் முன்வைத்தார். அதனாலேயே, அதனை 'அம்பேத்கரின் பௌத்தம்' என்றும், 'நவயான பௌத்தம்' என்றும் அழைத்தனர். இவையே அம்பேத்கர் பௌத்தம் தழுவியதற்கான காரணங்களாகும்.

3

பௌத்தம் : அயோத்திதாசரும் அம்பேத்கரும்

உலக வரலாற்றை வர்க்கங்களின் போராட்டம் என்று பிரகடனப்படுத்திய காரல் மார்க்ஸைப் போல, அம்பேத்கர் இந்திய வரலாற்றைப் பௌத்தத்திற்கும் பார்ப்பனியத்திற்கும் நடந்த போராட்டம் என்று வரையறுத்தார். 1944ஆம் ஆண்டு செப்டம்பர் 24ஆம் நாள் ஞாயிற்றுக்கிழமை, மெட்ராஸில் பிராடுவே பகுதியில் உள்ள பிரபாத் டாக்கீஸில் முன்னாள் அமைச்சர் ராமநாதன் தலைமையில் 'மதராஸ் பகுத்தறிவாளர் கழகம்' நடத்திய கூட்டத்தில் 'இந்தியாவில் பகுத்தறிவுவாதம்'[19] என்னும் தலைப்பில் வரலாற்றின் அரசியலைப் பற்றிப் பேசினார். இந்திய வரலாற்றின் மோசடிகளை விமர்சனப்பூர்வமான முறையில் அடுக்கிவிட்டு இந்திய வரலாறு என்பது பௌத்தத்திற்கும் பார்ப்பனியத்திற்கும் நடந்த போராட்டம் என்ற தன்னுடைய வாதத்தைப் பல்வேறு வரலாற்று ஆதாரங்களைச் சுட்டிக்காட்டி முன்வைத்தார். இந்திய வரலாற்றில் தீண்டத்தகாதாரின் வரலாறு குறித்து ஆழமான ஆய்வுகளைச் செய்த அம்பேத்கர், இறுதியில் தீண்டத்தகாதார் சமூகத்தின் பூர்வீக அடிப்பரப்பில் பொங்கிக்கொண்டிருந்த மூல ஊற்றுகளில் பௌத்தப் பண்பாட்டுக் கூறுகள் தெளிவாகப் புலப்பட்டதைக் கண்டுகொண்டார். அதனால்தான் அவர் பௌத்தத்தைத் தழுவினார் என்பதை முந்தைய கட்டுரையில் விரிவாகக் கண்டோம். இப்போது தமிழ்ச் சூழலில் அம்பேத்கரின் நவயானா பௌத்தத்தைப் பொருத்திப் பார்த்து ஆய்வு செய்யத் துவங்குகிறோம். அவ்வாறு தமிழ்ச் சூழலில் வைத்துப் பார்க்கும்போது அம்பேத்கருக்கு முன்பும் ஒடுக்கப்பட்ட மக்களின் பூர்வீக மதமாக பௌத்தத்தைக் கண்டுகொண்டவர்களும் உண்டு என்பது புலனாகும். அந்த மூல ஊற்றைக் கண்டுபிடித்தவர்களில் முதன்மையானவராகத் தமிழகத்தைச் சேர்ந்த அயோத்திதாசர் இருந்தார். அம்பேத்கருடைய வரலாற்று முக்கியத்துவம் வாய்ந்த பண்பாட்டு நடவடிக்கையான பௌத்தம் தழுவலை ஆய்வு செய்யும் எவரும், குறிப்பாக, அதைத் தமிழ்ச் சூழலில் ஆய்வு செய்வோர், அயோத்திதாசரின் பங்களிப்புகளையும் கணக்கிலெடுத்துக்கொள்ள வேண்டியது தவிர்க்க இயலாதது.

19. *Dr.B.R.Ambedkar, Dr. Babasaheb Ambedkar Writings and Speeches, Volume 17: Part 3, Education Department, Government of Maharashtra, 2014 (P.No.334-336).*

அம்பேத்கரின் மதம் பற்றிய கோட்பாட்டுப் பார்வை, பௌத்த ஆராய்ச்சி, அதன் வரலாற்றுப் போக்கு, பௌத்த-மார்க்சிய ஒப்பீடு, பௌத்தம் ஏற்பால் இந்தியாவில் உண்டான தாக்கம் குறித்த கருத்துகளை அலசும்போது வரலாற்று முக்கியத்துவம் வாய்ந்த இந்த முக்கியப் பண்பாட்டு நடவடிக்கையில் அம்பேத்கர் களமிறங்குவதற்கு முன்னால் தமிழ் மண்ணில் முன்னெடுக்கப்பட்ட அயோத்திதாசரின் பௌத்த மீட்டுருவாக்க வரலாறு உண்டு என்பதை வரலாற்றை வாசிப்பவர்கள் அறிந்துகொள்வார்கள். தமிழ்ச் சூழலில் அம்பேத்கரின் நவயானா பௌத்தத்தின் இடத்தை ஆராயத் தொடங்கும் யாரும் அயோத்திதாசரிடமிருந்து ஆரம்பிப்பதே பொருத்தமாகவும் சரியாகவும் இருக்கும்.

அம்பேத்கரின் பௌத்த மீட்டுருவாக்கப் பணியில் தமிழகத்தின் பங்களிப்பு

அம்பேத்கர் பௌத்தம் குறித்து நூலாராய்ச்சியில் மட்டுமே ஈடுபடாமல் ஆசியக்கண்டத்தின் சில பகுதிகளுக்கும் தென்னிந்தியாவின் சில பகுதிகளுக்கும் சென்று கள ஆய்வுகளையும் மேற்கொண்டார். தென்னிந்திய பௌத்த இயக்கம் குறித்தும் தகவல்களைச் சேகரித்தார். அது குறித்துச் சில குறிப்புகளை எழுதியிருக்கிறார். சென்னையில் உள்ள பெரம்பூர், காஞ்சிபுரம், வட ஆற்காடு மாவட்டத்தில் உள்ள பள்ளிகொண்டா, திரிபுரம், வேலூர் மாவட்டத்தில் வெள்ளத்தூர், ராணிப்பேட்டையில் வாணிவேதா, மைசூரில் கோலார் தங்க வயல், பெங்களூரில் பிரேசர் டவுன் மற்றும் புது மத்திய சிறைச்சாலைப் பகுதிகளில் வாழ்ந்து வந்த பௌத்தச் சமூகத்தினரைச் சந்தித்ததையும் மற்றும் விகார்களைப் பார்த்ததைப் பற்றியும் அம்பேத்கர் பதிவு செய்திருக்கிறார்[20].

பௌத்த மறுமலர்ச்சியை உண்டாக்குவதற்காக அயோத்திதாசர் மற்றும் லட்சுமி நரசு இருவரும் பணிசெய்த களங்கள் இவை. அவர்கள் பணி செய்த இடங்களுக்கெல்லாம் சென்று தீண்டத்தகாதாரின் பண்பாட்டுப் பூர்வீக மூலங்களைத் தேடி அலைந்திருக்கிறார் அம்பேத்கர். அந்தக் காலகட்டத்தில் பௌத்தம் குறித்துத் தனக்குக் கிடைத்த சிறு சிறு குறிப்புகளையும்கூட அம்பேத்கர் தேடித் தேடி வாசித்தார் என்பதைப் பௌத்தம் தொடர்பான அவரின் எழுத்துகளையும் பேச்சுகளையும் தொகுத்துப் பார்ப்பவர்களுக்குப் புரியும். ஆனால், அயோத்திதாசரின் பௌத்தப் பணிகள் குறித்து அம்பேத்கர் எங்கும் எதுவும் குறிப்பிட்டுப் பேசியதாகவோ, எழுதியதாகவோ குறிப்புகள் எதுவும் இதுவரை கிடைக்கவில்லை.

மிகச் சரியான தேர்வாக அமைந்த அம்பேத்கரின் நவயானா பௌத்தத்திற்கு முன்னோடியாக அதே சிந்தனை முறையில் ஒடுக்கப்பட்ட சமூகத்திற்கிடையில்

---

20. Dr.B.R.Ambedkar, Dr. Babasaheb Ambedkar Writings and Speeches, Volume 17: PartIII, Education Department, Government of Maharashtra, 2014 (P.No.511-512).

ஏதேனும் பௌத்த இயக்கங்கள் அவருக்கு முன்பு இந்திய மண்ணில் இருந்ததா என்றால் அது தமிழகத்தில்தான் இருந்தது. அது அயோத்திதாசரின் தமிழ் பௌத்த மீட்டுருவாக்க இயக்கம்தான். அயோத்திதாசரைத் தவிர இன்னொரு வழியில் பௌத்த மீட்டுருவாக்கத்தில் தமிழகம்தான் முன்னோடி என்பதை பேராசிரியர் லட்சுமி நரசு வழியாக அம்பேத்கரே எடுத்துக்காட்டுகிறார். அம்பேத்கர் பௌத்தம் குறித்த நீண்ட நெடிய ஆராய்ச்சித் தேடலில் ஈடுபடுகிறார். ஒரு கட்டத்தில் 'The Essence of Buddhism' (பௌத்தத்தின் சாரம்)[21] என்னும் ஆங்கில நூல் சென்னையைச் சேர்ந்த சீத்தாராமையா என்பவர் மூலமாக அம்பேத்கரின் கைகளுக்கு வந்து சேருகிறது. தமிழகத்தின் சென்னைக் கிறித்தவக் கல்லூரிப் பேராசிரியராக இருந்து பௌத்த மதப் பிரச்சாரப் பணிகளில் ஈடுபட்டு வந்த பேராசிரியர் லட்சுமி நரசு ஆங்கிலத்தில் எழுதியது அந்நூல். அந்நூலின் மூன்றாம் பதிப்பை அம்பேத்கர் தானே முன்னுரை எழுதிப் பதிப்பித்து வெளியிட்டார். பௌத்தம் குறித்துத் தான் வாசித்ததில் மிகச் சிறந்த நூல் இதுதான் என்றும் அம்பேத்கர் அந்த முன்னுரையில் குறிப்பிட்டிருந்தார். லட்சுமி நரசுவின் வாழ்க்கை வரலாற்றுச் சுருக்கத்தையும் அம்பேத்கர் ஆர்வத்துடன் சுவைப்பட தன் முன்னுரையில் எழுதியிருந்தார்.

ஆனால், தனக்கு முன்னோடியாகத் தமிழகம் இருந்துள்ளது என்பதை நன்கு உணர்ந்திருந்த அம்பேத்கர், அயோத்திதாசரை எந்தளவிற்கு அறிந்திருந்தார் என்பதை மட்டும் தீர்க்கமாகச் சொல்ல இயலவில்லை. தீண்டத்தகாதார்-பௌத்தம் குறித்தப் பண்பாட்டு வரலாற்றுத் தொடர்பில் தமிழகம் முன்னோடியாக இருந்ததை அம்பேத்கர் அவராகவே குறிப்பிட்டிருக்கிறார். அதற்கான குறிப்புகள் அவருடைய எழுத்திலும் பேச்சிலும் உண்டு. ஆனால், பௌத்தத்திற்கும் தீண்டத்தகாத சமூகத்திற்கும் உள்ள உறவை மிக விரிவாக அம்பேத்கருக்கு முன்னேயே எடுத்துரைத்த அயோத்திதாசரின் மகத்தான பங்களிப்பு குறித்து அம்பேத்கர் எந்தக் குறிப்புகளையும் விட்டுச் செல்லவில்லை என்பது வருத்தத்திற்குரிய செய்தி. மாறாக, அம்பேத்கர் பௌத்தம் சார்ந்து தான் முன்னெடுத்த பல்வேறு செயல்பாடுகளில் சிறப்பாகவும் குறிப்பாகவும் எடுத்துக்காட்டியது பேராசிரியர் லட்சுமி நரசுவின் பணிகளை மட்டும்தான். இருப்பினும், லட்சுமி நரசுவோடு இணையாகப் பணியாற்றிய கர்னல் ஆல்காட், அயோத்திதாசர், சிங்காரவேலர் ஆகியோரின் பணிகளும் இதனுடன் பின்னிப் பிணைந்துள்ளன என்னும் வரலாற்றை யாரும் மறைத்துவிட முடியாது.

லட்சுமி நரசுவின் பணிகளைத் தெரிந்துகொண்ட அம்பேத்கர் அயோத்திதாசரைக் கவனிக்காமல் போய்விட்டது கவலைக்குரிய விசயம்தான். இது குறித்துத்

21 . *Dr.B.R.Ambedkar, Dr. Babasaheb Ambedkar Writings and Speeches, Volume 17: PartII, Education Department, Government of Maharashtra, 2014 (P.No.86-88).*

தமிழகத்தில் சிலர் இன்றும் கேள்விகள் எழுப்புகின்றனர். இப்போது வருத்தம்கொள்ள வேண்டிய விசயம் அதுவல்ல. அம்பேத்கருக்கு முன்பே அயோத்திதாசர் மிகவும் காத்திரமாக முன்வைத்த பூர்வ பௌத்தர்கள், தமிழ்ப் பௌத்தம் போன்ற மாற்று அடையாளங்கள் தமிழர்களிடத்தில் குறைந்தபட்சம், அயோத்திதாசரால் யதார்த்த பிராமணர்களாகச் சுட்டப்பட்ட சாதி பேதமற்ற திராவிடர்களாகிய பறையர்களிடத்தில் கூடப் பெரிய அளவில் பரவலாக்கப்படவில்லை என்பதுதான் நாம் வருத்தப்பட வேண்டிய முதன்மையான விசயம்.

1990களின் இறுதியில்தான், அயோத்திதாசரின் ஆய்வு நூல்கள் வெளிவருகின்றன. ஆய்வு நூல்கள் வெளிவருவதற்கு முன்னேயே அயோத்திதாசரின் தமிழன் இதழ்களையும் அவரின் நூல்களையும் சிலர் பாதுகாத்து வந்துள்ளனர். என்றாலும், அம்பேத்கர் அவற்றைப் பார்க்கவில்லை அல்லது வாசிக்கவில்லை என்றே கருதத் தோன்றுகிறது (ஒருவேளை ஆங்கிலப் பிரதிகள் கிடைத்திருந்தால் அவரே வாசித்திருக்கக்கூடும்). தன் கள ஆய்வுகளின்போது தென்னிந்தியப் பௌத்த விகார்களின் நிலைமையைக் கண்டு கவலையடைந்து அவற்றைப் பழுது பார்ப்பதற்கு நிதியளித்து உதவுமாறு பௌத்தம் வளர்ந்திருந்த கிழக்காசிய நாட்டு அரசுகளிடம் கோரிக்கை எழுப்பிய அம்பேத்கர், அயோத்திதாசரின் எழுத்துகளைப் பார்த்திருந்தால், நிச்சயம் அது குறித்து ஏதேனும் சிறு குறிப்புகளையாவது எழுதியிருப்பார் என்று நம்பலாம். ரெட்டைமலை சீனிவாசன் தொடங்கி என்.சிவராஜ், மீனாம்பாள் போன்ற தமிழ்நாட்டுத் தலைவர்களிடம் தனிப்பட்ட முறையில் நெருங்கிப் பழகிப் பல்வேறு அரசியல் நடவடிக்கைகளில் இணைந்து ஈடுபட்ட அம்பேத்கர் அயோத்திதாசர் பற்றி அறிந்து வைத்திருந்தாரா என்றும் உறுதியாகத் தெரியவில்லை.

அயோத்திதாசர் சிந்தனை அலையும் எதிர்ப்பலையும்

அயோத்திதாசரின் 'தமிழ்ப் பௌத்தம்' 'பூர்வ பௌத்தர்கள்' போன்ற சொல்லாடல்கள் ஒரு பேரலையெனத் தாக்கித் தமிழ் அறிவுச் சூழலில் அதுவரைக் கட்டி வைத்திருந்த எல்லாக் கரைகளையும் உடைக்கத் தொடங்கின. அவ்வாறு பரவத் தொடங்கிய 2000ஆம் ஆண்டுகளின் தொடக்கம் தலித் அரசியலும் தலித் இலக்கியமும் எழுச்சியோடு முறையே தமிழக அரசியல் களத்திலும், அறிவுத் தளத்திலும் காலங்காலமாய்ப் பின்பற்றி வந்த மரபுகளை உடைத்துப் பல குறுக்கீடுகளைச் செய்து ஊடாடிக்கொண்டிருந்த காலம். அன்றைக்குப் பெரியார் மறுவாசிப்பு என்ற பெயரில் தலித்தியச் சிந்தனையாளர்கள் தமிழ் அறிவுலகத்தை முழுதும் ஆக்கிரமித்துக்கொண்டு தலித்திய நோக்கில் திராவிட அரசியலைக் கேள்விக்குட்படுத்திக்கொண்டிருந்த காலம். ஆனால், அந்த விவாதங்கள் பெரும்பாலும் அயோத்திதாசர், தமிழ்ப் பௌத்தம், திராவிடம், பெரியார்

என்பதையே சுற்றிச் சுற்றி நிகழ்த்தப்பட்டன. தமிழ்ச் சூழலில் அயோத்திதாசரின் சிந்தனைகள் வெளிவந்தபோது எல்லாப் பக்கங்களிலும் வாதப் பிரதிவாதப்போர் நிகழ்ந்தன. இந்த வாதப் பிரதிவாதங்களிலிருந்தும் ஆய்வுகளிலிருந்தும் வெளிப்பட்ட கருத்துகளையும் அவர்கள் முன்வைத்த பார்வைகளையும் தொகுத்துப் பார்ப்பது நாம் அடுத்து என்ன செய்ய வேண்டுமெனத் திட்டமிட உறுதுணையாக இருக்கும். இந்த வாதப் பிரதிவாதிகளை பார்வைகளை மூன்று வகையினராகப் பிரிக்கலாம்.

முதல் வகையினர், அயோத்திதாசரின் கண்டுபிடிப்புகள், சிந்தனைகள் ஒளி வீசி வெளிக்கிளம்பி வந்த சமயத்தில் அவற்றை ஆதரித்து, தூக்கிப் பிடித்துத் தீவிரமாகப் பரப்பியவர்கள். முதல் வகையினரிலும் இரண்டு விதமான போக்குகள் உண்டு. அயோத்திதாசரின் சிந்தனைகளை ஆதரிப்பது மற்றும் பரப்புவது ஒரு போக்கு என்றால் அதைச் சுய சாதி முனைப்போடு பார்ப்பனியச் சிந்தனையாக்குவது இன்னொரு போக்காக இருந்திருக்கிறது. இரண்டு போக்குகளையும் கடைப்பிடித்தவர்கள் தமிழகத்தின் எல்லாத் தளங்களுக்கும் அயோத்திதாசரின் சிந்தனைகளைப் பரவலாகக்கொண்டு சென்றவர்கள். ஆனால், முதல் போக்கைக் கடைப்பிடித்தவர்கள் பல்லாண்டுகளுக்குப் பிறகு கிடைத்த அயோத்திதாசரின் எழுத்துகளையும் சிந்தனைகளையும் பரவலாக்க வேண்டும் என்ற நியாயமான முனைப்பில் அவருடைய எல்லாக் கருத்துகளையும் கடைக்கோடி மக்களுக்கும் சேர்ப்பித்துவிட உழைத்தவர்கள். அதனால், அவரின் எல்லாக் கருத்துகளுக்கும் நியாயம் கற்பிக்க முயன்றனர். முதல் போக்கின் இந்த முயற்சிகளில் எந்தத் தவறுமில்லை. இயல்பாக எல்லாச் சமூகத்தினருக்கும் எழக்கூடியதே இது. அதோடு சேர்த்து, அயோத்திதாசரைத் திட்டமிட்டு மறைத்துவிட்டனர் என்று திராவிட இயக்கத்தினர் மீதும், குறிப்பாக, பெரியாரின் மீதும் குற்றம்சாட்டினர்.

இரண்டாம் வகையினர், அயோத்திதாசரைப் பெரியாரும் திராவிட இயக்கமும் மூடி மறைத்துவிட்டன என்ற குற்றச்சாட்டுகளுக்குப் பதில் கொடுக்க முயன்ற பெரியாரியவாதிகள்-திராவிட இயக்கச் சிந்தனையாளர்கள். திராவிட இயக்கம் அயோத்திதாசரை எங்கும் மறைக்க முற்படவில்லை என வாதிட்டனர். இயல்பிலேயே அறிவின்றித் தாழ்ந்த சாதியினர், வேஷ பிராமணர்களால் தாழ்த்தப்பட்ட சாதியினர் எனத் தலித் சாதிகளையே தாழ்ந்த சாதி, தாழ்த்தப்பட்ட சாதியாகப் பிரித்துப் பார்ப்பது போன்ற அயோத்திதாசரின் கருத்துகளையும் இவர்கள் விமர்சனம் செய்தனர். ஆனால், அந்த விவாதங்களின் ஊடாகக் கீழ்க்கண்ட மூன்று கருத்துகள் முதல் வகையினரால் இரண்டாம் வகையினர்க்கு எதிராக எழுப்பப்பட்டன:

- சாதி ஒழிப்பு அரசியல் பின்னுக்குத் தள்ளப்பட்டுப் பார்ப்பனர் எதிர்ப்பு என்று சுருக்கப்பட்ட திராவிட இயக்கங்களின் அரசியல்.

- சாதிய மேலாதிக்க மனநிலைகொண்ட இடைநிலைச் சாதி மையப்பட்ட அரசியலின் மிகப் பெரிய வளர்ச்சி.

- ஒடுக்கப்பட்ட சாதிகளின் மீது இடைநிலைச் சாதிகளால் தொடர்ந்து இழைக்கப்படும் வன்கொடுமைகளைக் கண்டுகொள்ளாமல் புறக்கணிப்பு செய்தல்.

மேற்கண்ட கூற்றுகள் அனைத்தும் உண்மையே. திராவிட இயக்க ஆட்சிகள் செய்த பணிகள் அதற்குப் பதிலாகக் கூறப்பட்டன. பெரியாரின் புகழ் வெளிச்சத்தில் அயோத்திதாசருக்குப் புகழ் வெளிச்சம் ஏற்ற முயற்சிக்கிறார்கள் என்று இரண்டாம் வகையினர் முதல் வகையினர் மீது பதில் குற்றம்சாட்டி தம்முடைய விவாதங்களை முடித்துக்கொண்டனர். கெடுவாய்ப்பாக, மேலே எழுப்பப்பட்ட மூன்று மையப்புள்ளிகளின் மீது விவாதங்கள் ஆக்கப்பூர்வமாக முன்னெடுத்துச் செல்லப்படவில்லை.

மூன்றாம் வகையினர், அயோத்திதாசரின் பௌத்த மீட்டுருவாக்கத்தையும், மாற்று வரலாற்றையும் ஏற்றுக்கொண்டும், அவரின் சிந்தனையில் இருக்கும் குறைகளை நீக்கிச் செறிவான முறையில் முன்னெடுத்துச் செல்ல வேண்டுமென்று ஆக்கப்பூர்வமான விமர்சனத்துடன் வெளிப்பட்டவர்கள். இந்த மூன்றாம் வகையினரில் குறிப்பிடத்தக்கவர்கள் அவரின் ஆய்வுகளைத் தொகுத்து வெளியிட்ட ஞான.அலாய்சியஸ்[22], ராஜ் கௌதமன்[23] மதிவண்ணன்[24] போன்றோர். ஆனால், அவர்கள் முன்வைத்த கருத்துகளைச் சீர்தூக்கிப் பார்த்து அதிலிருக்கும் நியாயமான வேண்டுகோள்களுக்கு யாரும் செவிசாய்த்ததாகத் தெரியவில்லை.

இவ்வாறு, அயோத்திதாசரின் சிந்தனைகளுக்கு ஆதரவாகவும், எதிராகவும் எழுதப்பட்ட எதிர்வினைகள் பல உண்டென்றாலும் அவை அயோத்திதாசரின் சிந்தனைகளில் உள்ள நிறைகளையும் குறைகளையும் பிரதானப்படுத்திப் பேசினவே ஒழிய அயோத்திதாசரையும் அம்பேத்கரையும், அதாவது அவர்கள் இருவரின் தமிழ்ப்பௌத்தம் மற்றும் தமிழ் நவயான பௌத்தத்தை ஒப்பீட்டாய்வு முறையில் விரிவாகவும், ஆழமாகவும் ஆராய்வதற்கு எதுவும் செய்யவில்லை. அயோத்திதாசரின் பௌத்த மீட்டுருவாக்கம் அம்பேத்கரின் பௌத்த மீட்டுருவாக்கத்தைப் போல இருந்ததால் அதை ஆழமாக ஆய்வுக்குட்படுத்த தேவையில்லை என்று பலரும்

22. தொகுப்பாசிரியர் ஞான.அலாய்சியஸ், 'அயோத்திதாசர் சிந்தனைகள் - I,II & III', நாட்டார் வழக்காற்றியல் ஆய்வு மையம், 1999.

23. ராஜ் கௌதமன், 'க.அயோத்திதாசர் ஆய்வுகள்', காலச்சுவடு பதிப்பகம், 2004.

24. ம.மதிவண்ணன், மெல்ல முகிழ்க்கும் உரையாடல், கருப்புப் பிரதிகள், சென்னை,

எண்ணியிருக்கலாம் அல்லது அவற்றை மையப்படுத்தி விரிவாக எழுதத் தவறியிருக்கலாம். மாறாக, செய்யப்பட்ட ஆய்வுகளும், விவாதிக்கப்பட்ட விசயங்களும் பௌத்த மீட்டுருவாக்கத்தில் அயோத்திதாசர்தான் அம்பேத்கருக்கு முன்னோடி, வழிகாட்டி என்ற அளவிலேயே நின்றுவிட்டன.

அதேவேளையில், அயோத்திதாசர் முன்வைத்த பௌத்தம் சரியானது இல்லையென்று அதை ஒட்டுமொத்தமாக ஒழித்துக்கட்ட முற்படுவதாகப் பொருள்கொள்ளக் கூடாது. அயோத்திதாசரின் பௌத்தம் அம்பேத்கரின் பௌத்தத்திற்கு முன்னோடி என்பதை யாரும் மறுக்கவோ மறைக்கவோ முடியாது. அப்படிச் செய்தால் அது அறமற்ற செயல் என்று தயங்காமல் கூறலாம். ஆனால், அயோத்திதாசர் கட்டமைத்த பௌத்தத்திற்கும் அம்பேத்கர் கட்டமைத்த பௌத்தத்திற்கும் அடிப்படையில் வேறுபாடுகள் உண்டு என்பதுதான் இதன் பொருள். கட்டமைப்பில் மட்டும் வேறுபாடுகள் இல்லை. அதை மக்களிடம் கடத்திய முறைமைகளிலும் வேறுபாடுகள் உண்டு. அந்த வேறுபாடுகள் என்ன என்பதையும், அதை எவ்வழிகளில் கடந்து எங்கு இணையலாம் என்னும் ஆக்கமான வழியில் இந்த விவாதத்தை முன்னெடுத்துச் செல்லலாம். அப்படிச் செய்வதே தீண்டத்தகாதாரின் விடுதலைக்கு வழிவகுக்கும். பௌத்தம் தலித்துகளிடத்தில் மறுமலர்ச்சியை உண்டாக்கவும் வித்திடும்.

4

தமிழ்ப் பௌத்தமும் நவயானா பௌத்தமும்

இந்தப் பகுதியின் உட்தலைப்பு அயோத்திதாசர் கட்டமைத்த பௌத்தத்தையும் அம்பேத்கர் கட்டமைத்த பௌத்தத்தையும் வேறுவேறாகச் சித்திரிப்பது போலத் தரப்பட்டுள்ளது. இரண்டுக்கும் வேறுபாடுகள் உண்டு என்பதைக் குறிப்புணர்த்தும்படிதான் அவ்வாறு தரப்பட்டுள்ளது. அயோத்திதாசர் அம்பேத்கருக்கு முன்னோடியாக இருந்து பௌத்த மீட்டுருவாக்கம் செய்தார் என்பது தலித்துகளின் வரலாற்றில் நடந்ததொரு முக்கியமான நிகழ்வு. அதை யாரும் மறுப்பதற்கில்லை. ஆனால், எந்தவகையான பௌத்தத்தை முன்வைத்தார் என்பதிலும், அதை யார் யாருக்கான ஆயுதமாக முன்வைத்தார் என்னும் இடங்களிலும் அயோத்திதாசரிடமிருந்து அம்பேத்கர் வேறுபட்டு விலகி நிற்கிறார்.

தமிழ்ப் பௌத்தம் நவயானா பௌத்தம்: ஒற்றுமைகளும் வேற்றுமைகளும்

அயோத்திதாசரின் தமிழ்ப் பௌத்தமும், அம்பேத்கரின் நவயான பௌத்தமும் இரண்டு இடங்களில் ஒன்றாகிறது. இரண்டு இடங்களில் வேறாகிறது.

ஒன்றுபடும் இரண்டு இடங்களில் முதலாவது இந்திய வரலாறு. இருவருமே தீண்டத்தகாதாரின் பூர்வ மதம் பௌத்தம் என்ற முடிவுக்கு வந்து சேர்ந்தார்கள். பௌத்தத்திற்கும் பிராமணியத்திற்கும் இடையில் நடந்த மோதலே இந்திய வரலாறு என்னும் புதிய மாற்று வரலாற்றை முன்மொழிந்தார்கள். அதுவே இருவருக்குமான முதல் ஒற்றுமை. அதிலும், அயோத்திதாசர் இந்தியாவுக்கு 'இந்திரர் தேசச் சரித்திரம்'[25] என்றொரு பௌத்த மையப்பட்ட மாற்று வரலாற்றை முன்மொழிந்தார். இந்தியாவை நாகர்களின் நிலமாக அம்பேத்கர் பார்த்தார்.[26]

இரண்டாவது ஒற்றுமை, இருவருமே தீண்டத்தகாத சமூகத்தை இழிவுபடுத்தி அடிமைப்படுத்தி வைத்திருக்கும் இந்து மதத்தை விட்டு வெளியேறி தங்களின் பூர்வ மதமான பௌத்தத்திற்கு ஒடுக்கப்பட்ட மக்கள் திரும்ப வேண்டும் என்ற எதிர்காலத் திட்டத்தை முன்வைத்தார்கள். அதுவே, தலித்துகளின் விடுதலைக்கு

25. க.அயோத்திதாஸப் பண்டிதர் சிந்தனைகள் - I தொகுதி நான்கு, 'இந்திரர் தேச சரித்திரம்', தலித் சாகித்ய அகாடமி, சென்னை, 1999.

26. *Dr.B.R.Ambedkar, Dr. Babasaheb Ambedkar Writings and Speeches, Volume 17: PartIII, Education Department, Government of Maharashtra, 2014 (P.No.533).*

ஒரே வழி என்றும் அறிவுறுத்தினார்கள். ஒடுக்கப்பட்ட மக்கள் அடிமையானதற்கு 'பௌத்தமே காரணம்'. ஒடுக்கப்பட்ட மக்கள் விடுதலையாவதற்குப் 'பௌத்தமே கருவி' என்ற தளங்களில் இருவரும் ஒன்றுபட்டு நின்றனர்.

இருவரும் ஒன்றுபட்டு நின்ற இடங்களைப் பார்த்துவிட்டோம். இப்போது இருவரும் வேறுபடும் இடங்களைப் பார்க்கலாம். இரண்டு இடங்களில் முதலாவது,

இருவரின் வரலாறு கட்டமைக்கும் முறையியல். தீண்டத்தகாத சாதிகளுக்கான விடுதலைப் பாதை என்று அயோத்திதாசர் முன்னிறுத்திய தமிழ்ப் பௌத்தத்தைப் போல, அம்பேத்கர் முன்னிறுத்திய நவயான பௌத்தமும் ஒரு மாற்று வரலாற்று முயற்சி என்றாலும், அது நவீனக் காலத்தின் அறிவியல், அரசியல் கோட்பாடுகளோடு இணக்கம்கொண்ட நவீனக் காலத்தில் எல்லோரையும் ஏற்றுக்கொள்ளவைக்கும் வரலாற்று முறைமைகளின் அடிப்படையில் எழுதப்பட்டது. ராஜ் கௌதமன் மொழியில் சொல்ல வேண்டுமானால் லட்சுமி நரசு முன்மொழிந்த பௌத்தத்தை தாசர் விஞ்ஞானவாத அடிப்படையைக்கொண்டிருந்தது[27] என்பதாகப் புரிந்துகொண்டார். அயோத்திதாசருக்கு அது உவப்பானதாக இல்லை. அயோத்திதாசருடையது புராணவயப்பட்ட பழைய பாணியிலான பௌத்தம். அம்பேத்கரின் பௌத்தமும் அவரது தம்மமும் அதற்கு மாறானது. அது நவீனக் காலச் சமூக விஞ்ஞான ஆய்வு முறைமைகளின் அடிப்படைகளைப் பின்பற்றி எழுதப்பட்டது. மேற்கத்தியக் கல்விப்புலங்களில் இவற்றைப் பயின்ற அம்பேத்கரின் பௌத்தத்தைக் கட்டி எழுப்பிய முறையியல்களையும் தம்மத்தையும் தட்டிக் கழிப்பது அவ்வளவு எளிதல்ல.

மாறாக, அயோத்திதாசர் தம் பௌத்தத்திற்கு அடிப்படை ஆதாரங்களாகக் கையாண்டவை புராணக் கதையாடல்கள் மற்றும் வாய்மொழி வரலாறுகள். அது பெரும்பாலும் அவரின் ஏட்டுக்கல்விப் புலமை மரபிலிருந்து பெறப்பட்டது. அயோத்திதாசரின் பௌத்தம் நாட்டுப்புற வழக்காற்று மரபிலிருந்து புனைந்து உருவாக்கப்பட்டது. நவீன ஆய்வு முறைமைகளுக்கு இணையாக வாய்மொழி வழக்காறுகளின் அடிப்படையில் எழுதப்படும் வரலாறுகள் இன்றைக்கு ஏற்கப்படும் சாதகமான சூழல் உருவாகியிருக்கிறது. எனினும், அயோத்திதாசரும் அம்பேத்கரும் ஆய்வுசெய்து முன்வைத்த பௌத்தம் மற்றும் தீண்டத்தகாதாருக்குச் சாதகமான வரலாறு ஆகிய இரண்டிலும் இன்றைக்குப் பொதுவெளியில் பெரும்பாலும் ஏற்கப்படப் போவது அம்பேத்கரின் நவயானா பௌத்தமும், அவரின் ஏனைய

---

27. ராஜ் கௌதமன், 'க.அயோத்திதாசர் ஆய்வுகள்', காலச்சுவடு பதிப்பகம், 2004. (ப.எண்.187).

வரலாற்று ஆய்வு நூல்களும்தாம். இந்திய வரலாற்றாசிரியர்களில் அம்பேத்கரின் ஆய்வு முறைமைகளை விமர்சிக்கிறவர்களும் உண்டு. ஆனால் அம்பேத்கர் அளவுக்கு அயோத்திதாசரின் பௌத்த வரலாற்று மீட்டுருவாக்கம் வலுவான நம்பகத்தன்மையை உண்டாக்குவதாக நிச்சயமாக இல்லை. நாம் என்னதான் அவை மாற்று வரலாற்றெழுதியலின் ஓர் அங்கம்தான் என்று எகிறிக் குதித்தாலும் அது கறாரான வரலாற்றுச் சோதனைகளைத் தாங்கக்கூடியதில்லை. ஸ்டாலின் ராஜாங்கம்[28] குறிப்பிடுவதைப் போல அயோத்திதாசரின் வரலாற்றெழுதியல் முறைமை மேற்கத்திய, ஐரோப்பிய நவீன ஆய்வுச் சட்டகத்திற்குள் அடங்காதது. அதே நேரத்தில் இன்றைக்கு நாம் எதிர்கொள்ளும் பல சிக்கல்களைப் புரிந்துகொள்ள கூடிய கருவியாகப் பயன்படுத்திக்கொள்ளலாம் என்ற அளவில் மட்டும் அவற்றை ஏற்றுக்கொள்ளலாம்.

அடித்தள மக்களின் நோக்கில் வரலாற்றை மீட்டெடுக்க வாய்மொழிக் கதைகள், வழக்காறுகளைச் சான்றுகளாக எடுத்துக்கொள்ளும் போக்கு அங்கீகரிக்கப்பட்ட ஒன்று என்பது உண்மைதான். வாய்மொழிக் கதைகளையும் வழக்காறுகளையும் அதன் இடைவெளிகளையும் கண்டுகொண்டு அவற்றை விளக்குதல் அதன் மூலம் அடித்தள மக்களின் வரலாற்றைக் கட்டியமைத்தல் என்பது அதன் எல்லையை மீறிச் செல்லும்போது அதன் நம்பகத்தன்மையை இழக்கிறது. வாய்மொழிக் கதைகளைப் படித்துப் படித்துக் கேட்டுக் கேட்டு அதை முழுதும் ஏற்றுக்கொண்டு நம்பிக்கொண்டிருக்கும் அடித்தள மக்களுக்கு, குறிப்பாக ஒடுக்கப்படும் விளிம்பு நிலை மக்களுக்கு, அவர்களின் தோற்றுவாய்க்குச் சமூக மதிப்பைக் கூட்டுவதன் மூலம் அவர்களுக்கு மாண்பையும் மரியாதையையும் பெற்றுத் தரலாம். அவர்களின் பூர்வீகம் குறித்த பெருமிதங்களை உண்டாக்குவதன் மூலம் அவர்களுக்கு நம்பிக்கையூட்டலாம். அவர்கள் தொடர்ந்து பின்பற்றி வரும் பண்பாட்டு நடவடிக்கைகளுக்குப் புதிய அர்த்தங்களைத் தருவதன் மூலம் அவர்களை உற்சாகமூட்டலாம். அவை உறுதியாகச் சமூக எழுச்சியாகப் பரிமாணம் பெறக்கூடிய சாத்தியங்களைக்கொண்டிருக்கிறது என்பதில் மாற்றுக்கருத்து இல்லை. இருப்பினும், வாய்மொழிக் கதைகள் மூலம் வரலாறு கட்டியெழுப்பப்படும் முறையியலுக்கும் ஓர் எல்லை உண்டு என்பதை நாம் ஏற்றுக்கொள்ள வேண்டும். எதற்கும் ஆதாரங்களை அடிக்கோடிட்டுக் காட்டும் வரலாற்றுத் தரவுகளைக் கேட்பது அறிவுத் தளங்களில் இயல்பானது.

அயோத்திதாசர் முன்வைத்த இந்திரர் தேசச் சரித்திரமும், தீபாவளி (தீப ஒளி), போகிப் பண்டிகை (போதிப் பண்டிகை), சங்கராந்தி (பொங்கல்), கார்த்திகை

28. ஸ்டாலின் ராஜங்கம், 'அயோத்திதாசர்: வாழும் பௌத்தம்', காலச்சுவடு பதிப்பகம், 2016 (ப.எண்.91-93, 119).

தீபம் (கார்த்துல தீபம்), பௌர்ணமி விழா முதலான பண்டிகைகளுக்குப்[29] புதிய அர்த்தங்கள் வழங்கியதும் ஒடுக்கப்பட்ட சமூகமாய் இழிவுநிலையில் தள்ளாடிக்கொண்டிருந்த பறையர் சமூகத்தைப் பெருமைகொள்ளச் செய்கிறது. இன்றைய இளந்தலைமுறையினரும்கூட இவற்றின்பால் வெகுவாக ஈர்க்கப்பட்டுள்ளனர் என்பதும் உண்மை. அத்தகைய பெருமிதம் கூனிக்குறுகி நடந்தவர்களை தலை நிமிர்ந்து நடக்கச் செய்யும் என்பதில் சந்தேகமேயில்லை. ஆனால், அவ்வாறு கட்டியெழுப்பப்படும் வரலாற்றுக்கும் சில வரம்புகள் உண்டு. அந்த வரம்புகளை மீறும்போது அது இன்னொரு திசையில் செல்லும் ஆபத்தும் உண்டு என்பதை நாம் உணர வேண்டும்.

பௌத்தத் தத்துவத்தை மிக அழகாகவும் தெளிவாகவும் முன்வைத்த அயோத்திதாசரால் எழுதிக் குவிக்கப்பட்ட அதனோடு தொடர்புடைய நிறைய கதைகள் நம்பும்படியாக இல்லை. உதாரணத்திற்கு, இயேசு கிறிஸ்துவையும் கூட அவர் புத்தப் பிக்கு என்றும், புத்தரைப் போல முப்பதாவது வயதில் நிர்வாண நிலையடைந்தார்[30] என்றும் சொல்லுவது பௌத்தம் தன் அடிப்படையாகக்கொண்டிருக்கும் பகுத்தறிவுக்கு ஒவ்வாதது. அதுவும் பகுத்தறிவு குறித்த விழிப்புணர்வு அதிகமாக இருக்கும் திராவிட அரசியல் ஊறிய தமிழ் நிலத்தில் இவை எள்ளி நகையாடப்பட்டுப் புறந்தள்ளப்பட்டுவிடும் (திராவிட அரசியலைக் கடைப்பிடிப்பதாகச் சொல்லுபவர்களின் பகுத்தறிவும் போற்றும்படியாக இல்லை என்பது வேறு கதை).

ஆனால், அம்பேத்கர் தன் அறிவின் எல்லையை நவீன ஆய்வு முறைகளின் வரம்புக்குள்ளேயே வைத்துக்கொண்டார். அந்தச் சட்டகத்தில் பொருந்தாத விசயங்களுக்குள் அவர் செல்லவில்லை. அம்பேத்கர் கிறிஸ்தவத்தையும் இஸ்லாத்தையும் சீக்கியத்தையும் ஆய்ந்து பார்த்து அடிமைப்பட்ட மக்களின் விடுதலைக்கு உதவாதவை என்று நிராகரித்தவர். இயேசு கிறிஸ்து, நபிகள், கிருஷ்ணர் ஆகியோரை அவர்கள் முன்மொழிந்த தத்துவத்தின் அடிப்படையில் விவாதித்து, அவர்களின் சாதக, பாதகங்களை எடைபோட்டுப் புத்தரைத் தேர்ந்தெடுத்துக்கொண்டவர் அம்பேத்கர். குறிப்பாக, கடவுளின் பிள்ளை என்றும், இறைத்தூதர் என்றும் சொல்லிக்கொண்ட இயேசுவை அம்பேத்கர் **1929**ஆம் ஆண்டிலேயே நிராகரித்தார்[31]. ஆனால், அயோத்திதாசரின் பௌத்த ஆய்வின் திசை எங்கு மாறிச் செல்கிறது என்று பார்த்தால் பிரிட்டிஷ் ஆட்சியைப் பௌத்த ஆட்சி

29. மேற்கண்ட நூல் (ப.எண்.18).

30. ராஜ் கௌதமன், 'க.அயோத்திதாசர் ஆய்வுகள்', காலச்சுவடு பதிப்பகம், 2004. (ப.எண்.140).

31. *Suraj Yengde and Anand Teltumbde (Edited), The Radical in Ambedkar: Critical Reflections, Allen Lane (Penguin Random House India) Publications, Gurgaon, 2018 (P.No.222).*

என்று சொல்லிப் பாராட்டும் அளவுக்கு இட்டுச் செல்கிறது. அயோத்திதாசரைப் போல பிரிட்டிஷ் ஆட்சியைப் பௌத்த ஆட்சி என்று சொல்வதை யார்தான் ஏற்றுக்கொள்வார்கள்?[32] பிரிட்டிஷ் ஆட்சி குறித்துத் தீண்டத்தகாத மக்களுக்கு மற்றவர்களிலிருந்து வேறான அபிப்பிராயம் உண்டென்றாலும், அதைப் பௌத்த ஆட்சி என்று சொல்லும் அளவிற்குப் போவதை யாரும் அங்கீகரிக்க முடியாது. பிரிட்டிஷ் ஆட்சியில் அங்கம் வகித்த அம்பேத்கர்கூட பிரிட்டிஷ் ஆட்சி குறித்து விமர்சனப் பார்வையைத்தான் கொண்டிருந்தார் என்பதை நினைவில்கொள்ள வேண்டும்.

அம்பேத்கரின் வரலாற்றெழுதியல் முறைமை அல்லது அவரின் விமர்சனப் பார்வை மிகக் கறாரானது. அவரது வரலாற்றுப் பார்வையையும், ஆய்வு முறைமைகளையும் விமர்சனம் செய்கின்றனர். இருந்தாலும், அவரின் முடிவுகளுக்கு மேற்கோள் காட்டும் சான்றாவணங்கள், அவற்றுக்கான விளக்கங்கள் எவராலும் எளிதில் நிராகரிக்கப்பட முடியாதது. இன்றைக்கும் பெரும்பாலானோரால் ஏற்றுக்கொள்ளப்பட்ட ஒன்று. ஆங்காங்கே முரண்பாடுகளைக்கொண்டதாக அயோத்திதாசரது எழுத்துகளும் சிந்தனைகளும் இருக்கின்றன. அவற்றின் குறைகளைக் களைந்து அம்பேத்கரின் நவயான பௌத்தத்தை உள்வாங்கிக்கொண்டு அதை முன்னெடுப்பதே இன்றைய காலத்தில் நம் எல்லோருக்கும் நல்லது. அதுதான் நமக்கு நன்மையளிக்கும் என்பதை நன்மதியாளர்கள், நன்னோக்கர்கள் ஒத்துக்கொள்வார்கள். நம் முன்னோடிகள் முன்னெடுத்த இந்த வரலாற்று மீட்டுருவாக்கம் ஒரு கற்பிதம் என்று புறந்தள்ளப்பட்டுவிடக் கூடாது என்ற நோக்கில் அம்பேத்கரைத் தூக்கிப் பிடிப்பதே சரியானது.

இரண்டாவது வேறுபாடு, அம்பேத்கர் இந்திய மரபின் தொடர்ச்சியாகத் தேச அளவிலான பௌத்தத்தை முன்வைத்தார். மாறாக, அயோத்திதாசர் முன்வைத்தது வட்டார அளவிலான தமிழ்ப் பௌத்தம். அம்பேத்கர் பௌத்தத்தை மராட்டி மொழி பேசும் மகர்களுக்கான அடையாளமாக மட்டும் குறுக்கிக்கொள்ளவில்லை. அவர் காலத்தில் அன்றைய இந்திய நாட்டு எல்லைக்குள் வாழ்ந்த ஏழு கோடி தீண்டத்தகாத சாதியினர் எல்லோரையும் மனதில்கொண்டு செயல்பட்டார். அம்பேத்கரின் நவயான பௌத்தம் இந்தியாவிலுள்ள எல்லாத் தீண்டத்தகாத சாதியினருக்கும் சேர்த்துச் சிந்தித்து முன்வைக்கப்பட்ட விடுதலை மார்க்கம் அல்லது கருத்தியல் ஆயுதம். அம்பேத்கர் எப்போதும் அப்படித்தான். அவர் முன்வைத்த எல்லாக் கருத்துகளும் அவர் பிறந்த மகர் சாதியைச் சார்ந்து மட்டுமே வைக்கப்பட்ட குறுகிய கண்ணோட்டம் கொண்டவையல்ல.

32. ராஜ் கௌதமன், 'க.அயோத்திதாசர் ஆய்வுகள்', காலச்சுவடு பதிப்பகம், 2004. (ப.எண்.140).

பௌத்தத்தை அம்பேத்கர் தழுவிய பிறகு இந்தியாவிலுள்ள ஏழு கோடி தீண்டத்தகாத சாதியினரும் பௌத்தம் தழுவுவார்கள் என்று அவர் எதிர்பார்த்தார். அதன் தொடர்ச்சியாகப் பார்ப்பனரல்லாதாரும் சேர வேண்டுமென்று விரும்பினார். சொல்லப்போனால், பார்ப்பனரும்கூட அவர் முன்மொழிந்த நவயான பௌத்தத்தில் சேர வேண்டுமென்றும் (தொடக்கத்தில் அவர்களைச் சேர்க்காமல் தவிர்க்க வேண்டுமென்றும் சொன்னார்). பௌத்த நாடாக இந்தியா மலர வேண்டுமென்று எண்ணிய விசாலமான தொலைநோக்குப் பார்வைகொண்டவராக அம்பேத்கர் இருந்தார். அவருக்கு எதிரி என்று யாருமில்லை. இந்து மதம், பார்ப்பனியம் என்னும் தத்துவங்கள்தாம் எதிரிகளாக இருந்தன. பௌத்தம் என்று வந்தபிறகு தாழ்ந்தவர், உயர்ந்தவர் என்றோ; தாழ்ந்தவர், தாழ்த்தப்பட்டவர் என்றோ பார்க்கவில்லை. குறிப்பாகச் சொல்ல வேண்டுமென்றால், தன் சொந்தச் சாதியினரான மகர்களை மாத்திரம் பௌத்தத்திற்குள் உள்ளிழுத்துக்கொண்டு தீண்டத்தகாத சாதியினர் எவரையும் பௌத்தத்திற்கு வெளியே நிறுத்தவில்லை. மகர்களிடம் ஆரம்பித்த பௌத்தச் சமயப் புரட்சியை மற்ற அனைத்துத் தீண்டத்தகாத சாதியினரிடமும் எடுத்துச் செல்வதே அவரின் திட்டமாக இருந்தது. அவர் தீண்டத்தகாதார் வரலாற்றை மீள்பார்வை செய்த போது, மகர்களின் வரலாற்றை மட்டும் பூர்வ பௌத்தர்கள் என்றும், அதனால் அவர்கள் மட்டுமே தீண்டாமைக்கு ஆளானார்கள் என்பது போலவும் கட்டமைக்கவில்லை. இந்த இடத்தில் அம்பேத்கரின் கருத்தைக் குறிப்பிடுவது இந்த விசயத்தை மேலும் புரிந்துகொள்ள உதவி செய்யும். 1939 ஜூலை மாதம் 2ஆம் நாள் (ஞாயிற்றுக்கிழமை) பம்பாயில் 'ரோஹிதாஸ் சிக்ஷன் சமாஜ்' நடத்திய கூட்டத்தில் அம்பேத்கர் ஆற்றிய உரை ஜனதா இதழில் கீழ்க்கண்ட முறையில் வெளிவந்தது:

"ஒடுக்கப்பட்ட வகுப்பினருக்கிடையிலுள்ள உட்சாதிகளை ஒழிப்பதற்கு அம்பேத்கர் ஆதரவாக இருந்தார். அந்த நோக்கத்திற்காக நேர்மையுடன் பணி யாற்றினார்... சுதந்திரத் தொழிலாளர் கட்சி தன் பெரும்பாலான தொண்டர்களை மகர் சாதியிலிருந்தே இணைத்துக்கொண்டது என்பது உண்மையே என்று அவர் குறிப்பிட்டார். ஆனால், ஒடுக்கப்பட்ட வகுப்பினரில் பெரும்பான்மையாக மகர்கள் இருப்பது தன்னுடைய தவறல்ல என்றும் விளக்கினார். அவருடைய பேச்சின் முடிவில், இன்னொரு மதத்தைத் தழுவுவதே இந்தக் குழு மனப்பாங்கை விட்டுவிட்டு அனைத்து ஒடுக்கப்பட்ட வகுப்பினருக்கிடையிலுள்ள உட்சாதிகளும் வெளியில் வருவதற்கு ஒரே வழியாகும் என்று குறிப்பிட்டார்." [33]

---

33. Dr.B.R.Ambedkar, Dr. Babasaheb Ambedkar Writings and Speeches, Volume 17: Part-III, Education Department, Government of Maharashtra, 2014 (P.No.210).

இந்தக் கருத்தின் நோக்கத்தை யாரும் எளிதாகப் புரிந்துகொள்ளலாம். அம்பேத்கருக்கும் அயோத்திதாசருக்கும் உள்ள வேறுபாடு இதுதான்.

அயோத்திதாசர் இந்திரர் தேச சரித்திரம் என்ற மாற்று வரலாற்றில் இந்தியத் தேசத்தைப் பௌத்த நாடாக மீளுருவாக்கம் செய்தாலும் பௌத்தத் தத்துவத்தை அதன் சாரம் கெடாமல் உள்வாங்கிக்கொண்டு தமிழ்ச் சிந்தனை மரபின் ஒரு பகுதியாக முன்வைத்தார் என்றாலும், தான் பிறந்த பறையர் சாதியினருக்கு (பறையரோடு அம்பட்டர், வண்ணார் முதலான சில சாதியினரை மட்டும் இதில் சேர்த்துக்கொண்டார்) மட்டுமே சாதிபேதமற்ற திராவிடர்கள், பூர்வ பௌத்தர்கள்[34] என்னும் அடையாளங்களைச் சுட்டினார். அது அம்பேத்கரின் பரந்துபட்ட சிந்தனைக்கு முற்றிலும் நேரெதிரானது. குறைந்தபட்சம் தமிழகத்தில் பறையர்களிடமிருந்து எந்தவிதத்திலும் வேறுபாடற்ற பறையர்களைப் போலவே இந்துமதச் சாதிமுறைக்குள்ளும், தீண்டாமைக்குள்ளும் சிக்கிச் சீரழிந்துகொண்டிருந்த, அவர்களால் தாழ்ந்த சாதியினர் என்று சுட்டப்பட்டோர், ஏன் அவ்வாறு தாழ்ந்த சாதியினர் ஆனார்கள் என்ற வரலாற்று மூலத்துக்குள் போவது குறித்து அயோத்திதாசர் எங்கும் சிந்தித்ததாகத் தெரியவில்லை. மாறாக, மற்ற தாழ்ந்த சாதியினரைத் தன்னிடமிருந்து விலக்கி வைக்கிறார். சமத்துவத்திற்கு எதிரான இத்தகைய சமூக விலக்கலை அயோத்திதாசர் முன்மொழிந்தார். இந்தக் காரணத்தாலேயே அவரை அனைத்து ஒடுக்கப்பட்ட மக்களின் சிந்தனையாளராகப் பறையரைத் தவிர மற்ற ஒடுக்கப்பட்ட சாதிகள் ஏற்றுக்கொள்ளத் தடுக்கிறது. இந்தப் புள்ளிதான் அயோத்திதாசரிடமிருந்து சமத்துவ அரசியல் பேசுபவர்களைச் சேரவிடாமல் விலகி நிற்க வைக்கிறது.

அயோத்திதாசரை ஆழமான ஆய்வுக்கு உட்படுத்திய ராஜ் கௌதமன் ஓரிடத்தில் இதைப் பகடியாகக் குறிப்பிடுகிறார். இந்திரனைத் தெய்வமாக வழிபடும் தேவேந்திர குல வேளாளராக அயோத்திதாசர் பிறந்திருந்தால் பள்ளர்கள் ஒரு காலத்தில் பௌத்தர்களாக இருந்திருக்கக்கூடும் என்று புனைந்திருக்க வாய்ப்புண்டு என்பதாகச் சுட்டிக் காட்டுகிறார் ராஜ் கௌதமன்[35]. ராஜ் கௌதமன் சொல்வது போல தாசருடையது பறையரை மையமாகக்கொண்ட பௌத்தம். அவர் 'பூர்வ பௌத்தம் எதிர் பிராமணியம்' என்பதை 'பறையர் எதிர் பார்ப்பனர்' என்ற சுருங்கிய அளவிலேயே அணுகினார். அம்பேத்கரைப் போலப் பரந்துபட்ட ஒட்டுமொத்தத்

---

34. தொகுப்பாசிரியர் ஞான.அலாய்சியஸ், 'அயோத்திதாசர் சிந்தனைகள் - I', நாட்டார் வழக்காற்றியல் ஆய்வு மையம், 1999 (ப.எண்.128, 130, 133, 134).

35. ராஜ் கௌதமன், 'க.அயோத்திதாசர் ஆய்வுகள்', காலச்சுவடு பதிப்பகம், 2004. (ப.எண்.87).

தீண்டத்தகாதாருக்கான மதமாக விரிவாக்கிப் பூர்வ பௌத்தத்தை விடுதலை மார்க்கமாக அயோத்திதாசர் முன்மொழியவில்லை. அயோத்திதாசர் விலக்கி வைத்த சாதிகளில் ஒன்றான அருந்ததியர் சாதியின் பௌத்த மூலங்களை, சமூக மொழியியல் அடிப்படையில் விரிவாக ஆய்வு செய்து பௌத்தச் சிந்தனையாளர் புத்தமித்திரன்[36] விரிவாக விளக்கியிருக்கிறார். (பௌத்தத்தைப் பற்றிய இவருடைய ஆய்வுகளும் அயோத்திதாசரின் ஆய்வுகளைப் போலவே இருப்பது கவனிக்கத்தக்கது).

அயோத்திதாசர் சொல்லுவதைப் போல 'குறவர், வில்லியர், சக்கிலியர், மலமெடுக்குந்தோட்டிகள் முதலான சாதியினர் இயல்பாகவே அறிவின்றித் தாழ்ந்த நிலையிலுள்ளவர்கள்'[37] என்று ஒருவேளை வாதத்திற்கு ஒப்புக்கொண்டாலும் தாழ்ந்தவர்களை முன்னேற்றுவது அயோத்திதாசரைப் போன்ற ஒரு பௌத்தச் சிந்தனையாளரின் கடமையாக இருந்திருக்க வேண்டுமா? இல்லையா? என்பதுதான் வரலாறு எழுப்பும் கேள்வி. புத்தர் அப்படித்தானே நாவிதரான உபாலி, தீண்டத்தகாதவரான சோபகா, தோட்டியான சுனிதா[38] என்று சாதி வேற்றுமை பாராட்டாமல் அனைவரையும் சங்கத்தில் இணைத்தார். அதோடு நின்று விடாமல், கொலை மற்றும் கொள்ளை முதலான பாவச் செயல்களில் ஈடுபட்ட அங்குலிமாலா போன்றோரையும் பௌத்தத்தில் இணைத்தார். அதையும் தாண்டி அவர்களைப் பௌத்தப் பிக்குகளாகவும் மாற்றினார். பௌத்தத்தைக் கற்றுணர்ந்த அயோத்திதாசர் தாழ்ந்த சாதியினர் என்று ஒதுக்கி வைத்ததை எதைக்கொண்டும் நியாயப்படுத்த முடியாது. ஆனால், அதையும் நியாயப்படுத்த முந்திக்கொண்டு ஓடி வருபவர்கள் இங்கு நிறைய பேருண்டு. தம் சாதியினரைப் போலவே ஒடுக்கப்பட்டுக் கிடக்கும் பிற சாதியினரை எந்தளவிற்கு இழிவாகச் சொல்ல முடியுமோ அந்தளவிற்கு அவ்வளவு இழிவான சொற்களைக்கொண்டு துவேஷித்துக் குறிப்பிடுகிறார்.

"கூளங்குப்பைகளுடன் குணப்பெரும் பொருட்களையும் சேரக் குவித்துக் குப்பைக் குழியென்பது போல்"[39]

---

36. புத்தமித்திரன் நேர்காணல், கறுப்பு: எதிர்க்கதையாடல்கள், தொகுப்பு சுகனும் ஷோபாசக்தியும், அடையாளம் வெளியீடு, 2002 (ப.எண்.163).

37. தொகுப்பாசிரியர் ஞான.அலாய்சியஸ், 'அயோத்திதாசர் சிந்தனைகள் - I (அரசியல், சமூகம்)', நாட்டார் வழக்காற்றியல் ஆய்வு மையம், 1999 (ப.எண்.97).

38. *Dr.B.R.Ambedkar,Dr. Babasaheb Ambedkar Writings and Speeches, Volume 11 (Buddha and His Dhamma), Education Department, Government of Maharashtra, 2014 (P.No.183).*

39. தொகுப்பாசிரியர் ஞான.அலாய்சியஸ், 'அயோத்திதாசர் சிந்தனைகள் - I (அரசியல், சமூகம்)', நாட்டார் வழக்காற்றியல் ஆய்வு மையம், 1999 (ப.எண்.97).

என்று குறவர், வில்லியர், சக்கிலியர், தோட்டிகள் முதலான சாதியினரை இழிவாகச் சுட்டும் அதேவேளையில் பறையர்களை அவர் விளிக்கும் சொற்களைப் பாருங்கள்

"மேன்மக்களாம் பௌத்தர்களையும் அக்குப்பையில் சேர்த்து பஞ்சம சாதியென்று வகுத்திருக்கின்றார்கள்"[40]

என்கிறார். குப்பைகள் என்று குறவர், வில்லியர், சக்கிலியர், தோட்டிகளையும், மேன்மக்கள், பௌத்தர்கள் என்னுமிடத்தில் பறையரையும் குறிப்பிடுகிறார். ஆதிக்கச் சாதி இந்துக்கள் ஒடுக்கப்பட்ட வகுப்பினரை இழிவாகப் பார்க்கும் பார்வைக்கும், அவர்கள் பயன்படுத்தும் வசைச் சொற்களுக்கும், அயோத்திதாசரின் இழிவு நிறைந்த இந்த வசைச் சொற்களுக்கும் என்ன வேறுபாடு இருக்கிறது. ஆனால், அந்த நிலை இன்று வரை தொடர்கிறது. அதிலும் வேதனை என்னவென்றால், தலித் அறிவுஜீவிகள் என்று அறியப்படுவோர்கூட இன்றைக்கும் அது சரியானது என்று வாதிடுவது கவலைக்குரியது. நலிந்தவர்களை அவர்களின் வாழ்க்கை நெருக்கடிகளிலிருந்து மீளச் செய்து அரவணைப்பதும், ஆதரிப்பதும்தான் அறிவார்ந்தவர்களின் செயல். அதைவிடுத்து அவர்களைத் தாழ்ந்தோர் என்று மேலும் கொச்சைப்படுத்துவது, தாம் பிறந்த சாதியை உயர்ந்த இடத்தில் வைப்பது சாதிய மனோபாவத்தைக் காட்டக்கூடியதாக மாறிவிடும். அறத்தின் அடிப்படையில் அணுகுவதை விட்டுவிட்டு அயோத்திதாசரின் எல்லாக் கருத்துகளையும் எந்த விமர்சனமும் செய்யக்கூடாதென்று விதந்தோதுதல் மட்டுமே செய்வோம் என்பது விடுதலை அரசியல் பேசும் யாருக்கும் எந்த நன்மையையும் தரப்போவதில்லை. மாறாக, அது எதிராக மாறக்கூடிய ஆபத்தையே கொண்டிருக்கிறது.

மேற்கண்ட அயோத்திதாசரின் கருத்துகள் பறையர்கள் தவிர்த்த மற்ற தலித்துகளையும் பௌத்தர்களாக அணிதிரட்டித் தமிழ் மண்ணில் பௌத்தத்தை வளர்த்தெடுப்பதில் தடங்கலை உண்டாக்கும் சிக்கலான அம்சங்கள். குறிப்பாக, இன்று தமிழகத்தில் காணப்படும் தலித் அரசியல் எழுச்சிக்குத் தொண்ணூறுகளின் தொடக்கத்தில் அம்பேத்கரின் நூற்றாண்டு பிறந்தநாளையொட்டி இருந்த சாதகமான சூழலைத் தொடர்ந்து இரண்டாயிரத்தின் தொடக்கத்தில் அயோத்திதாசரின் சிந்தனைகளும் காரணிகளாய் அமைந்தன. ஆனால், அதற்குப் பிறகு அதன் திசை மெல்ல மெல்ல மாறத் துவங்கிவிட்டது. அதாவது, ஆரம்ப காலத்தில் அயோத்திதாசரைக் கொண்டாடிய முதல் வகையினரில் முதல் போக்கைக் கடைபிடித்தவர்கள் இயல்பாக அவரைத் தூக்கிவைத்துக்கொண்டாடியவர்கள்.

40. தொகுப்பாசிரியர் ஞான.அலாய்சியஸ், 'அயோத்திதாசர் சிந்தனைகள் - I (அரசியல், சமூகம்)', நாட்டார் வழக்காற்றியல் ஆய்வு மையம், 1999 (ப.எண்.97).

ஆனால், இரண்டாம் போக்கைக் கடைப்பிடித்தவர்கள் சுய சாதிப் பற்றோடு அயோத்திதாசரின் சிந்தனைகளைப் பார்ப்பனியச் சிந்தனைகளுக்குள் அடைக்க முயன்றவர்கள். எதிர்த் திசைக்கு அதை மடைமாற்றும் வேலையில் மும்முரமாக இறங்கியிருப்பவர்கள். இரண்டாம் போக்கைக் கடைப்பிடித்தவர்கள் முதல் போக்கைக் கடைப்பிடித்தவர்களை ஒதுக்கித் தள்ளிவிட்டு மேலே வர முயற்சிக்கின்றனர். முதலாம் வகையிலுள்ள இரண்டாம் போக்குக்காரர்களின் இந்த முயற்சி, அயோத்திதாசரின் குறைகளுக்கும் நியாயம் கற்பித்து அவருக்குப் புனிதப் பிம்பம் தர முயன்று அவரை விதந்தோதும் வழிபாட்டுக் கூட்டத்தினராய் மாற்றிவிட்டது. சிலர் எந்தளவிற்குச் சென்றுள்ளனர் என்றால் அட்டவணைச் சாதியினர் என்றும் தலித்துகள் என்றும் கூறுவதே தவறானது என்று வாதிடும் நிலைக்குச் சென்றுவிட்டனர். மீண்டும் பறையர்களை மட்டும் பூர்வ பௌத்தர்கள் என்று தனிமைப்படுத்திச் சாதி ரீதியாக மீட்டுருவாக்கம் செய்வதே அவர்களின் உள்நோக்கமாக வெளிப்படுகிறது. உதாரணத்திற்கு, டி.தருமராஜ், தன்னுடைய 'அயோத்திதாசர்: பார்ப்பனர் முதல் பறையர் வரை'[41] நூலில் இவ்வாறு எழுதுகிறார்.

"அட்டவணைச் சாதிகள் என்றும் தலித்துகள் என்றும் சொல்லப்படும் வகைப்பாடுகளின் மீது எனக்கு எப்பொழுதுமே நம்பிக்கை இருந்தது இல்லை. காலனியச் சொல்லாடலின் ஒரு அங்கமாக உருவாகி வந்த இந்த வகை, அம்பேத்கரின் புண்ணியத்தில் சுதந்திர இந்தியாவில் மேலும் மேலும் உறுதிப்படுத்தப்பட்ட இந்த வகை எனக்குத் தனிப்பட்ட வகையில் பெரும் சுமையாகவே இருந்தது. இதிலிருந்து வெற்றிகரமாக வெளியேறுவதற்கு அயோத்திதாசரின் யோசனைகள் துணை செய்ய முடியும் என்பது ஒரு கருதுகோள்"

இதே மாதிரியான நிலைப்பாட்டை எடுத்த இன்னோர் அண்மைக்கால நிகழ்வையும் நாம் சுட்டிக்காட்ட வேண்டும்.

2021 தமிழகச் சட்டமன்றத் தேர்தலுக்குச் சில நாட்களுக்கு முன்பு ரவிக்குமார், ஜெ.பாலசுப்பிரமணியன், கோ.ரகுபதி முதலானோர் இணைந்து 'ஆதிதிராவிடராய் ஒன்றிணைவோம்'[42] என்றொரு சிறுநூல் ஒன்றை வெளியிட்டனர். அதில், ரவிக்குமார், தன்னுடைய கட்டுரையில் கீழ்க்கண்ட திட்டத்தை முன்வைக்கிறார்:

"மீதமுள்ள பட்டியலின மக்களின் உரிமைகளைக் காப்பாற்ற வேண்டுமெனில் அருந்ததியர், தேவேந்திர குல வேளாளர் இரண்டுமாகச் சேர்த்து 14 சாதிகள் போக மீதமிருக்கும் 60 சாதிகளையும் ஒருங்கிணைத்து, ஆதி திராவிடர் என்ற

41. டி.தருமராஜ், 'அயோத்திதாசர்: பார்ப்பனர் முதல் பறையர் வரை', கிழக்கு பதிப்பகம், 2019 (ப.எண்.9) (மின்னூல்).

42. ரவிக்குமார், ஜெ.பாலசுப்பிரமணியன், கோ.ரகுபதி, 'ஆதிதிராவிடராய் ஒன்றிணைவோம்: கட்டுரைகள்', மணற்கேணி பதிப்பகம், மார்ச், 2021 (ப.எண்.24).

பொதுப் பெயரில் அழைக்க வேண்டும் எனத் தமிழக அரசு அரசாணை பிறப்பிக்க வேண்டும். 2021ஆம் ஆண்டு சென்சஸ் கணக்கெடுப்பின்போது ஆதி திராவிடர் என்ற பொதுப் பெயரில் கணக்கெடுப்புச் செய்ய வேண்டும்."

சனாதனச் சக்திகள் பட்டியல் சாதியினரில் 14 சாதிகளை ஏற்கெனவே கூறுபடுத்தி விட்டார்களாம். அதற்கு மாற்றாக அருந்ததியர்களையும் தேவேந்திர குல வேளாளர்களையும் ஒதுக்கிவிட்டு மற்றச் சாதியினரை, அதாவது மீதமுள்ள 60 சாதிகளை, ஆதிதிராவிடர் என்ற சாதி கடந்த அடையாளத்திற்குள் சேர்க்க வேண்டுமென்கிறார். அந்தக் கருத்துக்கு வலுசேர்க்கும் விதமாக அதே நூலில் கோ.ரகுபதி ஒரு கட்டுரையும் ஜெ.பாலசுப்பிரமணியம் ஒரு கட்டுரையும் எழுதியிருக்கின்றனர். அந்த நூலில் ரவிக்குமார் இந்தியா முழுக்க பட்டியல் சாதியினரைப் பிரித்தாளும் சூழ்ச்சியில் இறங்கியிருக்கும் சனாதனவாதிகளின் திட்டம் என்ன என்பதை இவ்வாறு குறிப்பிடுகிறார்;

"ஒரு பக்கம் சிறிய எண்ணிக்கையிலான மக்கள்தொகைகொண்ட சாதிகளைத் தமது பிடிக்குள் கொண்டு வந்து அவற்றை இந்துத்துவ அடியாட்களாக மாற்றுவது"[43]

இந்தச் சூழ்ச்சியை முறியடிப்பதற்கு நாம் ஒன்று சேர்ந்து என்ன செய்ய வேண்டும் என்பதைப் பற்றியச் சிந்தனைகளை முன்வைக்காமல் பட்டியல் சாதிகளை எப்படிப் பிரிப்பது என்பதற்கு வழிசொல்லுகிறார்.

எல்லா ஒடுக்கப்பட்ட சாதியிலிருந்தும் சில தலைவர்கள், சில பகுதிகளைச் சேர்ந்தோர் சனாதனச் சக்திகளோடு உறவாடுகிறார்கள் என்பதற்காக அந்தச் சாதிகளைச் சேர்ந்த ஒட்டுமொத்த ஒடுக்கப்பட்ட மக்களையும் ஒதுக்கி வைப்பதுதான் சனாதன எதிர்ப்பா? இதை முற்போக்குச் சக்திகள் எவராவது ஒத்துக்கொள்வார்களா?

சனாதனச் சக்திகளின் அடியாட்கள் ஆகிவிட்டார்கள் என்று குற்றஞ்சாட்டப்படும் தேவேந்திர குல வேளாளர் மற்றும் அருந்ததியச் சாதிகளிலிருந்து அம்பேத்கரியத்தைத் தூக்கிப் பிடித்துச் சனாதனத்தைக் காத்திரமாக எதிர்க்கும் தலைவர்களும் இயக்கங்களும் இல்லையா? இவர்கள் பிறந்திருக்கும் பறையர் அல்லது ஆதி திராவிடர் சாதியைச் சேர்ந்த அமைப்புகளின் தலைவர்கள் இந்துத்துவ அமைப்புகளில் தங்களை இணைத்துக்கொண்டு சனாதனச் சக்திகளோடு உறவாடவில்லையா? அதற்காக ஒட்டுமொத்தப் பறையர் சாதியினரையும் ஒதுக்கிவிடலாம் என்று சொன்னால் அது ஏற்கத்தக்கதாகுமா? பிரித்தாளும் போக்கைத் தம் செயல்திட்டமாக முன்வைக்கும் அவர்கள் செய்யும் செயல் மட்டும்தான் சனாதனத்தில் சேருமா? 'ஆதிதிராவிடர்' என்ற பெயரில் சிறுபான்மையாக இருக்கும் பட்டியல் சாதியினரைச்

43. ரவிக்குமார், ஜெ.பாலசுப்பிரமணியன், கோ.ரகுபதி, 'ஆதிதிராவிடராய் ஒன்றிணைவோம்: கட்டுரைகள்', மணற்கேணி பதிப்பகம், மார்ச், 2021 (ப.எண்.23).

சேர்த்துக்கொண்டு பெரும்பாலும் பறையர்களைத் தனித்துத் திரட்ட நினைக்கும் இவர்களின் செயல் சனாதனத்தை வலுப்படுத்துமா இல்லையா என்பதைத் தமிழகச் சமூக அரசியலை மேலோட்டமாகத் தெரிந்த எவரும் உணர்ந்துகொள்வார்கள்.

'ஆதிதிராவிடராய் ஒன்றிணைவோம்' என்ற இந்த முழக்கத்தை முன்வைப்பதற்கு முன்பே டி.தருமராஜ் முன்வைத்த அட்டவணைச் சாதிகள், தலித்துகள் போன்ற வகைப்பாடுகளின் மீதான ஒவ்வாமை எல்லாவற்றையும் இணைத்துப் பார்த்தால் யாருடையது சாதிய உணர்வுகொண்டது என்பது வெட்ட வெளிச்சமாகிவிடும். இதற்கும் இந்துத்துவப் பார்ப்பனியச் சிந்தனைக்கும் ஏதேனும் வேறுபாடு உண்டா? காலனியச் சொல்லாடல்கள் என்று ஒதுக்கிவைத்து நம்முடைய பாரம்பரியம் இதுதான் என்று பார்ப்பனியக் கருத்துகளை மாற்றாக முன்நிறுத்தும் இந்துத்துவச் சொல்லாடல்கள் இவை. இது போன்ற கருத்துகளை முன்வைக்கிற போக்கு பெரும்பாலும் இந்துத்துவச் சக்திகளால் இன்று எல்லாத் தளங்களிலும் கடைப்பிடிக்கப்பட்டு வருகின்றது. இதுதான் மிக ஆபத்தானது. இது உடனடியாகக் கண்டிக்கப்பட்டுத் தடுக்கப்பட வேண்டும். அயோத்திதாசரைச் சரியான திசையில் எடுத்துச் செல்ல வேண்டும். அது தலித் விடுதலைக்கு இட்டுச் செல்வதாய் இருக்க வேண்டும். அதற்கு, அம்பேத்கரின் நவயான பௌத்தத்தைப் பரப்புவதில் நம்முடையை சிந்தனை குவிய வேண்டும்.

அயோத்திதாசரையும் அம்பேத்கரையும் பிணைக்கும் இறுதி இலட்சியம்

மேற்கண்ட பிழைகள் இருப்பதால் அயோத்திதாசரை முற்றிலும் புறந்தள்ள வேண்டும் என்ற எந்த நோக்கமும் நமக்கில்லை. அப்படியொரு முயற்சியில் எப்போதும் ஈடுபடப் போவதில்லை என்பதையும் இதை வாசிப்பவர்கள் புரிந்துகொள்ள வேண்டும். அயோத்திதாசரின் மேற்சொன்ன விடுபடல்களை, குறைகளைக் கணக்கிலெடுத்துக்கொள்ள வேண்டும் என்பது மட்டுமே நமது வேண்டுகோள். அதைச் செய்யாமல் நாம் தமிழகத் தலித்துகளை ஒன்றுதிரட்டுவதோ பௌத்தத்தைத் தமிழகத்தில் வளர்ப்பதோ இங்குச் சாத்தியமில்லை. இவ்வாறு அயோத்திதாசர் மீதான விமர்சனங்களைச் சுட்டிக்காட்டியதைச் சொல்லி இதற்கு எதிர்வினை என்னும் பெயரில் புதுப் புது வழிகளில் யோசித்து விதவிதமான காரணங்களைச் சொல்லிப் பூசி மெழுகி வாதப் பிரதிவாதங்களில் ஈடுபட்டு நேரத்தை வீணடிக்காமல் ஆக்கப்பூர்வமான பணிகளில் நாம் ஒன்றுபட்டு நேரத்தைச் செலவழிக்கலாம். இக்குறைகளை, இவ்விடுபடல்களை எவ்வாறு கடந்து எல்லா ஒடுக்கப்பட்ட மக்களையும் ஒடுக்குமுறைகளிலிருந்து விடுவிப்பது என்று யோசிப்பதில் நம் அறிவையும் உழைப்பையும் செலவிடுதல் எல்லோருக்கும் பயன்படும் பொதுப் பிரயோசனமாக இருக்கும்.

'பௌத்தம் தீண்டத்தகாதாரின் ஆதி மதம்' என்ற முழக்கத்தை முன்வைத்துத் தன் வாழ்வின் இறுதிக்கட்டத்தில் கைக்குக் கிடைத்த கடைசிப் பற்றுக்கோலைக் கெட்டியாகப் பிடித்துக்கொண்டு நீந்தி இந்து மதச் சுழலுக்குள் சிக்கிவிடாமல் வெளிவந்துவிட வேண்டுமென்ற துடிப்புடன் போராடிக்கொண்டிருந்த அம்பேத்கரின் பௌத்த வரலாற்று மீட்டுருவாக்கத்தை அவருக்கு முன்பே அயோத்திதாசர் தொடங்கிவிட்டார் என்பது வரலாற்று உண்மை. இந்து மதத்திற்கு மாற்று என்ற அளவில் அயோத்திதாசருக்கு இருந்த அதே நோக்கம்தான் அம்பேத்கருக்கும் இருந்துள்ளது. இருவரின் நோக்கமும் ஒன்றாய் இருந்திருக்கின்றன. இருவரும் சென்று சேர விரும்பிய இடமும் ஒன்றாய் இருந்திருக்கின்றன.

*1990*களின் இறுதியில் அயோத்திதாசரின் நூல்கள் வெளிவருவதற்கு முன்பு, தமிழகத்தில் இந்தியக் குடியரசுக் கட்சி முதலான பல அம்பேத்கரிய இயக்கங்களின் நடவடிக்கைகளையும், அம்பேத்கரியவாதிகளின் செயல்பாடுகளையும் மேலோட்டமாகக் கவனித்தவர்களுக்குக்கூட ஒன்று தெளிவாகப் புலனாகும். பெரும்பாலும் எல்லா அமைப்புகளின் துண்டறிக்கைகளிலும் சுவரொட்டிகளிலும் விளம்பரங்களிலும் அம்பேத்கருடன் சேர்ந்து புத்தரின் படமும் காட்சியளிக்கும். அதன் துவக்கம் பல ஆண்டுகளுக்கு முன்பு அயோத்திதாசரிடமிருந்து தொடங்கியிருக்கலாமென்றாலும் அவை அத்தனையும் அம்பேத்கர் பௌத்தம் ஏற்ற பிறகான, அவர் முன்வைத்த நவயானா பௌத்தத்தை ஏற்றுக்கொண்டு அயோத்திதாசரிடமிருந்து அம்பேத்கரை நோக்கி நகர்ந்துவிட்டதன் அடையாளங்கள் என்பதே உண்மை. இந்தியக் குடியரசுக் கட்சி உள்ளிட்ட பல்வேறு அம்பேத்கரிய இயக்கங்களின் பங்களிப்புகளால் நடந்தவை அவை. ஆனால், அயோத்திதாசரின் ஆய்வு நூல்கள் வெளிவந்ததற்குப் பின்பு அம்பேத்கரின் நவயானா பௌத்தத்தின் குறியீடு என்பது மாறி அயோத்திதாசரின் தமிழ்ப் பௌத்தத்தின் குறியீடு எனப் பரவலாகப் பேசப்பட்டது. இன்று அது உச்சத்தை அடைந்து எதிர்த் திசையில் பயணித்துக்கொண்டிருக்கிறது.

தீண்டத்தகாதாருக்கும் பௌத்தத்திற்கும் இடையிலான தொடர்பு அயோத்தி தாசரிடமிருந்து தொடங்கியது என்று உரக்கச் சொல்லலாம். அதில் குற்றம் ஏதுமில்லை. அதை உண்மை என்று ஏற்றுக்கொள்வதில் நமக்குத் துளியளவும் தயக்கமில்லை. ஆனால், அயோத்திதாசர் போட்டு வைத்த பாதையில் பயணப்பட்டுக் கொண்டிருந்தவர்கள் எல்லோரும் அவரிடமிருந்து விலகி வெகுதூரம் பயணப்பட்டு அம்பேத்கர் அமைத்து வைத்த புதிய பாதையான நவயானா பௌத்தத்தை ஏற்று அதில் பயணிக்க ஆரம்பித்துவிட்டனர் என்பதுவும் உண்மை. அந்த வரலாற்று உண்மையை எல்லோரும் ஏற்றுக்கொள்ள வேண்டும். அயோத்திதாசர், தானே செய்து

தன்னால் இயன்றவரை இழுத்து வந்து வைத்த தேரை எங்கெங்குத் தேவையோ அங்கெல்லாம் பழுது பார்த்துச் செப்பனிட்டு அம்பேத்கர் அதை முன்னுக்கு நகர்த்திச் சென்றார் என்று சொல்வதுதான் பொருத்தமாக இருக்கும். அதைவிடுத்து, அதில் மடைமாற்றங்களைச் செய்வது தவறானது. அதன் விளைவு அம்பேத்கரின் நவயானா பௌத்தம் பின்னுக்குத் தள்ளப்பட்டு அயோத்திதாசரின் தமிழ்ப் பௌத்தத்திற்கு நேரெதிர் நிலையில் வைக்கப்படுகிறது. அது எவ்வளவு சிக்கல்களை உண்டாக்கும் என்பதையும், அது நாம் அடைய விரும்புகிற விடுதலையைத் தராது என்பதையும், மாறாக, நம்மை இழுத்துக்கொண்டு போய் முட்டுச் சந்தில் நிறுத்திவிடும் என்பதையும் இதைச் செய்பவர்கள் புரிந்துகொள்ளத் தவறுவது வருத்தமான செய்தியாகும். அம்பேத்கரை மழுங்கடித்துக் கூட்டு வழிபாட்டு முறையில் அயோத்திதாசரைத் தூக்கிப் பிடிக்கும் இந்தச் செயல் சமகாலத்திலும் எதிர்வரும் காலத்திலும் ஆபத்தான எதிர்விளைவுகளை உண்டாக்கும் என்பதை இருவரையும் நேர்மையாக ஆய்வு செய்தவர்களும் செய்பவர்களும் செய்யப் போகிறவர்களும் உணருவார்கள். அது கருதியே இருவரின் ஆய்வுகளையும் ஒப்பிட்டு ஆய்வு செய்து எதை எடுப்பது எதைத் தவிர்ப்பது, எப்படி நமக்கு விடுதலையைப் பெற்றுத்தரும் வகையில் எதிர்காலத்தைக் கட்டமைப்பது என்னும் புள்ளிக்குச் சமத்துவமான சமூகத்தை நிர்மாணிக்கத் துடிக்கிற நாம் அனைவரும் நகர வேண்டும்.

அதற்கான வழியாக இந்திய மண்ணில் வாழக்கூடிய எல்லா ஒடுக்கப்பட்ட சமூகங்களையும் விடுவிக்கும் வகையில் வடிவமைக்கப்பட்ட அம்பேத்கரின் நவயான பௌத்தம் நம் கண்முன்னே இருக்கிறது. நவயானத்தைத் தூக்கிப் பிடிப்பது தமிழ் நிலத்தில் வாழும் எல்லா ஒடுக்கப்பட்ட மக்களுக்கும் நன்மையளிக்கும். இவ்வாறு, அயோத்திதாசரின் சிந்தனைகளில் உள்ள அல்லது அதை நடைமுறைப்படுத்துவதில் உள்ள குறைகளைச் சுட்டிக் காட்டுவதன் நோக்கம் அவரையும் அவர் சிந்தனைகளையும் முற்றும் முழுதாகக் கைவிட்டுவிட வேண்டும் என்பதற்காக இல்லை.

அயோத்திதாசரின் தமிழ்ப் பௌத்தம் அம்பேத்கரின் நவயான பௌத்தத்தோடு கலந்திட வேண்டும். தமிழ்ப் பௌத்தத்தில் இருக்கும் ஓட்டைகளை நவயானத்தை வைத்து அடைத்துக்கொள்ளலாம் என்பது நமது நிலைப்பாடு. கொடுக்கல் வாங்கல் செய்துகொள்வதற்கு ஏதுவாக இரண்டு கருத்தாக்கங்களும் ஒன்றுக்கொன்று தயாராக இருக்கும்போது, அதற்கான காலமும் கனிந்து நிற்கும்போது நாம் அதற்குத் தடையாக இருக்கக் கூடாது. இந்தியச் சூழலில் வார்த்தெடுக்கப்பட்ட அம்பேத்கரின் நவயான பௌத்தத்தைத் தமிழ் மண்ணில் மட்டுமில்லாது, இந்தியா முழுமைக்கும் இன்னும் செழுமையாக வளர்த்தெடுக்க அயோத்திதாசரின் தமிழ்ப்

பௌத்தம் அழுத்தமான பங்களிப்பைச் செய்து தன்னளவில் வீரியமாக வினையாற்றும் என்பதில் எந்தச் சந்தேகமுமில்லை. ஒரு மாநில இயக்கம் ஒரே மாதிரியான கொள்கைகளையும் நோக்கங்களையும் கொண்ட ஒரு தேசிய இயக்கத்துடன் தன்னை இணைத்துக்கொண்டு செயல்படுதல் போலத்தான் இதைக் கருத வேண்டும். இருபதாம் நூற்றாண்டின் தொடக்கத்தில் நம்முடைய உரிமைகளைக் காப்பதற்காகப் பல்வேறு ஒடுக்கப்பட்ட சாதிகளைச் சேர்ந்த தலைவர்கள் மாநில அளவிலும் தேசிய அளவிலும் தனித்தும் இணைந்தும் பணியாற்றிய ஏராளமான உதாரணங்கள் வரலாற்றில் உண்டு.

இன்னும் ஒரு படி மேலே போய்ச் சொல்ல வேண்டுமென்றால், அம்பேத்கர் புத்தரையும் காரல் மார்க்ஸையும் ஒப்பிட்டு ஆய்வு செய்தது நம் அனைவருக்கும் தெரியும்.[44] இரண்டுக்குமிடையில் இருக்கும் ஒற்றுமைகளையும் வேற்றுமைகளையும் ஒவ்வொன்றாய் அடுக்கிவைத்து விவாதித்தார் அம்பேத்கர். இறுதியில், பௌத்தத்தில் இருக்கும் கம்யூனிசக் கூறுகளை எல்லாம் அடையாளம் கண்டு இரண்டு காரணங்களைச் சுட்டிக்காட்டிக் கம்யூனிசத்தைக் கைவிட்டு விட்டுப் பௌத்தத்தை ஏற்றுக்கொண்டார். இதன் பொருள் கம்யூனிசத்தையோ, மார்க்ஸையோ முற்றாக நிராகரிப்பதில்லை. முற்றாக நிராகரிக்க நினைத்திருந்தால், அப்படியோர் ஒப்பீட்டுக்கே அம்பேத்கர் போயிருக்க மாட்டார். கம்யூனிசத்தின் இறுதி லட்சியமும் பௌத்தத்தின் இறுதி லட்சியமும் ஒன்றுதான். அதை அடைவதற்கான வழிமுறைகளில் இருக்கிற சில கூறுகள் வேறுபட்டிருந்ததால் கம்யூனிசத்தைக் கைவிட்டார். பௌத்தத்தைக் கையிலெடுத்தார். அதைப் போலவே, இங்கு அயோத்திதாசரை முற்றிலும் நிராகரிப்பது நோக்கமில்லை. இருவரின் இறுதி லட்சியமும் ஒன்றுதான். அதை அடைவதற்கான வழிமுறைகளில் இருக்கிற சில கூறுகள் வேறுபட்டிருப்பதாலும் நாட்டின் எல்லாப் பகுதிகளுக்கும் பகுதியினருக்கும் நவயானா பௌத்தம் பொருத்தமாக இருப்பதாலும் நவயானத்தைக் கையிலெடுக்க வேண்டும். ‘இந்திரர் தேசச் சரித்திரம்’ எழுதிய அயோத்திதாசருக்கும் இது உவப்பானதாகவே இருக்கும்.

மேற்சொன்ன கருத்துகளால் அம்பேத்கரையும் அயோத்திதாசரையும் தவறான புரிதலுக்கு இட்டுச் செல்கிறேன் அல்லது நான் பௌத்தத்தை இரண்டாகப் பிரிக்கிறேன் என்று வாசிப்போரில் சிலர் எண்ணக்கூடும். பௌத்தம் பல பிரிவுகளாகப் பிரிந்துகிடந்ததுதான். கடவுளை விதந்தோதும் கூட்டு வழிபாட்டுப் பாடலைப் பாடும் கூட்டத்தார் போல நம் தலைவர்களையும் சிந்தனையாளர்களையும்

44. Dr.B.R.Ambedkar,Dr. Babasaheb Ambedkar Writings and Speeches, Volume 3, Education Department, Government of Maharashtra, 2014 (P.No.441).

வழிபடப் பழகிவிட்டோம். புத்தரை வழிபடுவதாலும் எந்த நன்மையும் நமக்கு விளையப் போவதில்லை. இரண்டுக்கும் வேறுபாடுகள் உண்டு என்பதைத் தெளிவாக விவரித்துச் சொல்லியிருக்கிறேன். அவை குறித்து நாம் விவாதித்து அயோத்திதாசரின் பௌத்தம் சார்ந்த சிந்தனைகளை அம்பேத்கரின் சிந்தனைகளோடு ஒப்புநோக்கிக் கழிப்பனக் கழித்துக் கொள்வன கொண்டு அதை முன்னெடுத்துச் செல்ல வேண்டும்.

அயோத்திதாசர் மற்றும் அம்பேத்கர் என்ற இருவரும் தத்தம் பாணியில் கட்டியெழுப்பிய பௌத்தம் தொடர்பான ஆழமான ஆய்வுகள் போதுமான அளவுக்கு முன்னெடுக்கப்படவில்லை என்பதே உண்மை. அந்தக் குறையை நீக்கும் பொருட்டு இன்னும் விரிவான ஆய்வுகள் நடத்தப்படுவது உடனடித் தேவையாகும். மனிதர்கள் நெருங்கி வந்து உள்ளங்கைகளில் உலகத்தைச் சுருக்கிக்கொண்ட உலகமயமாக்கல் காலம் இது. விடுதலைக்கு முந்தைய பிரிட்டிஷ் ஆட்சியின் கீழ் இருந்த பண்பாட்டுச் சமூக அரசியல் பொருளாதார நிலைமைகளையொட்டி எடுக்கப்பட்ட அவ்விருவரின் பௌத்தம் தொடர்பான பணிகளைப் பெருமளவில் மாறிவிட்ட உலகமயமாக்கல் சூழலில் இன்றைய பண்பாட்டுச் சமூக அரசியல் பொருளாதார நிலைமைகளுக்குப் பொருந்தும் விதமாக அதைச் செழுமைப்படுத்த வேண்டியது அவசியம்.

இந்தியாவில் பௌத்தத்தைப் பரப்ப அம்பேத்கரிடம் மிகத் திட்டவட்டமான செயல்திட்டங்கள் இருந்தன. இன்றும் அயோத்திதாசரின் பௌத்தச் சிந்தனைகள் உயிர்ப்போடு நம் முன்னே இருக்கின்றன. அதன் வேர்கள் முழுவதுமாகப் பிடுங்கி எறியப்படவில்லை. அம்பேத்கர் மற்றும் அயோத்திதாசர் இருவரின் பௌத்தச் சிந்தனைகளின் செறிவான கருத்துகளை எடுத்துக்கொண்டு இந்திய அளவிலும் தமிழகத்திலும் பௌத்தம் பரப்பும் முயற்சிகளை நாம் முன்னெடுக்க வேண்டும்.

5

பௌத்தம் : பெரியாரும் அம்பேத்கரும்

அம்பேத்கரின் மதம் பற்றிய கோட்பாடு, அம்பேத்கர் ஏன் பௌத்தத்தைத் தழுவினார் என்னும் முதல் இரு கட்டுரைகளினூடாக அம்பேத்கரின் நவயானா பௌத்தத்தையும் மார்க்சியத்தையும் ஒப்பிட்டுச் செய்த ஆய்வுகளைக் கண்டோம். இரண்டாம் கட்டுரையில் அயோத்திதாசர்-அம்பேத்கர் மீட்டுருவாக்கம் செய்த பௌத்தத் தத்துவம், பௌத்த மறுமலர்ச்சி இயக்கங்களின் பணிகள் குறித்தும் விரிவாக ஒப்பிட்டு ஆய்வு செய்துவிட்டதால், தமிழ்ச்சூழலில் அனைத்துத் தளங்களிலும் ஆழமான தாக்கத்தை உண்டாக்கியிருக்கும் பிற சிந்தனை மரபுகளோடும் அதைப் பொருத்திப் பார்க்கும் தேவை இயல்பாகவே எழுகிறது. அதில் குறிப்பிடத்தக்கது, பெரியாரிய-திராவிடச் சிந்தனை மரபாகும்.

தமிழ்ச் சிந்தனை மரபின் தவிர்க்க முடியாத தனித்துவமான சிந்தனை மரபாக உருவான பெரியாரிய-திராவிடச் சிந்தனை மரபு நூற்றாண்டு கடந்தும் தமிழ்ச் சூழலில் மிகத் தீவிரமாக இயங்கி வருகிறது. வைதீக மரபு எதிர்ப்புச் சிந்தனைகள் இந்தியத் தத்துவச் சிந்தனை மரபின் வரலாற்றில் தொடக்கம் முதல் மிக முக்கியமான பாத்திரத்தை ஆற்றி வந்திருக்கின்றன. அந்த மரபின் தொடர்ச்சியாக நவீனக் காலத்தில் வட்டார அளவில் உண்டான பல்வேறு அரசியல் சிந்தனைகளில் தமிழகத்துக்கே உரிய போர்க்குணத்தோடு வைதீக மரபின் மூடச்சிந்தனைகளை, முட்டாள்தனங்களை அடித்து நொறுக்கி, எதிர்த்து உடைத்துக்கொண்டு மேலெழுந்தது பெரியாரிய-திராவிடச் சிந்தனை மரபாகும். சித்தர்கள், வள்ளலார், அயோத்திதாசர் முதலானோர் முன்னெடுத்து வந்த தமிழகத்தின் தனித்துவமான, வீரியமான, வரலாற்றுப் பாரம்பரியமிக்க இந்தக் கலக மரபை - சாதி, வர்ணம், மதம், வேதம், சாஸ்திரங்கள், சடங்குகள், புராணங்கள், கட்டுக் கதைகள், மூட நம்பிக்கைகள், மேலாதிக்கம், சுரண்டல் முதலான எல்லாவற்றையும் எந்தச் சமரசமுமின்றி எதிர்க்கும் கலக மரபை - நவீனத் தமிழ்ச் சூழலில் பரந்துபட்ட அளவில், குறிப்பாக வெகுமக்கள் மத்தியிலும், நிலைகொள்ள வைத்த பெருமை பெரியாரிய-திராவிடச் சிந்தனை மரபுக்கு உண்டு. அது இன்றுவரையிலும் தொடர்கிறது. வீரியத்துடன் எழுச்சி பெற்ற, இன்றும் உயிர்ப்போடு தமிழ்ச்

சிந்தனை மரபை ஆளுமை செய்கிற, எந்நேரமும் துடிப்புடனும் தீவிரத்துடனும் இயங்கிக்கொண்டிருக்கிற ஆற்றலைத் தன்னியல்பாய்ப் பெற்றுள்ள பெரியாரிய-திராவிட இயக்கத்திற்கும், அம்பேத்கரின் நவயானா பௌத்த மறுமலர்ச்சி இயக்கத்திற்கும் இடையேயுள்ள கொள்கை உறவையும் கோட்பாட்டு விலகலையும் ஆராய்வது நம்முடைய இன்றியமையாத தேவையாகிறது.

சமகாலத்தில் வாழ்ந்து வந்த தலைவர்களான பெரியாரும் அம்பேத்கரும் பெரும்பாலும் எல்லாக் காலங்களிலும் எல்லா நிலைகளிலும் இணக்கமான கொள்கை உறவோடு இருந்து வந்தனர் என உறுதியாகச் சொல்லலாம். இன்றைய நவீனத் தொலைத்தொடர்பு வசதிகள் அவ்வளவாக வளர்ச்சி பெற்றிடாத அக்காலத்தில் வெவ்வேறு நிலப் பகுதிகளில் வாழ்ந்தாலும், மிகச் சில முறை மட்டுமே நேரில் சந்தித்துக்கொண்டாலும் அவர்கள் இருவரின் சிந்தனை நோக்கும் போக்கும் பெரும்பாலும் ஒத்த அலைவரிசையில் பயணித்தன. இருவரின் சிந்தனைகளும் செயல்பாடுகளும் கூட ஒன்றுக்கொன்று ஆதரவாக எல்லா அரசியல் நடவடிக்கைகளிலும் தீர்க்கமாக வெளிப்பட்டன. பெரியார் மற்றும் அம்பேத்கர் இருவரின் அடிப்படைச் சிந்தனைகளிலும், முன்மொழிந்த கொள்கைகள், கோட்பாடுகளிலும் பெருத்த வேறுபாடுகளைக் காண முடியாது. சமத்துவத்தை வென்றெடுக்க அயராது போராடுவதிலும் சமத்துவத்தை நிலைநாட்டுவதற்குச் சமூக நீதியை முன்நிபந்தனையாக வைத்து, அதை நடைமுறைப்படுத்த வேண்டுமெனக் கோருவதிலும் இருவரும் ஓர்மையோடும் உறுதியோடும் செயல்பட்டனர் என்று தயங்காமல் கூறலாம். இத்தனை இணக்கமான போக்குக்கு இடையிலும் அவர்கள் இருவருக்கிடையில் மாறுபட்ட சில கருத்துகளும் உண்டு.

எழுத்தாளர் எஸ்.வி.ராஜதுரை[45] கீழ்க்கண்ட விசயங்கள் தொடர்பாகப் பெரியார் **1946**க்குப் பிறகு அம்பேத்கரிடமிருந்து மாறுபட்ட கருத்தைக்கொண்டிருந்தார் எனக் குறிப்பிடுகிறார். அவை,

- அம்பேத்கர் அரசியல் நிர்ணய சபையில் சேர்ந்தது.
- **1951**இல் நேரு அமைச்சரவையில் சேர்ந்தது.
- காஷ்மீர் விவகாரம்.
- சோசலிச சீனாவை ஐ.நா அவையில் சேர்க்கக் கூடாது என அம்பேத்கர் கருதியது.
- இந்தியாவின் பாதுகாப்புக்காக அம்பேத்கர் பரிந்துரைத்த சில ஆலோசனைகள்.

45. எஸ்.வி.ராஜதுரை, 'சாட்சி சொல்ல ஒரு மரம்', விடியல் பதிப்பகம், கோவை, 2012.

மேற்கண்ட ஐந்து விசயங்கள் மட்டுமில்லை. இத்தோடு பிற்படுத்தப்பட்டோருக்கான இட ஒதுக்கீட்டை அரசியலமைப்புச் சட்டத்தில் இடம் பெற வைக்கத் தவறிய இடத்தில் பெரியாருக்கு அம்பேத்கர் மீது வருத்தம் இருந்ததையும் இதனோடு சேர்த்துக் குறிப்பிட வேண்டும். அந்தக் குறை பின்னால் களையப்பட்டது என்பதால் அது மேற்சொன்ன பட்டியலில் பெரிய விமர்சனமாக இடம்பெறாமல் போயிருக்கலாம். எஸ்.வி.ராஜதுரை குறிப்பிட்டுள்ள மேற்சொன்ன விசயங்கள் இருவருடைய அன்றாட அரசியல் நடவடிக்கைகள், நிலைப்பாடுகளோடு தொடர்புகொண்டவை.

இந்த வரிசையில் எஸ்.வி.ராஜதுரை குறிப்பிடாமல்போன, கவனிக்கப்பட வேண்டிய இன்னொரு முக்கியமான இடமாக நான் கருதுவது, இந்து மதம் மற்றும் சனாதனச் சாதியக் கட்டமைப்புகளிலிருந்து முழுமையாக விடுதலை பெறுவதற்கான இறுதிப்பாதையைத் தேர்ந்தெடுப்பதில் இருவரும் வேறுபட்டு விலகி நின்ற இடம்தான்.

குறிப்பாகச் சொல்லவேண்டுமென்றால், அவர்கள் இருவரும் தத்தம் கருத்தால் வேறுபட்டு விலகியது பௌத்தம் தொடர்பானது. பௌத்தம் பெரியாரையும் அம்பேத்கரையும் இணைக்கவும் செய்தது, விலக்கவும் செய்தது. வேறுபட்டு நின்றாலும் வழக்கம் போல ஒருவருக்கொருவர் தேர்ந்தெடுத்துக்கொண்ட முடிவை ஆதரித்துச் செயல்பட்டனர் என்பதும் குறிப்பிடத்தக்கது. அவ்வாறு இணைந்தும் விலகியும் செயல்பட்ட பௌத்தம் தொடர்பான இருவரின் நோக்கையும் போக்கையும் அந்தக் காலச்சூழலில் வைத்துப் பொருத்திப் பார்ப்பது இன்னும் கூடுதல் தெளிவை நமக்குத் தரும்.

பௌத்தம் : பெரியாரும் அம்பேத்கரும்

பௌத்தம் குறித்துப் பல்வேறு காலங்களில், வெவ்வேறான சமயங்களில் தன் கருத்துகளைப் பொதுவெளியில் பெரியார் தொடர்ந்து வெளிப்படுத்தி வந்திருக்கிறார். அம்பேத்கரின் பௌத்தம் தழுவல் குறித்துப் பெரியார் என்ன கருத்தைக்கொண்டிருந்தார் என்பதையும் அவரின் நிலைப்பாடு என்னவாக இருந்தது என்பதையும் தெளிவாகப் புரிந்துகொள்ள வேண்டுமென்றால் மூன்று காலகட்டங்களில் இந்நடவடிக்கை குறித்துப் பெரியார் எழுதியவை, பேசியவை, செய்தவை ஆகியவற்றை ஒட்டுமொத்தமாகத் தொகுத்துப் பார்க்க வேண்டும். அவை;

1. மதம் மாறியதற்கு முந்தைய காலம் (அம்பேத்கர் இந்து மதத்தைவிட்டு வெளியேறுவதாக அறிவித்த 1935ஆம் ஆண்டு காலகட்டம்).
2. மதம் மாறிய காலம் (1956ல் அம்பேத்கர் பௌத்தத்தைத் தழுவிய காலகட்டம்).

3. மதம் மாறியதற்குப் பிந்தைய காலம் (1956க்குப் பிறகு. அதாவது, அம்பேத்கர் பௌத்தத்தைத் தழுவிய பின்பும் அவரது மறைவுக்குப் பின்பும் உள்ள கால கட்டம்).

அப்போதுதான் பௌத்தம் தொடர்பாகப் பெரியார் தேர்ந்துகொண்ட இறுதி நிலைப்பாட்டுக்கான காரணங்களைச் சரியான நோக்கில் உணர முடியும். மூன்று காலகட்டங்களில் முதலாவது, மதமாற்றத்திற்கு முந்தைய காலம். அம்பேத்கர் இந்து மதத்தைவிட்டு வெளியேறுவதாக அறிவித்த 1935ஆம் ஆண்டில் பெரியார் அதைப் பெரிய அளவில் பாராட்டி வரவேற்று அதற்குத் தன்னுடைய முழு ஆதரவையும் தந்து வெளிப்படுத்திய கருத்துகள். இந்து மதத்தைவிட்டு வெளியேறுவதென முடிவெடுத்திருந்தாலும் பௌத்தத்திற்கு மாறுவது குறித்து எந்த முடிவையும் எடுக்காத காலகட்டம். எந்த மதத்திற்கு மாறுவதென அம்பேத்கர் ஆராய்ச்சியிலும் ஆலோசனையிலும் ஈடுபட்டிருந்த காலம். இந்தக் காலத்தில் பெரியார் அம்பேத்கரை இஸ்லாம் மதத்திற்கு மாறச் சொல்லி அறிவுறுத்தினார். அம்பேத்கர் 1935இல் வெளியேறும் முடிவை எடுத்த போது அதை மனமுவந்து வரவேற்றார் பெரியார். குடி அரசு[46] இதழில் (குடி அரசு, 20.10.1935) 'சபாஷ் அம்பேத்கர்' என்னும் தலைப்பில் பாராட்டி வரவேற்றுத் தலையங்கம் எழுதினார். அம்பேத்கருக்குப் பெரியார் பின்வருமாறு தந்திச் செய்தியும் அனுப்பினார்:

"தாங்கள் புத்திசாலித்தனமான முடிவுக்கு வந்தது பற்றி வாழ்த்துக் கூறுகின்றேன். தங்களது முடிவை எக்காரணத்தாலும் மாற்ற வேண்டாம். அவசரப்பட வேண்டாம். முதலில் குறைந்தது 10 லக்ஷம் பேரையாவது மதம் மாற்ற வேண்டும். பிறகே தாங்கள் மதம் மாறுவது பிரயோஜனமாகவிருக்கும். மலையாளம் உட்பட தென்னிந்தியா தங்களது முடிவுக்குப் பலத்த ஆதரவு அளிக்கும்."

இந்தத் தந்திச் செய்தியையும் அந்த இதழிலேயே வெளியிட்டிருந்தார் (குடி அரசு, 20.10.1935). இந்து மதத்தைவிட்டு வெளியேறும் அம்பேத்கரின் முடிவை பெரியார் மனமுவந்து முழுமையாக ஆதரித்தார்.

துவக்கக் காலத்தில் மட்டுமல்ல. 1956இல் அம்பேத்கர் பௌத்தம் தழுவுவதற்குச் சில மாதங்களுக்கு முன்புகூடப் பெரியார் இதை ஆமோதித்து வரவேற்றுப் பேசினார்.

"டாக்டர் அம்பேத்கர் லோக்சபையிலேயே துணிந்து, 'எனக்குக் கடவுள் நம்பிக்கையும் ஆத்ம நம்பிக்கையும் கிடையாது' என்று சொல்லிவிட்டதுடன், ஆரியத்திலிருந்து அடியோடு விலகிவிட்டார். நீங்கள் என்ன சொல்லுகிறீர்கள்?"

46. கொளத்தூர் மணி (பதிப்பாளர்), குடி அரசு 1935 (தந்தை பெரியார் எழுத்தும் பேச்சும், குடி அரசு இதழ் தொகுப்பு, தொகுதி 20 & 21), பெரியார் திராவிடர் கழகம் வெளியீடு (Kindle Tamil Edition), 2022 (ப.எண்.1137).

என்று பெரியார் மக்களை நோக்கியும் கேள்வி எழுப்பினார் (தோழன், 20.05.1956)[47].

இரண்டாவது காலகட்டம், **1956**இல் அம்பேத்கர் பௌத்தத்திற்கு மாறுவது என்று உறுதியாக முடிவெடுத்து அதைத் தழுவிய மதமாற்றக் காலம். அப்போதும் பெரியார் அம்பேத்கரின் முடிவை முழுமையாக ஆதரித்தார். அதைப் பாராட்டி **1956**இல் அக்டோபர் **14** மற்றும் **15** என இரண்டு நாள்களும் பெரிய அளவில் முக்கியத்துவம் அளித்து விடுதலை இதழின் முதல் பக்கத்தில் தலைப்புச் செய்திகளாக வெளியிட்டார்.

'டாக்டர் அம்பேத்கர் தலைமையில் 3 லட்சம் பேர் பவுத்த நெறியைத் தழுவினர்.

ஆரிய மதச் சேற்றிலிருந்து கூண்டோடு வெளியேற்றம்.

இந்திய வரலாற்றிலேயே கண்டறியாத ஒரு மாபெரும் மதப் புரட்சி'

என்று விடுதலையில் பௌத்த ஏற்பு நிகழ்ச்சியைக் குறிப்பிட்டிருந்தார் (விடுதலை, **15.10.1956**).[48] அம்பேத்கரின் நாகபுரி உரையைப் பற்றிச் செய்தியாளர்களுக்கும் விமர்சகர்களுக்கும் அவர் அளித்த பதில்கள் பின்வருமாறு :

'மதமாற்றம் தாழ்த்தப்பட்ட மக்களின் உரிமைகளைப் பாதிக்காது.

சுயமரியாதைக்காகப் போராடுகிறோம், எந்தத் தியாகம் செய்யவும் தயார்.

விஷமப் பிரச்சாரத்துக்கு டாக்டர் அம்பேத்கர் அறைகூவல்'

எனத் தலைப்பிட்டு விரிவான செய்திகளாக வெளியிட்டார் (விடுதலை, 16.10.1956)[49].

அண்ணாவும் அம்பேத்கரின் பௌத்த மத ஏற்பை வரவேற்றுத் தன் திராவிட நாடு இதழில் **(21.10.1956)**[50] எழுதினார்.

"மூன்று இலட்சம் மக்களுடன் டாக்டர் அம்பேத்கர் மட்டுமல்ல, வேறு பல இலட்சக்கணக்கானவர்களும் வெளியேறிச் செல்லும் நிலை இருக்கத்தான் செய்கிறது. தீண்டாமை, பாராமை, நெருங்காமை, பிறப்பினால் உயர்வு தாழ்வு போன்ற மிக

47. வே.ஆனைமுத்து (பதிப்பாசிரியர்), பெரியார் ஈ.வே.ரா. சிந்தனைகள்,சிந்தனையாளர் கழகம், திருச்சிராப்பள்ளி, 1974 (ப.எண்.317).

48. கி.வீரமணி (தொகுப்பாசிரியர்), 'பெரியார்-அம்பேத்கர் நட்புறவு: ஒரு வரலாறு', திராவிடர் கழக (இயக்க) வெளியீடு, சென்னை, 2020 (ப.எண்.154).

49. மேற்கண்ட நூல் (ப.எண்.149).

50. *https://www.keetru.com/index.php/homepage/2009-10-07-11-18-55/periyar-muzhakkam sep18/35864-2018-09-24-04-33-50*

மிகக் கொடிய தொற்றுநோய்க் கிருமிகள் குடியேறியுள்ள மாளிகை, தங்கத்தால் ஆக்கப்பட்ட அரண்மனையாக இருந்தாலும், அங்கு டாக்டர் அம்பேத்கர் போன்றவர்கள் நீண்ட நாள் வாழ ஒப்பமாட்டார்கள்; வெளியேறித்தான் தீருவர். டாக்டர் அம்பேத்கரின் இந்த மதமாற்றம் நல்லறிவாளர்கள் அனைவருடைய பாராட்டுதலுக்கும் உரியதாகும்."

அண்ணா மதமாற்றத்தை வரவேற்றதோடு மட்டுமில்லாமல் வெகுவாகப் பாராட்டினார். இத்தகைய மதமாற்றங்களுக்குக் காரணம் இந்து மதமே என்றும் சுட்டிக் காட்டினார் அண்ணா.

மூன்றாவது காலகட்டம், மதமாற்றத்திற்குப் பிந்தைய காலம். மதமாற்றம் நிகழ்ந்த சில நாள்களிலேயே அம்பேத்கர் மரணமடைந்துவிடுகிறார். அவருக்கான இரங்கல் செய்திக் குறிப்புகளிலும் பௌத்தம் தழுவிய பிறகும் அம்பேத்கர் மறைவுக்குப் பிறகும் அதாவது 1956க்குப் பின்புமான காலகட்டத்தில் அம்பேத்கரின் பௌத்தம் ஏற்பு குறித்துப் பெரியார் வெளிப்படுத்திய கருத்துகளும் ஆதரவாகத்தான் இருந்தன. இவ்வாறாக, எல்லா நிலையிலும் அம்பேத்கருக்கு ஆதரவாக இருந்த பெரியார் எந்தப் புள்ளியில் அம்பேத்கரின் நவயானா பௌத்தத்தை ஏற்காமல் விலகி நின்றார் என்னும் கேள்வி எல்லோரின் மனத்திலும் எழுவது இயல்பானது. அதைக் காண்பதற்கு முன்பு பெரியார் பௌத்தம் என்னும் தத்துவம் குறித்து என்ன கருத்தைக்கொண்டிருந்தார், அதை எந்தளவு ஏற்றுக்கொண்டார் என்பதை விளங்கிக்கொண்டால் மட்டுமே பெரியாருக்கும் அம்பேத்கருக்கும் இடையிலான பௌத்த மதமாற்றம் குறித்த வேறுபாட்டைச் சரியாகப் புரிந்துகொள்ள முடியும்.

பௌத்தக் கொள்கையும் பெரியாரின் கொள்கையும்

1954இல் ரங்கூனில்[51] நடைபெற்ற உலக புத்த மாநாட்டுக்குக் குழுவினர் மூலமாக அம்பேத்கர் அழைத்தபோது உடனடியாகத் தன்னுடைய எல்லா நிகழ்வுகளையும் ரத்து செய்துவிட்டுக் கப்பலில் நான்கு நாள்கள் பயணம் செய்து நிகழ்ச்சியில் கலந்துகொண்ட பெரியார். பௌத்தத்தைத் தழுவ அழைத்தபோது அம்பேத்கருடன் உடன்பட்டு பௌத்தம் தழுவச் செல்லாதது ஒரு வரலாற்று முரண். 1954ஆம் ஆண்டு திசம்பர் மாதம் ரங்கூனில் நடைபெற்ற பௌத்த மாநாட்டில் பெரியாரும் அம்பேத்கரும் சேர்ந்து கலந்துகொண்டனர். அங்கு அம்பேத்கர் தன்னோடு சேர்ந்து பௌத்தம் தழுவுமாறு கேட்டுக்கொண்டதாகவும் தாம் அதை மறுத்ததாகவும் குறிப்பிடுகிறார் பெரியார். இவ்வாறு, எல்லாச் சமயங்களிலும் அம்பேத்கருடன்

51. நாரா.நாச்சியப்பன், 'பர்மாவில் பெரியார்', அன்னை நாகம்மை பதிப்பகம், சென்னை, 1996 (ப.எண்.10).

ஒத்தக் கருத்துடையவராக உடன்பட்டுப் போன பெரியார் அம்பேத்கருடன் உடன்படாமல் போனது, அம்பேத்கர் தன்னோடு சேர்ந்து பௌத்தம் தழுவுமாறு கேட்டுக்கொண்ட சமயம் அதை மறுத்த போதுதான்.

பௌத்தத்தை ஒரு தத்துவம், ஒரு கொள்கை என்ற அளவில் அதை முழுமையாக ஏற்றுக்கொண்ட பகுத்தறிவுச் சிந்தனையாளர் பெரியார். புத்தரின் 'நிர்வாணம்' கொள்கைதான் தன்னுடைய கொள்கை என்று வெளிப்படையாகப் பிரகடனப்படுத்தியவர். புத்தர் விழாவையும் பௌத்த மாநாட்டையும் நடத்தியவர் அவர். அறிவைத் தன் தத்துவ அடிப்படையாகக் கொண்டதாலேயே தான் பௌத்தத்தை ஏற்றுக்கொள்வதாகப் பெரியார் பல இடங்களில் குறிப்பிடுகிறார். பெரியாரைப் பொறுத்தவரை, பௌத்தமும் நாத்திகமும் ஒன்றுதான். ஆராய்ந்து பார்த்தால் பௌத்தத்தின் முறையியலும் பெரியாரின் முறையியலும் ஒன்றாக இருந்தன. அவர் பவுத்தக் கொள்கைகளைப் போலவே எல்லா விசயங்களையும் கேள்விக்குட்படுத்துவது, எதனையும் அனுபவத்தின் வழியிலும், அறிவியல் கண்ணோட்டத்தோடும் அணுகுவது என்ற கொள்கையில் உறுதியாக இருந்தார்.

"புத்தம் என்றாலே அது ஒரு மதம் என்றே மக்களுக்குத் தவறாக உணர்த்தப் பட்டிருக்கின்றது. அது ஒரு மதம் என்றே என்னிடம் பலர் வாதாடி உள்ளனர்.....

புத்தம் ஒரு மதமல்ல. அது ஒரு கொள்கை...

இந்த நாட்டில் புத்தர் என்றால் நாத்திகர் என்று அறிமுகப்படுத்தப்பட்டு உள்ளது. சாஸ்திரங்களிலும்- புத்தியை ஆதாரமாகக்கொண்டு காரியம் ஆற்றுபவர்கள் நாத்திகர்கள் என்று கூறப்பட்டு உள்ளது. கடவுளை, மதத்தை ஒத்துக்கொண்டவன் ஆத்திகன் ஆவான்." (விடுதலை, 16.05.1961).[52]

"எல்லாவற்றையும் கற்று எது உண்மை - எது பொய்? என்று யார் தெரிந்து வைத்திருக்கின்றானோ அவன்தான் புத்தன். 'திருடனும் பவுத்தனும் ஒன்றே; பவுத்தனுக்கும் நாத்திகனுக்கும் வித்தியாசமில்லை; ஆகையால், அவனை நாட்டில் விட்டு வைக்காதே' என்று பரதனுக்கு இராமன் சொல்லியிருக்கிறான்." (விடுதலை, 03.06.1956)[53] என்று குறிப்பிடுகிறார். அதாவது, பௌத்தர்கள் என்றால் நாத்திகர்கள், நாத்திகர்கள் என்றால் பௌத்தர்கள் என்ற பொருளிலேயே வைதீக மரபினர் சுட்டி வந்தனர் என்று எழுதுகிறார். அதனை மெய்ப்பிக்கும் வகையில் இந்து மத நூல்களிலிருந்தும் தமிழின் பக்தி இலக்கியங்களிலிருந்தும் மேற்கண்டவாறு பல ஆதாரங்களை எடுத்துக்காட்டுகிறார். பெரியார் முன்வைத்த கடவுள் மறுப்பு, வேத

52. வே.ஆனைமுத்து (பதிப்பாசிரியர்), பெரியார் ஈ.வே.ரா. சிந்தனைகள்,சிந்தனையாளர் கழகம், திருச்சிராப்பள்ளி, 1974 (ப.எண்.321-322).

53. மேற்கண்ட நூல் (ப.எண்.323).

எதிர்ப்பு, சாதி எதிர்ப்பு முதலான கொள்கைகள் பௌத்தத்தின் அடிப்படைக் கொள்கைகளாக இருந்தன. 1956ஆம் ஆண்டு மே மாதம் 24, 25, 26, 27 தேதிகளில் சென்னைப் புத்த ஜெயந்தி விழாக் கொண்டாட்டக் குழுவினரால் திராவிடர் கழகத்தினருக்கு விடுக்கப்பட்ட அழைப்பை ஏற்றுப் பெரியார் திராவிடர் கழகத் தோழர்கள் அனைவரையும் கலந்துகொள்ளுமாறு விடுதலைத் தலையங்கத்தில் அறிவுறுத்துகிறார் (விடுதலை, 20.05.1956)[54]. அந்த அழைப்புக் குறிப்பில் புத்தரின் கொள்கையைச் சுருக்கமாகப் பெரியாரே குறிப்பிடுகிறார்.

"நான் அறிந்தவரை புத்தர் அறிவுரையின் முக்கியத்துவமானது:-

1. எதையும் உன் அறிவைக்கொண்டு ஆராய்ந்து பார்
2. உன் அறிவுக்குச் சரியென்று தோன்றியவைகளையே ஏற்றுக்கொள்"

என்று குறிப்பிடுகிறார். இன்னோர் இடத்தில்,

"புத்த தர்மம் என்றால் புத்தி தர்மம் ஆகும். அதுதான் மனித தர்மமும் ஆகும்."

எனப் பௌத்தத் தத்துவம் குறித்து நேரடியாகவும் தெளிவாகவும் சொல்கிறார் பெரியார் (விடுதலை, 19.04.1956)[55]. பெரியாரைப் பொறுத்தவரை, பௌத்தம் என்றால் அறிவைப் பிரதானப்படுத்துகிற சிந்தனை மரபு. அதுதான் தன் கொள்கைகள் என்றும் விளக்குகிறார். 1954ஆம் ஆண்டு மே மாதம் ஈரோட்டில் நடத்தப்பட்ட புத்த மாநாட்டிற்கு இலங்கையிலிருந்து வந்திருந்த டாக்டர் மல்லல சேகரா சொல்லியதைப் பெரியார் தன்னுடைய சொற்களிலேயே குறிப்பிடுகிறார்:

"மாநாட்டுத் தலைவர் டாக்டர் மல்லல சேகரா அவர்கள் பச்சையாக என்னிடம் ஒப்புக்கொண்டாரே; 'உங்கள் கொள்கைகள்தாம் புத்தர் கொள்கைகள்' என்று. அவர் கொழும்பில் புத்தமதக் கலாச்சாரப் பேராசிரியர். டாக்டர் பட்டம் பெற்றவர். உலக புத்த ஐக்கிய சங்கத்தலைவர்." (புரட்சிக்கு அழைப்பு - பெரியார்).[56]

பெரியாரைப் பொறுத்தவரை, அவருடைய கொள்கைகளுக்கும் பௌத்தக் கொள்கைகளுக்கும் எந்த வேறுபாடுமில்லை. பல இடங்களில், தன்னை ஒரு பௌத்தராக உணர்ந்தவர் அவர். அதை மீண்டும் மீண்டும் வெளிப்படையாகப் பேசியவர். பௌத்தத்தைக் கொண்டாடிய அளவுக்கு இன்னொரு மதத்தை அவர்

---

54. வே.ஆனைமுத்து (பதிப்பாசிரியர்), பெரியார் ஈ.வே.ரா. சிந்தனைகள்,சிந்தனையாளர் கழகம், திருச்சிராப்பள்ளி, 1974 (ப.எண்.317).

55. வே.ஆனைமுத்து (பதிப்பாசிரியர்), பெரியார் ஈ.வே.ரா. சிந்தனைகள்,சிந்தனையாளர் கழகம், திருச்சிராப்பள்ளி, 1974 (ப.எண்.307).

56. வே.ஆனைமுத்து (பதிப்பாசிரியர்), பெரியார் ஈ.வே.ரா. சிந்தனைகள்,சிந்தனையாளர் கழகம், திருச்சிராப்பள்ளி, 1974 (ப.எண்.315).

கொண்டாடினாரா என்பதைப் பார்த்தாலே பௌத்தத்திற்கு அவர் கொடுத்த முக்கியத்துவத்தை எளிதாகப் புரிந்துகொள்ள முடியும். இருப்பினும், தான் இந்து மதத்தை விட்டு வெளியேறப் போவதில்லை என்றும், பௌத்தத்தைத் தழுவத் தயாராக இல்லை என்றும் உறுதியாக முடிவெடுத்தார். அதை அம்பேத்கரிடம் தனிப்பட்ட முறையில் தெரிவித்ததாகவும் குறிப்பிடுகிறார். புத்தரின் கொள்கைகளும் தன்னுடைய கொள்கைகளும் ஒன்றுதான் என்ற முடிவுகளுக்கு வந்த பெரியாரால் ஏன் அம்மதத்தைத் தழுவுவதற்கு மாத்திரம் முன்வரவில்லை என்னும் கேள்வி எழுவது இயல்பு. எந்தப் புள்ளியில் பெரியார் அம்பேத்கரிடமிருந்து விலகி நின்றார்? அதற்கான விடையைத் தெரிந்துகொள்வதோடு நாம் நின்றுவிடக் கூடாது. அது அரைகுறையான புரிதலை மட்டும்தான் தரும். அவ்வாறில்லாமல், அந்த முடிவு சரியானதுதானா என்பதையும் நாம் சீர்தூக்கிப் பார்த்து ஆய்ந்தறிய வேண்டியதும் அவசியமாகிறது. அப்போதுதான், அதைச் சரியான முறையிலும் முழுமையாகவும் புரிந்துகொள்ள உதவும்.

பெரியாருக்கும் அம்பேத்கருக்கும் இடையிலான கருத்து வேறுபாடு

இருவரும் வேறுபட்டு விலகி நின்ற புள்ளி மதமாற்றம்தான். பௌத்த மதத்தைத் தழுவும் முடிவில் இருவரும் கருத்து மாறுபட்டனர். இருவருக்கும் வெவ்வேறு நிலைப்பாடுகள் இருந்தன. ஒடுக்கப்பட்ட மக்களின் நிரந்தர விடுதலை குறித்த அவர்களின் அவதானிப்புகளில் தத்தம் அளவில் தாம் திடமாக நம்பிய பாதையே சிறந்தது என உணர்ந்து ஆளுக்கொரு இறுதிப் பாதையைத் தேர்ந்தெடுத்துக்கொண்டனர். இன்னும் குறிப்பிட்டுச் சொல்வதென்றால், இந்து மதத்திற்கு உள்ளிருந்துகொண்டு அதைச் சீர்திருத்துவதா அல்லது அதிலிருந்து வெளியேறி வந்து ஒரு புதிய அடையாளத்தின் மூலம் சமூக விடுதலைக்குப் போராடுவதா என்பதுதான் அவர்கள் விலகி நின்ற ஒற்றைப் புள்ளி. இந்து மதத்தைவிட்டு வெளியில் வந்தால் அதை எதிர்த்துக் கேள்வி கேட்கும் உரிமையை இழந்து விடுவோம் என்பது பெரியாரின் பார்வை. அந்த ஒரே காரணத்திற்காகத் தனக்கு மதமாற்றத்தில் உடன்பாடில்லை என்று அம்பேத்கரிடம் சொன்னதாகப் பெரியார் குறிப்பிடுகிறார். இந்து மதத்தைவிட்டு வெளியில் வந்துவிட்டால் அதை எதிர்த்துப் போராட வேண்டிய தேவையே இருக்காது என்பது அம்பேத்கரின் பார்வை. அதாவது, இந்து மதத்தைச் சீர்திருத்தப் பலர் முயன்றார்கள். யாராலும் அதை வெற்றிகரமாகச் செய்ய இயலவில்லை. அத்தகைய மோசமான, இறுக்கமான அடிப்படை இயல்பை இந்து மதம் கொண்டிருக்கிறது. மேலும், நாம் ஏன் அந்தச் சீர்திருத்தப் பணியைத் தலைமேல் போட்டுக்கொண்டு துயரப்பட வேண்டும் என்பது அம்பேத்கரின் வாதம். அதைவிடுத்து அதிலிருந்து வெளியேறுவதே சிறந்தது. அதுவே உண்மையான விடுதலையாக இருக்கும் என்று அம்பேத்கர் வாதிட்டார்.

*1935*ஆம் ஆண்டு, அக்டோபர் *13*ஆம் நாள் நடைபெற்ற இயோலா மாநாட்டில் அம்பேத்கர் இந்து மதத்தைவிட்டு வெளியேறுவதென எடுத்த முடிவை வரவேற்று, அதற்கு அடுத்த வாரமே பெரியார் அக்டோபர் *20*ஆம் நாள் குடியரசு இதழில் 'சபாஷ் அம்பேத்கர்' என்று ஆதரவு தெரிவித்துத் தலையங்கம் எழுதியதை முன்பே கண்டோம். அந்தத் தலையங்கத்திலும் அதற்குப் பிறகான கட்டுரைகளிலும் பெரியார் இந்து மதத்தைவிட்டு வெளியேறுவதைப் பலவாறாகப் பாராட்டினாலும் வேறொரு மதத்திற்கு மாறக்கூடாதென்று தொடர்ந்து வலியுறுத்தி வந்தார். பெரியாரைப் பொறுத்தவரை, இந்து மதத்தைவிட்டு வெளியேறலாம். ஆனால், அங்கிருந்து வெளியேறி அதற்கு மாற்றாக இன்னொரு மதத்தைத் தழுவிவிடக் கூடாது என்பதில் உறுதியாக இருந்தார். மாறாக, மதவொழிப்பு உணர்ச்சியோடு நாத்திகராக நின்றுவிட வேண்டுமென்ற தன்னுடைய விருப்பத்தையும் வெளிப்படுத்தியிருந்தார். மதம் என்பதை அறவே விட்டொழிக்க வேண்டும் என்பது பெரியாரின் வாதம். மதமொழிந்த, மத உணர்ச்சிகள் அற்ற அடையாளத்தைத்தான் (அதை நாத்திகம் என்றும் சொல்லலாம்) பெரியார் வலியுறுத்தினார். இதற்காகத்தான், அம்பேத்கர் இன்னொரு மதத்திற்குப் போய்விடக் கூடாது என்று பெரியார் தொடர்ச்சியாக அறிவுறுத்திக்கொண்டேயிருந்தார். குடியரசு தலையங்கத்திலேயே (குடி அரசு *20.10.1935)*[57] இந்த வேண்டுகோளைப் பின்வருமாறு எழுதினார்:

"வைதீகமும் மூட நம்பிக்கையும் குருட்டுப் பழக்க வழக்கமும்கொண்ட வேறு எந்த மதத்திலும் விழுந்து விடக்கூடாதென்றும் எச்சரிக்கை செய்கிறோம். அனேகமாய் மதங்கள் என்பவை எதுவும் ஏதோ ஒருவிதமான குருட்டு நம்பிக்கை மீதும், முரட்டுப் பிடிவாதத்தின் மீதும்தான் கட்டப்பட்டிருக்கின்றன. எல்லா மதங்களுக்கும் ஒரே அஸ்திவாரம்தான். ஆதலால் 'ஒரு தப்பிதத்தின் பாவ நிவர்த்திக்காக மற்றொரு தப்பிதம் செய்யக்கூடாது' என்கின்ற பழமொழியை இந்தச் சமயத்தில் நன்றாய் ஞாபகத்தில் வைத்துக்கொள்ள வேண்டும் என்பது நமது ஆசையாகும்."

பெரியார் மீண்டும் மீண்டும் அம்பேத்கரிடம் வைத்த இன்னொரு வேண்டுகோள். அம்பேத்கர் தனிப்பட்ட முறையில் உடனடியாக இந்து மதத்திலிருந்து வெளியேறிவிடக் கூடாதென்பதாகும். குறைந்தது பத்துப் பதினைந்து இலட்சம் மக்களை இந்து மதத்திலிருந்து வெளியேற்றிவிட்ட பிறகுதான் அம்பேத்கர் இந்து மதத்தைவிட்டுத் தானும் வெளியேற வேண்டுமென்று அறிவுறுத்தினார். அதைத் தந்திச் செய்தியாகத் தன் தோழர் அம்பேத்கருக்கு அனுப்பிவைத்தார்.

57. கொளத்தூர் மணி (பதிப்பாளர்), குடி அரசு 1935 (தந்தை பெரியார் எழுத்தும் பேச்சும் குடி அரசு இதழ் தொகுப்பு, தொகுதி 20 & 21),பெரியார் திராவிடர் கழகம் வெளியீடு (Kindle Tamil Edition), 2022 (ப.எண்.1132).

“தோழர் அம்பேத்கரைப் பொறுத்தவரை சிறிது நாள் பொறுத்துத்தாம் மதத்தைப் போக்கிக்கொள்ள வேண்டும். ஏனெனில் நமது பார்ப்பனர்களுக்கு இப்படிப்பட்ட ஆட்கள் இந்து மதத்தைவிட்டுப் போய்விட்டால் இவர்களுடைய தொல்லை ஒழிந்தது என்று சந்தோஷமடைந்து விடுவார்கள். ஆகையால், மதம் மாறாமல் இருந்துகொண்டு எவ்வளவு பெயர்களை மதத்திலிருந்து வெளியாக்கலாமோ அதைச் செய்ய வேண்டியது அம்பேத்கரின் முதல் கடமையாகும்.”[58]

அனுப்பிவைத்த மேற்கண்ட அந்தத் தந்திச் செய்தியை அதே இதழில் வெளியிட்டார். இந்த அறிவுறுத்தலைப் பெரியார் மீண்டும் மீண்டும் வலியுறுத்தக் காரணம் அம்பேத்கரின் மதமாற்றம் குறித்துப் பெரியாரின் புரிதல் வேறு மாதிரியாக இருந்ததே ஆகும். அம்பேத்கரின் மதமாற்ற முடிவை வெறுமனே தீண்டாமைக் கொடுமைகளிலிருந்து வெளிவருவதற்கான முயற்சியாகத்தான் பெரியார் புரிந்துகொண்டார். அதனாலேயே இந்தக் காலகட்டத்தில் இஸ்லாம் மதத்தில் சேருமாறும் பெரியார் அம்பேத்கருக்கு அறிவுறுத்தினார். ஆன்மிக நோக்கங்களுக்காக இன்னொரு மதத்திற்கு அம்பேத்கர் மாறுகிறார் என்ற தொனியிலும் சில இடங்களில் குறிப்பிடுகிறார். இந்தக் காலகட்டங்களில் பெரியார் சில இடங்களில் அம்பேத்கரை ஆஸ்திகர் என்றும் குறிப்பிட்டிருக்கிறார் (பிற்காலங்களில், அம்பேத்கர் நாத்திகர் என்று பலமுறை குறிப்பிட்டிருக்கிறார்). மதத்தை ஏற்பது என்பது பெரியாருக்கு ஆத்திகமாகப்பட்டிருக்கிறது. அதனாலேயே அம்பேத்கரின் இந்த மதமாற்றத்தைத் தீவிர நாத்திகரான பெரியார் ஏற்க மறுத்தார். பெரியார் ரங்கூன் உள்ளிட்ட பௌத்த நாடுகளுக்குச் சென்றபோது, தான் நேரில் கண்ட பௌத்த சமயச் சடங்குகள் அவருக்குப் பௌத்தமும் வைதீக மதம் போல ஆகிவிட்டது என்ற வருத்தத்தை உண்டாக்கியுள்ளது என்பதை அவரின் எழுத்து மற்றும் பேச்சுகளின் வழியே அறிய முடிகிறது. புத்தரைக் கடவுளாக வணங்குவதைப் பெரியாரால் ஏற்றுக்கொள்ள முடியவில்லை. தீவிர நாத்திகருக்கு இயல்பாய் வரக்கூடிய கோபம் அதில் வெளிப்படுகிறது. ஒரு மதத்தைத் தழுவும்போது அதையொட்டி பகுத்தறிவுக்கு ஒவ்வாத கருத்துகள், சிந்தனைகள் மக்களை ஆட்கொண்டுவிடும். அவ்வாறு நடக்க அனுமதிக்கக் கூடாது என்பது அவரின் அக்கறையாக இருந்தது. பெரியார் சொல்லுகிறார்;

“பவுத்தர்கள் பெயரளவிலேயே, ‘நாங்கள் புத்தரின் கொள்கைகளைக் கடைப் பிடிப்பவர்கள்’ என்று கூறுகிறார்களே தவிர இந்து மதத்தில் உள்ள வைதீக முறைகளைப் போன்ற பகுத்தறிவுக்கொவ்வாத சடங்குமுறைகளைக் கடைப்பிடிக்கிறார்கள். அவர்கள் புத்தரையே தெய்வமெனக் கொண்டாடுகின்றனர்.

58. கொளத்தூர் மணி (பதிப்பாளர்), குடி அரசு 1935 (தந்தை பெரியார் எழுத்தும் பேச்சும் குடி அரசு இதழ் தொகுப்பு, தொகுதி 20 & 21), பெரியார் திராவிடர் கழகம் வெளியீடு (Kindle Tamil Edition), 2022 (ப.எண்.1135).

இவை யாவையும் நான் கண்டபொழுது என்னுடைய மனத்திற்கு வெறுப்பாகிவிட்டது. நாம் கடைப்பிடிக்கும் புத்தரின் கொள்கைக்கு முற்றிலும் மாறான முறையில் அவர்கள் நடந்துகொள்கிறார்கள்" (விடுதலை, 08.02.1955)[59].

"புத்த மதத்தில் சொல்லுவது எல்லாம், 'அம்மா சொல்லுகிறாள் என்பதற்காக எதையும் நம்பாதே; அப்பா சொல்லுகிறார் என்பதற்காக நம்பாதே; நீண்ட நாட்களாக நடந்து வருகிறது என்பதற்காக நம்பாதே; சாஸ்திரம் சொல்கிறது, வேதம் சொல்கிறது, அவர் சொல்கிறார் இவர் சொல்கிறார் என்பதற்காக எதையும் நம்பாதே; உன் அறிவுக்கு ஆதாரமானதை - பொருத்தமானதை நம்பு' இதைத்தான் இன்று நாம் சொல்லி வருகிறோம். இதைச் செய்ய இந்து மதத்தைவிட்டு வெளியேறித்தான் ஆக வேண்டும் என்று என்ன கட்டாயம் இருக்கிறது?" (விடுதலை, 07.11.1956)[60].

என்பவைதாம் மதமாற்றம் குறித்துப் பெரியாரின் எண்ணங்களாக இருந்தன. பெரியாரின் சிந்தனைகளில் மிகமுக்கியமான கொள்கைகளாகக் கருதப்படுபவை பகுத்தறிவு, கடவுள் மறுப்பு, சுய மரியாதை மற்றும் சமூக நீதி ஆகியன. இதன் அடிப்படையில் மதம் என்னும் கருத்தாக்கத்தின் அடிப்படையையே ஏற்க மறுத்தவர் பெரியார். மதங்களை எந்த வடிவிலும் அங்கீகரிக்க அவர் தயாராயில்லை. எழுத்தாளர் அ.மார்க்ஸ் சொல்வது போல

"தமிழ்ச் சமூகத்தில் மதநீக்கம் செய்கிற பணியைத் தம் மேற்போட்டுக்கொண்டவர் பெரியார்"[61]

அம்பேத்கரும் பகுத்தறிவு, கடவுள் மறுப்பு, சுய மரியாதை, சமூக நீதி ஆகிய கொள்கைகளில் ஆழமான நம்பிக்கைகொண்டவர். அம்பேத்கருக்கும் பெரியாருக்கும் இதில் துளியளவும் வேறுபாடுகளில்லை. ஆனால், ஒரேயொரு புள்ளியில் அம்பேத்கர் வேறுபட்டு நின்றார். அதாவது, மனித இனத்தின் மீது மதம் என்ற கருத்தாக்கம் செலுத்துகிற வலிமையான தாக்கத்தை உணர்ந்து மதம் என்னும் கருத்தாக்கத்தை ஏற்றுக்கொள்ள அம்பேத்கர் தயாரானார். பெரியார் அதை எந்த நிலையிலும் நம்பவும், ஏற்கவும் தயாராயில்லை. இந்தியத் தத்துவச் சிந்தனைகளைத் தமிழ்ச் சூழலில் பொருத்தி விளக்கும் ஆய்வுக்கட்டுரைகளை எழுதிய பேராசிரியர் ந.முத்துமோகன் 'பௌத்தமும் பெரியாரும்'[62] என்னும்

59. வே.ஆனைமுத்து (பதிப்பாசிரியர்), பெரியார் ஈ.வே.ரா. சிந்தனைகள்,சிந்தனையாளர் கழகம், திருச்சிராப்பள்ளி, 1974 (ப.எண்.315).

60. வே.ஆனைமுத்து (பதிப்பாசிரியர்), பெரியார் ஈ.வே.ரா. சிந்தனைகள்,சிந்தனையாளர் கழகம், திருச்சிராப்பள்ளி, 1974 (ப.எண்.316).

61. அ.மார்க்ஸ், 'பெரியார்?' அடையாளம் வெளியீடு, சென்னை, 2001.

62. ந.முத்துமோகன், 'இந்தியத் தத்துவங்களும் தமிழின் தடங்களும்' NCBH வெளியீடு, சென்னை, 2016 (ப.எண்.442).

தனது கட்டுரையில் பெரியாரின் பௌத்தம் குறித்த கருத்தைப் பின்வருமாறு வரையறுக்கிறார்:

“பெரியாருக்கு பௌத்தம் என்பது ஒரு மதமல்ல. அன்று அறியப்பட்டிருந்த பௌத்தத்தின் எல்லாக் கோட்பாடுகளையும் பெரியார் அப்படியே எடுத்துக் கொண்டார் என்பதுமில்லை. பௌத்தம் என்பது அவருக்கு ஓர் அறிவு மரபு, ஆராய்ச்சி மரபு, விமர்சன மரபு, எதிர்ப்பு மரபு, ஒரு கலக மரபு. பழைய பவுத்தத்தை ஒரு பொற்காலச் சிந்தனை என்று சிலாகித்து அதனை மீட்டுருவாக்கும் முயற்சியில் அவர் ஈடுபடவில்லை”

ந.முத்துமோகனின் இந்தப் புத்தகத்திற்கு விமர்சன உரை எழுதிய அ.மார்க்ஸ், பௌத்தத்தைத் தத்துவமாக ஏற்றுக்கொண்ட சிந்தனையாளர்களில் பெரியார், சிங்காரவேலர் மட்டும்தான் அதை மீட்டுருவாக்கும் நோக்கத்தைக் கொண்டவர்களாக இல்லை என்று குறிப்பிடுகிறார். பௌத்தம் குறித்தும், மதமாற்றம் குறித்தும் பெரியாரின் பார்வை இதுதான். பெரியார் மதம் என்னும் கோட்பாட்டை முற்றிலும் நிராகரித்தார். அதுவே, பௌத்தத்தை ஒரு மதமாக ஏற்றுக்கொள்வதிலும் அவருக்குத் தடையாக இருந்தது.

இங்கு, முதல் கட்டுரையில் விவாதிக்கப்பட்ட மார்க்சின் கொள்கைகளை மீண்டும் அம்பேத்கர் மற்றும் பெரியார் இருவரின் கருத்துகளோடு ஒப்பிட்டு விவாதிப்பது ‘மதம்’ என்னும் கோட்பாடு குறித்து இன்னும் ஆழமாகப் புரிந்துகொள்ள துணைசெய்யும். மதத்தை அபினுக்குச் சமம் என்றார் மார்க்ஸ். மதம் மனிதனை முட்டாளாக்கும் என்றார் பெரியார். இருவரின் ‘மதம்’ பற்றிய கருத்தின் சாராம்சம் இதுதான், ‘உழைக்கும் மக்களை விழிப்புறச் செய்ய விடாமல் அதிகார ஆளும் வர்க்கத்தின் நலன்களுக்காகப் பணிசெய்து கிடந்து, உழலும் அடிமைத்தனத்திலேயே வைத்திருக்கப் பயன்படும் மயக்கும் போதை வஸ்து மதம்’. இங்குதான் பெரியார் மற்றும் மார்க்ஸ் போன்ற சிந்தனையாளர்களிடமிருந்து அம்பேத்கர் வேறுபடுகிறார். கடவுள் மறுப்பு என்பதில் மார்க்ஸ் மற்றும் பெரியாருடன் ஒத்துப்போகிறார் அம்பேத்கர். ஆனால், மதம் மனிதனுக்கு அவசியம் என்னும் கருத்தில் அம்பேத்கர் இருவரிடமிருந்தும் வேறுபட்டு நிற்கிறார். இந்த நுண்ணியப் புள்ளியை மிகக் கவனமாகப் புரிந்துகொள்ள வேண்டும். பெரியாருக்கு அம்பேத்கர் நேரடியாகப் பதில் சொல்லவில்லையென்றாலும் அவர் மார்க்ஸ் குறித்து விவாதிக்கும்போது சொன்னதையும் வேறு இடங்களில் மதம் குறித்துச் சொன்னதையும் தொகுத்துப் பார்த்தால் பெரியாரிடத்திலிருந்து அம்பேத்கர் எவ்வாறு வேறுபடுகிறார் என்பதற்கு விடை கிடைக்கும்.

மதத்தை ஏற்றுக்கொண்டால் கடவுளை ஏற்றுக்கொள்ள வேண்டி வரும். கடவுளை ஏற்றுக்கொண்டால் அதனோடு ஒட்டி வரும் பிற்போக்குக் கருத்தாக்கங்களை

ஏற்றுக்கொள்ள வேண்டி வரும் என்பதுதான் பெரியார் போன்ற நாத்திகவாதிகளின் கருத்தாகும். ஆனால், மதம் பற்றிய இந்த அச்சங்கள் தேவையற்றது என்பது அம்பேத்கர் கருத்தாகும். மதம் என்னும் கோட்பாட்டுக்கு அவர் புதிய வரையறையை வழங்கினார். இதனை மிக விரிவாக முதல் கட்டுரையில் விளக்கியிருக்கிறேன்.

மேலும் சொல்ல வேண்டுமென்றால், மதம் பற்றிய அம்பேத்கரின் இந்தப் புரிதலும் நிலைப்பாடும் முன்மாதிரியில்லாதவை. அதனால், இதனைப் புரிந்துகொள்ளவும் ஏற்றுக்கொள்ளவும் கடினமாகத்தான் இருக்கும். அம்பேத்கர் மனிதனுக்கு மதம் இன்றியமையாதது என்று ஆழமாக நம்பினார். மற்ற எல்லாவற்றையும்விட, கடவுள் இல்லாத மதத்தை உண்டாக்க முடியும் என்பதை அதனினும் ஆழமாகவும் உறுதியாகவும் நம்பினார். அத்தகையதொரு மதம்தான் பௌத்தம் என்று முன்மொழிந்தார். இன்னும் தெளிவாகச் சொல்லவேண்டுமானால், அம்பேத்கர் உலகத்தில் காலங்காலமாக வழங்கப்பட்டு வரும் 'மதம்' என்னும் வரையறைக்குத் தன்னுடைய சுயாதீனமான மறுவரையறையை வழங்கினார். இந்த நுண்மையான புள்ளியைப் புரிந்துகொள்ள இயலாதவர்களால் அம்பேத்கரின் மதம் குறித்த எந்தவொரு கருத்தையும் புரிந்துகொள்ள முடியாது.

அந்த மறுவரையறைக்குப் பொருந்திப் போகக்கூடிய நவீன மதமாக அம்பேத்கர் தான் முன்மொழிந்த பௌத்தத்தை வடிவமைத்தார். அவரைப் பொறுத்தவரையில், பௌத்தம்தான் கடவுள் இல்லை என்பதைத் தன் தத்துவத்தின் மையமாக வைத்திருந்தது. பௌத்தம்தான் ஆன்மா இல்லை என்று சொன்னது; பௌத்தம்தான் மனிதனைத் தன் மதக் கோட்பாட்டின் மையக்கூறாக வைத்திருந்தது; பௌத்தம்தான் பகுத்தறிவையும் தர்க்கத்தையும் தன் மதத்தின் அளவுகோலாக ஏற்றுக்கொண்டது; மதம் என்னும் கோட்பாட்டின் வழக்கமான பொதுப்பண்புகளிலிருந்து முற்றிலும் வேறுபட்ட ஒன்றாக எல்லா மதங்களுக்கும் நேரெதிர்த் திசையில் பௌத்தம் பயணித்துக்கொண்டிருந்தது என்னும் ஒரே காரணத்தாலேயே அம்பேத்கர் பௌத்தம் என்னும் மதத்தைத் தழுவுவது என்னும் முடிவுக்கு வந்தடைந்தார். இந்தக் காரணங்களால்தாம், பெரியாரையும் பௌத்தத்தைத் தழுவச் சொல்லி அம்பேத்கர் அழைப்பு விடுத்திருப்பார். பெரியார் அப்போதைய காலச் சூழலில் அதை மறுத்தார். இப்போதும் அதேநிலை தொடர வேண்டுமா? இன்றைக்கும் அதேநிலைப்பாட்டை எடுப்பது எவ்வளவு சரியானதாகவும் பொருத்தமானதாகவும் இருக்கும் என்பதைப் பெரியாரிய-திராவிடச் சிந்தனையாளர்கள் எண்ணிப் பார்க்க வேண்டும். அவர்களது முடிவை மறுபரிசீலனை செய்ய வேண்டும் என்பது நமது வேண்டுகோள். அதற்கான காரணங்களை அடுத்த கட்டுரையில் காணலாம்.

6

திராவிடச் சிந்தனை மரபும் நவயானா பௌத்தமும்

அறவியலும் அறிவியலும் இரண்டறக் கலந்த ஒரு தத்துவம் மத வடிவில் இயங்குவதாக பௌத்தத்தை அர்த்தப்படுத்திக்கொண்டார் அம்பேத்கர். பௌத்தத்தினுடைய உட்பொருளும் இயங்குமுறையும் சுதந்திரம், சமத்துவம், சகோதரத்துவம், ஜனநாயகம் முதலான சமூக அரசியல் பொருளாதாரக் கொள்கைகளின் அடிப்படையில் கட்டமைக்கப்பட்டது என்பதைத் தானும் தெளிந்துகொண்டு பிறருக்குத் தெளிவுபடுத்தவும் கடுமையாக உழைத்தார். தொடர்ந்து, 'புத்தரும் அவரது தம்மமும்' என்னும் தத்துவத்தைச் சிறு நூலாக்கிச் சுருக்கித் தந்தார். கடவுளற்ற, மனிதனை மையமாகக்கொண்ட ஒரு தத்துவம் மதமாக இயங்க முடியும் என்பதைத் தானே உருவாக்கி இந்த உலகுக்கு எடுத்துக் காட்டத் துடித்தார்.

மதம் குறித்து மார்க்ஸுக்கும் பெரியாருக்கும் இருந்த எண்ணங்களுக்கு எதிர்நிலையில் அம்பேத்கரின் எண்ணங்கள் இருந்தன. மதம் தொடர்பான அவருடைய வரையறைகளும் அணுகுமுறைகளும் கணிப்புகளும் நம்பிக்கைகளும் எல்லா வழக்கங்களுக்கும் நேர்மாறாக முற்றிலும் வேறொன்றாக இருந்தன. அம்பேத்கரின் அவதானிப்புகளும் நம்பிக்கைகளும் எந்தளவுக்குத் தீர்க்கதரிசனத்தோடு இருந்துள்ளன என்பதை இன்று மகாராஷ்டிராவிலுள்ள நவயானா பௌத்தர்களின் மத நடவடிக்கைகளை ஆய்வு செய்பவர்கள் புரிந்துகொள்வார்கள். அவருடைய நம்பிக்கைக்கு வலுசேர்க்கும் ஆதாரமாக ஓர் அண்மைக்காலச் செய்தியைப் பொருத்திப் பார்ப்பது நமக்குச் சில தெளிவுகளைத் தரும்.

பெரியாரிய திராவிடச் சிந்தனையாளர்கள் ஏன் அம்பேத்கரின் நவயானா பௌத்தத்தை ஏற்க வேண்டும்?

அம்பேத்கரின் நவயானா பௌத்தத்தின் தாக்கம் குறித்தும், அதன் இன்றைய பொருத்தப்பாடு, பின்பற்றப்படும் முறை குறித்துப் பல்வேறு ஆய்வாளர்கள், அறிஞர்கள் தங்களது கருத்துகளை எழுதியும் பேசியும் வந்திருக்கின்றனர். சில கள ஆய்வுகளும் செய்யப்பட்டுள்ளன. அவை குறித்து அம்பேத்கரின் நவயானா பௌத்தத்தின் தாக்கம் என்னும் தலைப்பின் கீழ் பின்னால் விரிவாகக் காணலாம். இப்போதைக்கு அண்மையில் இந்தியச் சிந்தனையாளர்கள் வட்டாரத்தில் பெரிதும் விவாதிக்கப்பட்ட ஓர் ஆய்வு குறித்து விவாதிப்பது இந்த இடத்தில் பொருத்தமாக இருக்குமென்று கருதுகிறேன். அது இந்தியாவில் மத நல்லிணக்கம், மதச் சுதந்திரம் குறித்துக் கள ஆய்வில் கேட்கப்பட்ட கேள்விகளுக்கு மக்கள் அளித்த பதில்களைக்கொண்டு வெளியிடப்பட்ட கருத்துக்கேட்பு முடிவுகள். இதன் முடிவுகள் நமக்குச் சில நம்பிக்கைகளைத் தருகின்றன.

இந்தக் கருத்துக்கேட்பு PEW என்னும் உலகளாவிய ஆராய்ச்சி நிறுவனத்தால்[63] இந்தியாவில் நடத்தப்பட்டது (29.06.2021). இந்தியாவில் மதம் சார்ந்த நடவடிக்கைகள் குறித்து நடத்தப்பட்ட இந்தக் கருத்துக்கேட்பு முடிவுகளின்படி பௌத்தர்கள் மற்றும் தென்னிந்தியர்களின் மதம் சார்ந்த நம்பிக்கைகளும் நடவடிக்கைகளும் கவனிக்கத்தக்கவையாக இருக்கின்றன. தென்னிந்தியர்கள் குறித்தும் செய்யப்பட்ட ஆய்வு முடிவுகளை விரிவாக இன்னோர் ஆய்வுக் கட்டுரையில் பார்க்கலாம். இந்தக் கருத்துக்கேட்பு முடிவுகளில் பௌத்தர்கள் குறித்த சில பகுதிகளை மட்டும் இந்தக் கட்டுரைக்காக எடுத்துத் தருகிறேன்.

கருத்துக்கேட்பு முடிவுகளின்படி, பௌத்தர்களின் மதச் சுதந்திரம், மத நல்லிணக்கம், மதம் சார்ந்த நடவடிக்கைகள் இந்தியாவில் மற்ற மதத்தினரைவிடப் பண்பட்ட, சீர்திருத்தப்பட்ட, முதிர்ச்சியான நிலையில் இருப்பதை உணர முடியும். இந்தியாவில் மற்ற மதத்தினரை மதிப்பது எந்தளவிற்குத் தங்கள் மத அடையாளத்தின் முக்கியப் பகுதியாகும் என்று கேட்கப்பட்ட கேள்விக்குப் பௌத்த மதத்தினர்தான் மிக அதிகமாக ஆம் (86%) என்று சொல்லியிருக்கின்றனர். தங்கள் மதத்தைப் பின்பற்றுவதில் தாம் மிகவும் சுதந்திரமாக உள்ளதாகச் சொல்லிய பதிலிலும் இந்தியாவில் வாழுகிற இந்துக்கள், இசுலாமியர், கிறித்தவர், சீக்கியர், சமணர் முதலான மற்ற எல்லா மதத்தினரோடும் ஒப்பிடும் போது அதிகமான விகிதத்தினர் (93%) பௌத்தர்களே.

63. *https://www.pewresearch.org/fact-tank/2021/06/29/key-findings-about-religion-in-india/*

சாதி அடையாளத்தைப் பேணுவது இந்தியர்களின் முதன்மையான பண்பாக இருக்கிறது என்பது நாம் அனைவரும் அறிந்ததே. மிகக் குறிப்பாக, தம் சாதி ஆண்களும் பெண்களும் மற்றச் சாதி ஆண்களுடனும் பெண்களுடனும் மண உறவு கொள்ளக் கூடாது என்னும் அகமணமுறை சாதியின் அடிப்படைக் கூறாக இயங்கி வருகிறது என்பதும் அனைவருக்கும் தெரிந்ததுதான். சமகாலத்தில் இந்தப் பண்பில் ஏதேனும் மாற்றம் நிகழ்ந்திருக்கிறதா என்பதை அறியும் விதமாகக் கேட்கப்பட்ட கேள்விக்கு மதத்தின் அடிப்படையில் அளித்த பதிலை ஆராய்ந்தால், பௌத்த மதத்தில்தான் ஆகக் குறைந்த எண்ணிக்கையினர் (44%) மண உறவு கொள்ளக் கூடாது என்று கருத்து தெரிவித்திருக்கின்றனர். அதாவது 56% பௌத்தர்கள் சாதியின் அடிப்படையில் மணஉறவு கொள்ளக்கூடாது என்று கருதுகின்றனர்.

மிக முக்கியமாக, கடவுள் நம்பிக்கை குறித்த கேள்விக்கு மிகவும் ஆச்சரியமான பதில்கள் வந்திருக்கின்றன. கருத்துக்கேட்பு நடத்தியவர்களின் கருத்துப்படி, ஒட்டுமொத்தமாக எல்லா மதத்தினரிலிருந்தும் சேர்த்து 3% இந்தியர்கள் கடவுளை நம்பவில்லை என்று சொல்லியிருக்கின்றனர். ஆனால், பௌத்த மதத்தினரில் மூன்றில் ஒரு பங்கினர் (33%) கடவுள் இல்லை என்று உறுதியாக நம்புவதாகச் சொல்லியிருக்கின்றனர். 23% பௌத்தர்கள் கடவுள் இருப்பதை நம்புவதில் சந்தேகம் கொண்டவர்களாக, அதாவது இருக்கலாம் அல்லது இல்லாமலும் போகலாம் என்ற மனப்பாங்கு உடையவர்களாக இருக்கின்றனர். மீதி பௌத்தர்கள் புத்தரைக் கடவுளைப் போல வழிபடுகின்றனர். ஆனால், கடவுள் நம்பிக்கை, வழிபாடு என்பது ஒப்பீட்டளவில் மற்ற மதத்தினரைவிடப் பௌத்தர்களிடத்தில் குறைவாக இருக்கிறது என்பது மட்டும் இதன் மூலம் தெளிவாகிறது. இந்த முடிவுகள் நமக்கு நம்பிக்கையளிக்கக்கூடியதாக அமைகிறது.

தொடர்ச்சியான பிரச்சாரங்கள் மற்றும் கச்சிதமாக வடிவமைக்கப்படும் மத நடவடிக்கைகளின் மூலமும் இதை 100% ஆக்குவதற்கான அனைத்துச் சாத்தியங்களும் உள்ளன. இதற்கான திட்டங்கள் குறித்தும் தன்னுடைய நூல்களில் அம்பேத்கர் விளக்கியிருக்கிறார். இது 'கடவுள் இல்லை. இல்லை. இல்லவே இல்லை' என்றும்; 'கடவுளை மற; மனிதனை நினை' என்றும் முழங்கும் பெரியாருக்கும் பெரியாரியவதிகளுக்கும் உடன்பாடானதுதானே. மதம் சார்ந்த பல நடவடிக்கைகளில், நம்பிக்கைகளில், பழக்க வழக்கங்களில் பிற மதத்தினரைவிட பௌத்தர்கள் சீர்திருத்தப்பட்ட நிலையில் இருப்பதை இந்த முடிவுகள் நமக்குத் தெரிவிக்கின்றன. நாம் அம்பேத்கர் சொல்லிய செயல்திட்டங்களை நிறைவேற்றத் தொடங்கினால் அவர் எதிர்பார்த்த நவயான பௌத்தர்களை உருவாக்குவது சாத்தியமான ஒன்றுதான் என்பதையே இந்தக் கருத்துக்கேட்பு முடிவுகள் நமக்கு

வெளிப்படுத்துகின்றன. அதனால், திராவிட இயக்கத்தினர் பௌத்தம் தழுவுவது குறித்து மறுபரிசீலனை செய்ய வேண்டும். அம்பேத்கர் முன்மொழிந்த ஒடுக்கப்பட்ட சமூகத்தினரோடு இணைந்து பௌத்தத்தைத் தழுவ வேண்டும்.

மேற்கண்ட தத்துவத்தின் அடிப்படையில் மட்டுமல்லாமல் இன்னொரு நடைமுறைக் காரணத்திற்காகவும் திராவிடச் சிந்தனை மரபை ஆதரிப்பவர்கள் பௌத்தத்தைத் தழுவுவது குறித்து யோசிக்க வேண்டும். அது திராவிட இயக்கங்களின் தாக்கத்தால் மேலெழுந்த பார்ப்பனரல்லாத சமூகமான இடைநிலைச் சாதிகளின் மேலாதிக்கம். ஒடுக்கப்பட்ட மக்களின் மீது வன்கொடுமைகளை நிகழ்த்துகிறவர்களாகப் பார்ப்பனர்களின் அதிகாரத்தை முழுவதுமாகத் தங்கள் கைகளில் எடுத்துக்கொண்டவர்களாகத்தான் திராவிட அரசியல் இந்த இடைநிலைச் சாதியினரை மாற்றியிருக்கிறது. இன்றைக்கு மற்றவர்களுக்கு முன்மாதிரியாகத் திகழ வேண்டிய திராவிடக் கட்சிகளின் அமைச்சர்கள் அளவிலும் ஆண்டை மனோபாவத்துடன் நடந்துகொள்வதைப் பார்க்கிறோம்.

திராவிட இயக்கங்களின் சாதனைகள் எனச் சொல்லப் பல விசயங்கள் இருக்கின்றன என்பதை ஒத்துக்கொள்கிறோம். அதில் எந்த மாற்றுக் கருத்துமில்லை. என்ன சாதனைகளைச் செய்தாலும் சாதியுணர்வற்ற சமூக மாற்றத்தை அது உருவாக்கத் தவறிவிட்டது என்பது அதன் போதாமையைக் காட்டுகிறது. சாதிய உணர்வும் சாதிவெறியும் நாளுக்கு நாள் வளர்ந்து வருகிறதேயொழிய குறைந்தபாடில்லை. இதற்குக் காரணம், பார்ப்பனிய மேலாதிக்க ஒழிப்பை மீண்டும் மீண்டும் வலியுறுத்திய திராவிடச் சிந்தனை; சாதி ஒழிப்பைப் பின்னுக்குத் தள்ளிவிட்டது. எல்லாக் கொடுமைகளுக்கும் காரணமாக எப்போதும் பார்ப்பனர்களை நோக்கி விரலைச் சுட்டிக் காட்டி இடைநிலைச் சாதிகளைத் தப்ப வைக்க வழிசெய்து கொடுக்கிறது. இச்செயல், அவர்கள் மேன்மேலும் ஒடுக்குமுறைகளை நிகழ்த்திடும் வகையில் ஊக்கப்படுத்துகிறது. அவர்களைச் சாதிய உணர்விலிருந்து விடுவித்து மீட்டெடுக்கும் செயல்திட்டங்கள் எதையும் நடைமுறைப்படுத்தாதவரை இந்த அவல நிலை தொடரும். எழுத்தாளர் எஸ்.வி.ராஜதுரையின்[64] சொற்களில் சொல்ல வேண்டுமென்றால்,

"தலித்துகள் மீதான வன்கொடுமைகளுக்கு மூலக் காரணம் பார்ப்பனர்கள் மட்டுமே என்றும், பார்ப்பனியக் கருத்து நிலையை ஏற்றுக்கொண்ட சூத்திரர்கள் துணைக்காரணமே என்றும், பார்ப்பனர்கள் தங்கள் கையிலுள்ள ஸ்விட்சை அழுத்தினால் சூத்திரர்கள் என்னும் பல்ப் எரிகிறது என்றும் அபத்தமான விளக்கத்தை இனியும் சொல்லிக்கொண்டிருக்க முடியாது."

....
64. எஸ்.வி.ராஜதுரை, 'சாட்சி சொல்ல ஒரு மரம்', விடியல் பதிப்பகம், கோவை, 2012.

திராவிட இயக்கங்களால் தமிழகத்திலுள்ள தலித்துகள் உள்ளிட்ட பார்ப்பனரல்லாத சமூகம் கல்வித் தளத்திலும் பொருளாதாரத் தளத்திலும் முன்னேற்றமடைந்திருக்கலாம். ஆனால், சாதி ஒழிந்த உணர்வைப் பெறாதவர்களாகவே அவர்கள் இன்றளவும் இருக்கின்றனர். தன்னுடைய அரசியல் அதிகாரத்தைக் கைப்பற்றும் நோக்கங்களுக்காகப் பண்பாட்டுத் தளத்தைப் பயன்படுத்திக்கொண்ட அளவுக்கு திராவிட இயக்கங்கள் சமூக மாற்றத்திற்காகப் பண்பாட்டுத் தளத்தைப் பயன்படுத்தவில்லை என்று துணிந்தும் சொல்லலாம். அதற்குக் காரணம், பெரியாரியத்திற்கும் பெரியாரை விட்டு விலகிய திராவிடச் சிந்தனைக்குமுள்ள வேறுபாடே ஆகும். திராவிட இயக்கச் சிந்தனையாளர்களில் சிலர் இந்த வேறுபாட்டை ஏற்றுக்கொள்ள மறுக்கலாம். திராவிட இயக்க வரலாற்றை ஆவணப்படுத்திய திராவிடச் சிந்தனையாளர் க.திருநாவுக்கரசு[65] இத்தகையதொரு வேறுபாட்டைச் செய்திருக்கிறார் என்பதைக் கவனிக்கவும். அதுதான் வரலாறு சொல்லும் உண்மையும்கூட. உண்மையின் கண்களுக்கு யாரும் திரைபோட முடியாது.

பெரியாரின் சுயமரியாதை, சமூகநீதிக் கோட்பாடுகளை ஏற்றுக்கொள்கின்ற தமிழ்ச் சமூகத்தின் பெரும்பான்மை மக்கள் அவரின் நாத்திகவாதம், கடவுள் மறுப்புக் கொள்கைகளை ஏற்றுக்கொள்ளத் தயாராக இல்லை என்பதை உணர்ந்த திராவிடச் சிந்தனையாளர்கள் 'ஒன்றே குலம் ஒருவனே தேவன்' என முழங்குகின்றனர். தேர்தல் அரசியலில் எல்லாத் தரப்பு மக்களையும் கவர்வதற்காக அவர்கள் நாத்திகவாதத்தையும் கடவுள் மறுப்பையும் ஒதுக்கிவைத்தனர். மதத்தை ஏற்றுக்கொண்டனர். கெடுவாய்ப்பாக, அவர்கள் மதத்தை ஏற்கிறபோது இந்துத்துவத்தையும் அதனோடு ஒட்டிப் பிறந்த ரெட்டைக் குழந்தையான பார்ப்பனியத்தையும் ஏற்றுக்கொண்டனர். அதனால், அதனோடு இணைந்து சாதியும் கூடவே வருகிறது. சாதியும் இந்து மதமும் இணைபிரியாதவை. இந்து மதத்தின் உயிர்நாடியாகச் சாதி இருக்கிறது. ஒருவர் இந்து மதத்தை அங்கீகரிக்கிறபோது அதன் அடிக்கட்டுமானமாக இருக்கிற சாதியையும் அங்கீகரிக்கிறார். திராவிட இயக்கச் சிந்தனையாளர்கள் வீழ்ந்த இடம் இது. இந்த வரலாற்றுத் துயரம் நமக்கு இரண்டு விசயங்களைச் சுட்டிக் காட்டுகிறது.

ஒன்று, மதம் மனிதனுக்கு இன்றியமையாத தேவையாக இருக்கிறது என்பதைத் திராவிடச் சிந்தனை மரபும் (பெரியாரியம் அல்ல) ஏற்றுக்கொண்டுள்ளது. இரண்டு, அவர்கள் மதத்தை ஏற்கிறபோது இந்து மதத்தை ஏற்காமல் அம்பேத்கர் முன்வைத்த

---

65. க.திருநாவுக்கரசு, புத்தர் கொள்கைகளும் பெரியார் இயக்கமும், மீனா பதிப்பகம், சென்னை, 2016.

நவயானா பௌத்தத்தை ஏற்றிருந்தால் பெரியார் தன் உயிரைக் கொடுத்துப் பரப்பிய நாத்திகவாதத்தையும் கடவுள் மறுப்பையும் மக்களே ஏற்றுக்கொள்ளச் செய்திருக்கலாம் என்பதாகும். எந்த ஆதரவுச் சக்திகளுமில்லாத மகாராஷ்டிரத்தில் அது சாத்தியமானது. அதுவும் அரசியலதிகாரத்தைக் கைகளில் வைத்திருந்த திராவிட இயக்கங்களுக்குத் தமிழகத்தில் இது நிச்சயமாக நடைமுறைப்படுத்தத் தேவையான அனைத்துச் சாத்தியப்பாடுகளையும் கொண்டதாக இருந்திருக்கும். இவ்வாறாக, அம்பேத்கரின் நவயானா பௌத்தத்தை ஏற்பது என்பது பெரியாரியத்தை அடுத்த கட்டத்திற்கு எடுத்துச் செல்வதாகவே இருக்கும். இப்படி நாம் சொல்லும் போது பெரியார் ஏன் அதைச் செய்யவில்லை என்று சிலருக்குச் சந்தேகம் வரலாம்.

பௌத்தம் ஏற்பது குறித்து மறுபரிசீலனை செய்யுங்கள்!

மதம் என்று வரும்போது அதனோடு சேர்த்துச் சாத்திரங்களும் சம்பிரதாயங்களும் சடங்குகளும் வருமென்று பெரியார் கருதினார். அதனால் மூட நம்பிக்கைகள் வளரும். அது மனிதனைச் சிந்திக்க விடாமல் செய்துவிடும் என்று அஞ்சினார். கடவுளின் பெயராலும் மதத்தின் பெயராலும் நிறுவப்படும் ஆதிக்கம், ஒடுக்குமுறை, சுரண்டல் தொடரும் என்றும் நம்பினார். இந்தக் காரணங்களாலேயே, பௌத்தம் தழுவலை அம்பேத்கர் முன்வைத்தபோது அதை ஏற்கமறுத்துவிட்டார். இன்றைக்குப் பெரியாருமில்லை, அம்பேத்கருமில்லை. அவர்கள் தந்துவிட்டுப் போன தத்துவங்களும் கொள்கைகளும் இருக்கின்றன. அவை இயங்கும் முறையையும் உண்டாக்கிய விளைவுகளையும் நாம் சுய அனுபவத்தில் கண்டு வருகிறோம். எது என்ன மாதிரியான விளைவுகளை உண்டாக்கியிருக்கிறது என்பதை ஆய்வு செய்தால் எதைப் பின்பற்றுவது என்பது நமக்கே விளங்கும்.

எதையும் அலசி ஆராய்ந்து சீர்தூக்கிப் பார்த்து ஏற்றுக்கொள்ள வேண்டுமென்பது பெரியார், அம்பேத்கர் இருவரின் முறையியலும்கூட. அதனடிப்படையில் பார்த்தால், திராவிடச் சிந்தனை அரசியல், கல்வி, பொருளாதாம் ஆகிய தளங்களில் பல வெற்றிகளைக் கண்டுள்ளது. ஆனால், சமூக, பண்பாட்டுத் தளத்தில் அது பார்ப்பனியத்தையும் சாதியையும் ஒழிக்கவில்லை. மாறாக, சாதிய உணர்வு மேலோங்கியிருக்கிறது. இப்படிச் சொல்லும் போதே பார்ப்பனியச் சிந்தனையும் மேலோங்கியிருக்கிறது என்றே சொல்ல வேண்டும். இந்து மத, சாதியச் சீர்கேடுகளிலிருந்து வெளிவருவது அவ்வளவு இலேசான காரியமில்லை.

இதற்கு நேரெதிராக, மகாராஷ்டிராவின் நவயானா பௌத்தர்கள் அரசியல் தளத்தில் பெரும் எழுச்சியை உண்டாக்கத் தவறியிருந்தாலும், தமிழத்திற்கு

இணையாகக் கல்வித் தளத்திலும் பொருளாதாரத் தளத்திலும் பல வெற்றிகளைக் கண்டுள்ளனர். அதுவும் 1956இலிருந்து 1990 வரை மத்திய அரசில் எந்தவித இட ஒதுக்கீட்டு உரிமைகளின் ஆதரவுமில்லாத போதும் இந்த உயரத்தை அடைவதைச் சாத்தியமாக்கியிருக்கிறார்கள் (நவயானா பௌத்தர்களுக்கு மகாராஷ்டிரா மாநில அரசாங்கத்தில் 1960இலும் மத்திய அரசாங்கத்தில் 1990இலும்தான் இடஒதுக்கீடு வழங்கப்பட்டது). சமூக, பண்பாட்டுத் தளத்திலும் அது பார்ப்பனியத்தையும் இந்து மதத்தையும் முழுமையாக இல்லாவிட்டாலும் குறிப்பிடத்தக்க அளவுக்கு ஏற்றுக்கொள்ளாத சமூகமாகவும் மாற்றுச் சக்தியாகவும் உருவாகியிருக்கிறது. இந்தக் காரணத்தினால், சாதிய உணர்வையும் ஒழித்த ஒன்றாக இயங்கிவருகிறது.

பெரும்பாலான மக்களால் கடவுளை நிராகரித்த ஒரு மதமாக இயங்கக்கூடிய சாத்தியப்பாடுகளை நிகழ்த்திக்காட்டியிருக்கிறது. பெரியார் செய்யவில்லை என்பதற்காக நாம் ஏன் செய்யாமல் இருக்க வேண்டும். பெரியார் உயிரோடிருக்கும் போதே அவரை எதிர்த்து வெளியில் வந்து திராவிடக் கொள்கைகளை அரசின் வழியாக நடைமுறைப்படுத்தப்போகிறோம் என்று அரசியல் செய்த திராவிட இயக்கச் சிந்தனையாளர்கள் ஏன் பௌத்தத்தை ஏற்று அதை நடைமுறைப்படுத்திப் பார்க்கக் கூடாது என்ற கேள்வியை இந்தச் சமயத்தில் திராவிடச் சிந்தனை மரபை ஆதரித்துப் பின்பற்றுபவர்களைப் பார்த்து முன்வைக்கிறோம். பல பெரியாரியச் சிந்தனையாளர்கள் பௌத்தத்தையும் பெரியாரியத்தையும் ஒப்பிட்டு ஆய்வு செய்து இரண்டு தத்துவங்களும் ஏறக்குறைய ஒரே மாதிரி இருக்கின்றன என்றும், புத்தரும் பெரியாரும் ஒரே சிந்தனைப் போக்கும் செயல் நோக்கமும் கொண்டவர்களாக விளங்குகின்றனர் என்றும் கூறி வருகின்றனர். பிறகு, பௌத்தத்தைத் தழுவுவதில் தயக்கமென்ன?

அம்பேத்கரே இதனைப் பெரும் நம்பிக்கையோடு குறிப்பிடுகிறார். அம்பேத்கர் 'புத்தரும் அவரது மதத்தின் எதிர்காலமும்'[66] என்ற தலைப்பில் மகாபோதி பத்திரிகைக்காக 1950இல் எழுதியபோது இதைக் குறிப்பிடுகிறார். இலட்சக்கணக்கான 'பிற்படுத்தப்பட்ட சாதியினருக்கும் அட்டவணைச் சாதியினருக்கும் இந்து மதம் மன நிம்மதியையும் தார்மீக நிவாரணத்தையும் அளிக்கிறதா?' என்னும் கேள்வியை எழுப்பிவிட்டு அவரே இந்து மதம் அவற்றை வழங்கவில்லை என்று மறுக்கிறார். பௌத்தம் அவற்றை உறுதிசெய்யும் மதமாக இருப்பதால் எல்லோரும் பௌத்தத்துக்குத் திரும்ப வேண்டுமென அழைப்பு விடுக்கிறார். ரோமப் பேரரசில் பாகால் மதத்தைப் பின்பற்றியவர்கள் அம்மதம் மன நிம்மதியையும், தார்மீக

66. *Dr.B.R.Ambedkar,Dr. Babasaheb Ambedkar Writings and Speeches, Volume 17: PartII, Education Department, Government of Maharashtra, 2014 (P.No.102-103).*

நிவாரணத்தையும் அளிக்காதபோது அதைத் தூக்கி எறிந்துவிட்டுக் கிறித்தவ மதத்தைத் தழுவியதைப் போல இந்துக்கள் விழிப்புணர்ச்சி பெற்று பௌத்தத்தை நோக்கித் திரும்புவார்கள் என்று உறுதியாக நம்புகிறார்.

இந்துக்களை இரண்டு வகையினராகப் பிரிக்கிறார் அம்பேத்கர். முதல் வகையினர், இந்து மதம் உள்ளிட்ட எல்லா மதங்களும் உண்மையென்று நம்புபவர். இரண்டாவது வகையினர், தம்முடைய மதத்தில் ஏதோ தவறுகள் இருக்கின்றன என்பதை உணர்ந்தவர்கள். ஆனால், வெளிப்படையாக அதைக் கண்டிக்கவோ, கைவிடவோ தயாராக இருக்கமாட்டார்கள். இதைப் புரிந்துகொள்ள முடியும் என்று அம்பேத்கர் கூறுகிறார். இது சமூகம் அவர்களுக்கு வழங்கிய அடையாளம். அதனோடு அவர்களுடைய வாழ்வு, மாண்பு, பெருமை என்பதெல்லாம் அம்மதத்தோடு இணைந்திருக்கிறது. எப்படி தேசபக்தி என்னும் உணர்வு மனிதனிடத்தில் இயங்குகிறதோ அதைப் போல 'இது என்னுடைய மதம்' என்ற மத உணர்வும் இயங்குவதாக அம்பேத்கர் கருதுகிறார். அதனாலேயே ஒருவரால் தன்னுடைய மதத்தைக் கைவிட முடியவில்லை என அதற்கான காரணங்களையும் அவரே விளக்குகிறார். இதனால், என்ன மனநிலைக்கு வருகிறார்கள் என்றால், எல்லா மதமும் தவறுகளைக்கொண்டிருக்கிறது. இதில் இந்த மதம் மட்டும் என்ன விதிவிலக்கா? என்ற கேள்வியோடு தங்களை ஆறுதல்படுத்திக்கொண்டு அந்த மதத்திலேயே கிடந்து உழலுகின்றனர். இது பௌத்தத்தைத் தழுவுவதைத் தடுக்கும் ஒரு முக்கியக் காரணி என்று அம்பேத்கர் கண்டுகொள்கிறார். இதை நான் இங்குக் குறிப்பிடக் காரணம், இந்த இரண்டாம் வகையினர் தமிழ்ச் சமூகத்தில் பெரும்பாலும் உள்ளனர். அது திராவிடச் சிந்தனை மரபை ஏற்றுக்கொள்கிறவர்களுக்கும் பொருந்தும். அதனால், அதிலிருந்து விடுபட்டுச் சமூகத்தை அறம் மற்றும் ஒழுக்க மதிப்பீடுகளின் அடிப்படையில் வழிநடத்துவதற்கு வலியுறுத்தும் பௌத்தத்தின் பக்கம் திருப்பும் பணியைத் திராவிட இயக்கத்தினரும் முன்னெடுக்க வேண்டும்.

பௌத்தத் தத்துவத்தை மிக எளிய முறையில் மக்களுக்கு எடுத்துச் சொல்வதன் மூலமும் சடங்குகளில், சமய நடவடிக்கைகளில் அறவியலும் அறிவியலும் கலந்துறவாடும் நிலையில் அம்பேத்கர் செய்ததைப் போல இச்சமயத்தைக் கட்டமைத்தால் பௌத்தம் பகுத்தறிவுள்ள சமய நெறியாகவும் பௌத்தர்கள் சக உயிர்களை அன்புடன் நடத்தும் மனிதர்களாகவும் விளங்கும் காலம் வரும். இந்த அடிப்படையில் பார்த்தால், திராவிட இயக்கத்தினரும் பெரியாரியவாதிகளும் கூட பௌத்தம் தழுவுவது குறித்து மறுபரிசீலனை செய்வது நல்லது. ஏனென்றால், மதத்தையும் மதமாற்றத்தையும் ஏற்றுக்கொள்ளாத பெரியாரியச் சிந்தனையை அடித்தளமாகப் பின்பற்றுவதாகச் சொல்லும் திராவிட இயக்கங்கள் இத்தனை

ஆண்டுகள் தொடர்ச்சியாகப் பிரச்சாரம் செய்தும், கடுமையாக உழைத்தும் தமிழ் மக்களின் சமய நம்பிக்கையைத் தகர்க்க இயலவில்லை.

அவர்களில் பெரும்பாலானோர் ஏன் நாத்திகர்களாக மாறவில்லை? என்று கேள்வி கேட்கும்போது பெரியாரியவாதிகளின்-திராவிடச் சிந்தனையாளர்களின் பதில் ஒன்றுதான். 'எத்தனையோ நூற்றாண்டுகளாகச் சாதியச் சனாதனத் தத்துவத்திற்குள் அடைபட்டுக் கிடந்தவர்கள் அரை நூற்றாண்டுக்குள் வெளியேறி வருவதும், நாத்திகராக மாறுவதும் அவ்வளவு விரைவிலும் எளிதிலும் நடக்கக்கூடிய சாத்தியமில்லை. அதற்கு இன்னும் சில நூற்றாண்டுகள் எடுக்கும்' என்னும் பதிலே கிடைக்கும். அந்தப் பதிலை ஓரளவுக்கு ஏற்றுக்கொள்ளலாம். ஆனால், அதே காலகட்டத்தில் மகாராஷ்டிராவின் புதிய பௌத்தர்களிடத்தில் கடந்த அறுபத்தைந்து ஆண்டுகளில் ஏற்பட்ட மாற்றங்களை ஆய்வு செய்தால் அதற்கான விடை கிடைக்கும்.

கடவுள் மறுப்பையும், நாத்திகக் கொள்கையையும் சமரசம் செய்துகொண்டு 'ஒன்றே குலம்; ஒருவனே தேவன்' என்று மாற்றிக்கொண்டதால் மட்டுமே திராவிட இயக்கங்களால் அரசியலதிகாரத்தை வென்றெடுக்க முடிந்தது. 1967ஆம் ஆண்டிலிருந்து பார்ப்பனரல்லாத சமூகத்தினருக்குத் திராவிடக் கட்சிகளின் வழியே அரசியலதிகாரம் கையில் கிடைத்தது. அவர்களின் அரசியல் நடவடிக்கைகளுக்கு ஆட்சிப் பாதுகாப்பு இருந்தது. பார்ப்பனரல்லாதோருக்கான வழிகாட்டியாக 1972 ஆம் ஆண்டுவரை பெரியாரின் சமூகப் பணி தொடர்ந்தது. ஆனால், கெடுவாய்ப்பாக, தமிழகத்தில் இருந்ததைப் போன்ற சாதகமான சூழல் மகாராஷ்டிராவிலுள்ள தலித்துகளுக்கு வாய்த்திருக்கவில்லை. அவர்களுக்கு வழிகாட்ட அம்பேத்கரும் இல்லை, அவர்களின் கையில் அரசியலதிகாரமும் இல்லை. அவர்களுக்கு ஆதரவான ஆட்சி எப்போதும் இருந்ததில்லை.

பௌத்தம் தழுவிய ஐம்பத்திரண்டு நாள்களில் அம்பேத்கர் மரணமடைந்துவிடுகிறார். எந்த ஆதரவுப் பின்னணி இல்லாமல் இருந்தும் இன்றைக்கு மகாராஷ்டிராவின் புதிய பௌத்தர்கள் சுயமரியாதையுடன் கூடிய சமூக மதிப்பைப் பெற்றவர்களாகத் தலை நிமிர்ந்து வாழும் சாத்தியங்களை அம்பேத்கரின் நவயானா பௌத்தம் உருவாக்கிக் கொடுத்திருக்கிறது. பெரியார் என்னவகையிலான சமூகத்தை நிர்மாணிக்க வேண்டுமென விரும்பினாரோ அத்தகைய நிலையில் அவருடைய அடிப்படைக் கருத்துகளுடன் பெரும்பாலும் ஒத்துப் போகிற ஒரு 'மாதிரிச் சமூகம்' உருவாகியிருக்கிறது. அதற்குக் காரணம், அம்பேத்கர் இல்லாத போதும் அவர் அம்மக்களுக்கு வழிகாட்டியாக விட்டுச் சென்ற 'புத்தரும் அவரது தம்மமும்'தான்.

சொல்லப்போனால், அது ஒரு புரட்சி. சமூகப் புரட்சி. சமூகப் பண்பாட்டுப் புரட்சி. எந்த வகையிலும் அது ஒரு மதப் புரட்சி அல்ல என்பதை உணர வேண்டும். அத்தகைய சமூகப் புரட்சியை மலரச் செய்யவே அம்பேத்கர் பௌத்தத்தைத் தன்னுடைய வலிமையான ஆயுதமாக ஏந்தினார். இல்லையென்றால், அம்பேத்கரும் ஒரு சீர்திருத்தவாதியாகவே மீந்து போயிருப்பார். அம்பேத்கர் ஒருபோதும் சீர்திருத்தவாதியாக மட்டுமே இருப்பதற்குச் சம்மதிக்காதவர். சீர்திருத்தவாதிகள் இந்து மதத்திற்குள்ளேயே இருந்துகொண்டு அதைத் திருத்தலாம் என்று முயல்பவர்கள். அத்தகைய வீணான முயற்சியை முன்னெடுப்பதே எவ்வளவு அறிவீனமானது என்பதை நன்கு உணர்ந்ததாலேயே அவர் சீர்திருத்தத்தை விட்டுவிட்டுப் புரட்சி செய்யப் புறப்பட்டார். இந்து மதத்தைச் சீர்திருத்துவது எங்கள் பணி அல்ல என்று உறுதியாகவும் தெளிவாகவும் அறிவித்தார். அதனால்தான் இந்து மதத்தை விட்டு வெளியேறி பௌத்தத்தைத் தழுவினார். பௌத்தம் தழுவியதால் இந்தியாவின் மாபெரும் சமூகப் பண்பாட்டுப் புரட்சிக்கு வலுவான அடித்தளமிட்டார். அடித்தளம் வரலாற்றுப் புழுதியில் புதையுண்டு கிடக்கிறது. அடித்தளத்திலிருந்து உயர எழும்ப இன்னொரு புரட்சி தேவை. அதற்கான சாத்தியக் கூறுகளும் சாதகமான சூழ்நிலைகளும் இருந்தும் முன்னெடுக்கத் தயக்கம் காட்டக் கூடாது.

புத்தர் உரைத்ததைப் போல, தனிமனிதர்களைச் சார்ந்து இல்லாமல் தத்துவம் சார்ந்து வாழும் சமூகத்தைக் கட்டமைத்துவிட்டுச் சென்றிருக்கிறார் அம்பேத்கர். அது புத்தரின் தம்மம் என்னும் தத்துவம் மூலம் மட்டுமே சாத்தியமாயிற்று. அவர் மனிதனின் ஆன்மிக மனதை ஆக்கிரமித்த சாதி, வர்ணம் போன்ற சாத்திரக் குப்பைகளின் துர்வாசனைகளால் நாற்றமடித்துக்கொண்டிருந்த இடத்தைத் துடைத்தெறிந்து தூர வீசிவிட்டுக் கடவுளற்ற, ஆன்மா இல்லாத அன்பென்னும் மதத்தை வைத்துவிட்டுப் போனார். ஒருவேளை, பெரியாரும் பௌத்தத்தை ஏற்றுக்கொண்டு அதைச் செய்திருந்தால் மகாராஷ்டிரா தலித்துகளிடையே ஏற்பட்ட மாற்றம் இன்றைக்குத் தமிழ்நாடு முழுவதுமுள்ள பார்ப்பனரலாதாரிடமும் பெரும் மாற்றத்தை உண்டாக்கியிருக்க வாய்ப்புண்டு.

தமிழகத்தில் பெரியாரிய அரசியலையும் திராவிட இயக்கத்தையும் ஆதரிக்கிற பெரும்பான்மையினர், குறிப்பாகப் பார்ப்பனரல்லாதார், பெரியாரின் கடவுள் மறுப்புச் சிந்தனையை ஏற்றுக்கொள்வதில்லை. அவர்கள் ஒரு கையில் தங்கள் அரசியல் நம்பிக்கையாகத் திராவிடத்தையும் இன்னொரு கையில் மத நம்பிக்கையாக இந்து மதத்தையும் கெட்டியாகப் பிடித்துக்கொண்டு வாழ்ந்து வருகின்றனர். இந்த இரட்டை வேடத்தைப் போட்டுக்கொண்டு அடிப்படை மாற்றத்தைக்கொண்டு வர முடியாது. அதனால், மீண்டும் வலியுறுத்திச் சொல்ல வருவது இதுதான்.

திராவிட இயக்கத்தினரும் பெரியாரியவாதிகளும் கூட பௌத்தம் தழுவுவது குறித்து மறுபரிசீலனை செய்வது நல்லது.

தமிழகத்தின் திராவிட அரசியலின் அடித்தளம் அடிப்படையிலேயே பார்ப்பனிய இந்துத்துவத்திற்கெதிரான கூறுகளைக்கொண்டுள்ளது. அதனுடன் அம்பேத்கர் வடிவமைத்த நவயானா பௌத்தத்தையும் சேர்க்கும்போது வலிமையான ஆயுதமாக மாறும். அது வழக்கமான தமிழகத்தின் மரபார்ந்த எதிர்ப்புணர்ச்சியைக் கூர்மையாக்கி அதன் போர்க்குணத்தை இன்னும் வீரியமாக்கும். அது தமிழ் நிலத்தில் சமத்துவத்தையும் சுதந்திரத்தையும் சகோதரத்துவத்தையும் ஜனநாயகத்தையும் நிலைநாட்டுவதை இன்னும் விரைவாக்கும். அத்தகைய தமிழ்நில மாதிரி அல்லது திராவிட மாதிரி இந்தியாவின் மற்றப் பகுதிகளுக்கு உறுதியாக முன்னுதாரணமாக விளங்கும்.

தமிழர் சமயங்கள் : அடிப்படைப் புரிதல்கள்

அம்பேத்கருக்கும் தமிழகத்திற்கும் மிக நெருக்கமான உறவு உண்டு. தமிழகச் சமூக அரசியல் வரலாற்றில் அம்பேத்கரும் அவரின் சமூக, அரசியல் வரலாற்றில் தமிழகமும் ஆக்கப்பூர்வமாகச் செயலாற்றியிருப்பதை வரலாறு நெடுகக் காணலாம். அவர் வாழ்ந்த காலத்திலேயே ரெட்டைமலை சீனிவாசன், பெரியார், என்.சிவராஜ் உள்ளிட்ட தமிழகத் தலைவர்கள் பலர் அவரின் பல செயல்பாடுகளில் இணைந்தும் ஆதரித்தும் வினையாற்றியுள்ளனர் என்பதால் அம்பேத்கருக்கும் தமிழகத்திற்கும் இடையிலான உறவும் நெருக்கமும் கூடுதல் முக்கியத்துவம் பெறுகிறது. இதுவரை, அம்பேத்கரின் மதம் என்னும் கருத்தாக்கம் குறித்த பார்வை, பௌத்தம் தழுவியதற்கான காரணம், அக்காலச் சூழல், தம்மத்தைக் கட்டமைத்த பாங்கு முதலானவைக் குறித்து ஆய்வு செய்தோம். அத்துடன் நில்லாமல், தமிழ்ச் சூழலில் அம்பேத்கரின் நவயானா பௌத்தம் எவ்வாறு எதிர்கொள்ளப்பட்டது, இன்றும் எவ்வாறு எதிர்கொள்ளப்பட்டு வருகிறது என்பதையும் ஆய்வு செய்ய வேண்டும்.

அதனடிப்படையில் பார்த்தால், தமிழ்ச் சூழலில் அயோத்திதாசரின் தமிழ்ப் பௌத்தத்தோடும் பெரியாரிய-திராவிடச் சிந்தனை மரபோடும் ஒப்பிட்டு ஆய்வு செய்த நாம் மூன்றாவதாக, தமிழ்த் தேசியச் சிந்தனை மரபை அம்பேத்கரின் நவயானா பௌத்தத்தோடு ஒப்பிட்டு ஆய்வு செய்தும் விவாதிக்க வேண்டியுள்ளது. திராவிடச் சிந்தனையைப் போலவே தமிழகத்தை ஆட்கொண்டிருக்கும் தனித்ததொரு சிந்தனை மரபு தமிழ்த்தேசியச் சிந்தனையாகும். தமிழ்ச் சூழலில் தமிழ்த் தேசிய அரசியலின் தாக்கம் யாராலும் புறக்கணிக்க முடியாத அளவு வலிமையானதாக உள்ளது. அயோத்திதாசரின் தமிழ்ப் பௌத்தமும் பெரியாரிய-திராவிடச் சிந்தனை மரபும் தமிழ் மண்ணில் பௌத்தத்திற்கு ஆதரவுப்போக்கைக் கொண்டிருந்தவை. இரண்டு ஆதரவுப் போக்குக்கும் வேறுபாடுகள் உள்ளன என்பதை முன்னரே விரிவாகக் கண்டோம். ஆனால், மூன்றாவதாக உள்ள தமிழ்த்தேசிய மரபு பௌத்தத்திற்கு ஆதரவானதா அல்லது எதிரானதா என்பது குறித்துப் பலருக்குப் பல வகையில் சந்தேகங்கள் இருக்க வாய்ப்புண்டு. ஆகையால், தமிழ்த்தேசிய மரபு பௌத்தம் குறித்துக் கொண்டிருக்கும் பார்வையை விவாதிப்பதன் ஊடாக, நவயானா பௌத்தத்தை எந்தளவிற்கு அது ஏற்றுக்கொள்ளும் வாய்ப்புகள் இருக்கின்றன என்பதையும் இங்கு ஆய்வு செய்கிறோம்.

மேலும், நீலம் இதழில் இவ்வாய்வுக்கட்டுரையை எழுதத் தொடங்கிச் சில பகுதிகள் வெளியிடப்பட்டுத் தொடர்ந்து எழுதிக்கொண்டிருக்கிறோம். இவ்வேளையில், தமிழரின் தாய் மதம் மற்றும் தமிழர் மீதான இந்து மத அடையாளம் குறித்த விவாதங்கள், தமிழகத்தில் எழுப்பப்பட்டு வருவதன் ஊடாக இப்பொருள் குறித்து விவாதிப்பது மிகப் பொருத்தமாகவும், இன்றைய இன்றியமையாத தேவையாகவும் அமைகின்றது. ஆகையால், தமிழ்ச்சூழலில் அம்பேத்கரின் நவயானா பௌத்தத்தைப் பல்வேறு கோணங்களில் ஆய்வு செய்து வரும் நாம் தமிழ்த்தேசியச் சிந்தனை மரபுடனும் அத்தத்துவத்தை ஒப்பிட்டு ஆய்வு செய்யத் தலைப்படுகிறோம். தமிழ்த் தேசியச் சிந்தனை மரபுடனான இந்த ஒப்பீட்டு ஆய்வைத் தமிழ்த் தேசியம் பற்றிய வரையறையிலிருந்து தொடங்கலாம்.

தமிழ்த்தேசியம் என்றால் என்ன?

தமிழ்த்தேசியச் சிந்தனை மரபில் வந்த பல தமிழ் அறிஞர்களும் ஆய்வாளர்களும் 'தமிழ்த்தேசியம் என்றால் என்ன?' என்பதைத் தத்தம் அளவில் வரையறுத்து விளக்கியிருக்கின்றனர். தமிழர், தமிழ் மொழி, தமிழ் நிலம், தமிழ்த் தேசிய இனம் என்பனவற்றின் அடிப்படையில் பல்வேறு வரையறைகள் நமக்கு வழங்கப்பட்டிருக்கின்றன. அவற்றில் எடுத்துக்காட்டுக்காகச் சிலவற்றைக் காணலாம்.

தமிழ்த்தேசிய அரசியலை அறிவுத்தளத்திலும் அரசியல் களத்திலும் முன்வைத்துப் பணியாற்றும் தமிழ்த்தேசியப் பேரியக்கத்தின் தலைவர் பெ.மணியரசனின் வரையறையைக் காணலாம்.

"முடிவாக, தமிழ்த்தேசியம் எது?
எமது தேசிய இனம் தமிழர்
எமது தேசிய மொழி தமிழ்
எமது தேசம் தமிழ்த்தேசம்
இறையாண்மையுள்ள தமிழ்த்தேசமே இலக்கு
இதுவே தமிழ்த்தேசியம்" [67]

என்று வரையறை செய்கிறார்.

தமிழ்த்தேசியப் பேரியக்கத்தின் செயலாளர் கி.வெங்கட்ராமன் தரும் வரையறை இது:

"இறையாண்மையுள்ள தமிழ்த்தேசம் படைப்பதற்கான கோட்பாடே தமிழ்த் தேசியம் ஆகும்."[68]

67. பெ.மணியரசன், தமிழ்த்தேசியம் பன்முகப்பார்வை - தொகுதி: 1, பன்மை வெளி வெளியீடு, 2020 (ப.எண்.26).

68. கி.வெங்கட்ராமன், தமிழ்த்தேசியம் கோட்பாட்டு விவாதங்கள் - தொகுதி 1, பன்மை வெளி வெளியீடு, 2020. (ப.எண்.17).

தமிழரசன் மற்றும் கலியபெருமாள் இருவரும் தம் தமிழ்த்தேசப் பொதுவுடைமைக் கட்சியின் சார்பில் முன்வைத்த தமிழ்த்தேசியம் என்பது மார்க்சியக் கண்ணோட்டமும் சாதி ஒழிப்பு அரசியலையும் தன்னகத்தே கொண்டது. அவர்களின் வரையறையை இளந்திரையன் கீழ்க்கண்டவாறு விளக்குகிறார்:

“அதுவரையிலும் தமிழ் உணர்வும் தமிழர் உணர்வும் மட்டுமே பேசித் தமிழ்ச் சமூகத்தின் அடிப்படை முரண்பாடான சாதிப் பிரச்சனைகளைப் புறந்தள்ளி வந்த தமிழ்த்தேசிய தலைவர்களிடமிருந்து முழுமையாக மாறுபட்டுத் தமிழகம் விடுதலை பெற வேண்டுமென்றால் மார்க்சியக் கண்ணோட்டத்தின் அடிப்படையில் சாதி ஒழிப்புப் போராட்டத்தைத் தமிழ்த்தேசிய விடுதலைப் போராட்டத்துடன் இணைத்து நடத்த வேண்டும் என்று மிகத்தெளிவாக வரையறுத்தார் தோழர் தமிழரசன்.”[69]

விடுதலைச் சிறுத்தைகளின் கோட்பாடும் ஏறத்தாழ இதை ஒத்தே அமைகின்றது. ‘சாதி ஒழிப்புடன் கூடிய தமிழ்த்தேசியமே’ விடுதலைச் சிறுத்தைகளின் கோட்பாடு என அதன் தலைவர் தொல்.திருமாவளவன் பல இடங்களில் வலியுறுத்தி வருகின்றார்.

மார்க்சியச் சிந்தனையின் அடிப்படையிலும் திராவிடச் சிந்தனையின் அடிப்படையிலும், அம்பேத்கரியச் சிந்தனையின் (சாதி ஒழிப்புச் சிந்தனையின்) அடிப்படையிலும் வரையறுக்கப்பட்டுத் தமிழ்த்தேசியச் சிந்தனை பலவாறாக விளக்கப்படுகின்றது. தமிழ்த் தேசிய அரசியலையும் தம்முடைய கொள்கைகளில் ஒன்றாக முன்வைக்கும் முற்போக்குக் கருத்தியலைக்கொண்ட பெரும்பாலான இயக்கங்கள் சாதி ஒழிப்பையும் அதனுடன் சேர்த்து முன்வைக்கின்றன. திராவிடச் சிந்தனை மரபுக்குட்பட்ட தமிழ்த்தேசியத்தைத் திராவிட இயக்கங்கள் அனைத்தும் முன்வைக்கின்றன. தூய தமிழ்த் தேசியவாதிகள் பெரியாரையும் திராவிடச் சிந்தனை மரபையும் கடுமையாக விமர்சிப்பதோடு நிற்காமல், ‘திராவிடத்தால் வீழ்ந்தோம்’ என்றும் கடுமையாகச் சாடுகின்றனர். இத்தகைய எதிர்த் தாக்குதல்களுக்குப் பதிலடி கொடுக்கும் விதமாகச் சில திராவிட இயக்கங்கள் தம் அமைப்பின் பெயரிலேயே தமிழ்த் தேசியச் சிந்தனையை வெளிப்படுத்தும் விதத்தில் பெயரிட்டுக்கொள்கின்றனர். சுப.வீரபாண்டியனின் தலைமையில் இயங்கும் திராவிட இயக்கத் தமிழர் பேரவையை இதற்கு எடுத்துக்காட்டாகக் கூறலாம்.

இவ்வாறு மேற்கண்ட இயக்கங்கள், அமைப்புகள், கட்சிகள் முன்மொழிகிற ஒவ்வொரு வரையறையும் அதனதன் அளவில் சரியாகத் தோன்றும். இந்த வரையறைகளை வாசித்து இதைப் புரிந்துகொள்ள முயற்சிக்கிற எவரும் இறுதியில் குழப்பத்திற்கு ஆளாவதே நடக்கிறது. ஏனென்றால், தமிழகத்தில் தமிழ்த் தேசியச்

69. https://www.keetru.com/index.php/2014-03-08-04-35-27/2014-03-08-12-18-14/40779-1-15

சிந்தனை மரபு என்பது மொழி மற்றும் நிலத்தின் அடிப்படையில் அனைவரையும் ஒன்றிணைத்தாலும் அவர்கள் அதனை வரையறை செய்வதற்கு எடுத்துக்கொள்ளும் கோட்பாட்டு அடிப்படைகள் அல்லது முறையியல்கள் அவர்களைப் பல குழுக்களாகப் பிரித்து விடுகின்றன. சுருக்கமாகச் சொல்வதென்றால், தமிழ்த்தேசியம் அனைவரையும் ஒன்றிணைக்கிறது. அவர்கள் சார்ந்திருக்கும் கருத்தியல் அவர்களை வெவ்வேறு குழுக்களாகப் பிரிக்கின்றது. தமிழ்த்தேசியத்தை மட்டுமே தனிக் கோட்பாடாக வரையறுத்தவர்கள் உண்டு என்றாலும், எடுத்தாளப் பெறுகிற பெரும்பான்மையான வரையறைகள் பிற கோட்பாடுகளின் அடிப்படையிலேயே முன்மொழியப்படுகின்றன. தேசியம் என்பது தேசத்திலிருந்து பிறப்பதாகக் கருதுகின்றனர். தேசம் என்பதற்கு மார்க்சியக் கோட்பாட்டாளர் ஸ்டாலின் தரும் வரையறையைப் பெரும்பாலானோர் ஏற்றுக்கொள்கின்றனர். அவரின் வரையறையை மணியரசன் இவ்வாறு விவரிக்கிறார்:

“சேர்ந்தாற் போன்ற நிலப்பகுதியில் ஒரு பொது மொழியும் பொதுப் பொருளாதார வாழ்வும் பொதுப் பண்பாடும் அப்பண்பாட்டில் உருவான உளவியல் உருவாக்கமும் கொண்டு வாழ்ந்து வரலாற்றில் நிலைத்துவிட்ட ஒரு சமூகமே ஒரு தேசம் என்றார் ஜே.வி.ஸ்டாலின்” [70]

இந்த வரையறையின் அடிப்படையிலேயே இவர்கள் அனைவரும் தங்களின் தமிழ்த் தேசிய அரசியல் கோட்பாட்டைக் கட்டமைக்கின்றனர். இறையாண்மையுள்ள தனித் தமிழ்த் தேசம் என்னும் வரையறையில் எந்த மாற்றங்களையும் செய்யாவிட்டாலும் தமிழர்கள் என்னும் தேசிய இனத்தை வரையறை செய்வதில் சில தமிழ்த்தேசிய அமைப்புகள் அண்மைக்காலத்தில் தங்கள் கொள்கைகளைச் சற்றுத் தளர்த்திருக்கின்றன. காலம் செல்லச் செல்லத் தமிழ்த் தேசியத்தின் வரையறையும் நோக்கும் போக்கும் மாறிக்கொண்டே வருவதையும் காண முடிகிறது.

காலத்தின் ஓட்டத்தில் எந்தவொரு சிந்தனையும் மாற்றங்களைச் சந்திக்காமல் இயங்க முடியாது. தமிழ்த் தேசியச் சிந்தனை பல்வேறு மாற்றங்களுக்கு உள்ளாகினாலும் தொடர்ந்து இயங்கும் அதன் போக்கு அச்சிந்தனை மரபை எப்போதும் துடிப்புள்ள ஆற்றலாக வைத்திருக்கிறது. இத்தகைய துடிப்புக்குத் தமிழர் என்னும் மக்கள் கூட்டம் தம் சமூக அடையாளத்தை முன்நிறுத்தி ஆற்றும் செயல்கள் அச்சிந்தனையின் மையவிசையாக இருந்து வினையாற்றுகிறது. தமிழ்த்தேசியத்தின் வரையறையைக் கண்ட நாம் தமிழ்ச் சிந்தனை இயக்கத்தின் மையச் சரடாக அமைந்துள்ள ‘தமிழர்’ என்னும் அடையாள உருவாக்கம் குறித்தும்

70. பெ.மணியரசன், தமிழ்த்தேசியம் பன்முகப்பார்வை - தொகுதி: 1, பன்மை வெளி வெளியீடு, 2020 (ப.எண்.7).

தெளிவு பெறல் வேண்டும். அடையாளம் உருவாதல் மட்டுமில்லை. உருவாகும் அடையாளங்கள் எல்லாக் காலத்துக்கும் ஒரே மாதிரியானதாக இருப்பதில்லை. சேர்ந்து, பிரிந்து, விரிந்து பரிணாமமடையும் அதன் பல்வேறு உருமாற்றங்களையும் இதனூடாக நாம் கணக்கிலெடுத்துக்கொள்ள வேண்டியுள்ளது. அதனை இன்னும் ஆழமாகப் புரிந்துகொள்ள தமிழர் அடையாள உருவாக்கத்தின் போக்கையும் நோக்கையும் காணலாம்.

'தமிழர்' அடையாள உருவாக்கம்

தமிழ்த் தேசியம் ஒரு தனித்த சிந்தனையாகத் தோற்றம் பெற்ற காலத்திலிருந்து இன்றுவரை பல்வேறு மாற்றங்களைச் சந்தித்துக்கொண்டேயிருக்கிறது. இதனால், தமிழ்த் தேசியவாதிகளின் கொள்கைகளிலும் மாறுதல்கள் தென்படுகின்றன. மொழியின் அடிப்படையிலும் மாநிலத்தின் அடிப்படையிலும் உரிமைகளுக்கு ஊறு நேருகிற சமயங்களிலெல்லாம் தமிழ்த்தேசியம் என்பது உடனடியாக எதிர்வினையாற்றக்கூடிய வலுவான சக்தியாகத் தமிழகத்தில் செயல்பட்டு வருகின்றது. தமிழ்த் தேசியத்தை மட்டுமே மையமாகக்கொண்ட அமைப்புகள் மட்டுமில்லாமல், தமிழ்த்தேசியத்தையும் கொள்கையளவில் ஏற்றுக்கொண்ட அமைப்புகள், அரசியல் கட்சிகள் எல்லாமும் அத்தகைய எதிர்வினைகளில் பங்காற்றுகின்றன. பிறமொழி ஆதிக்கமும் பிற மொழியினரின் ஆதிக்கமும் தமிழர்களைப் பாதிக்கிற போது அவர்கள் தரும் உடனடி எதிர்வினை பல நன்மைகளை விளைவித்தும் இருக்கின்றன என்பதை யாரும் மறுக்க முடியாது. தமிழ்த் தேசம் என்பது கொள்கையளவில் ஏற்றுக்கொள்ளப்பட்டிருந்தாலும்கூடப் பெரும்பாலும் தமிழ் மொழி, தமிழர் அடையாளம் குறித்துத்தான் தமிழ்த்தேசியத்தின் செயல்பாடுகள் மையம் கொண்டிருக்கின்றன.

இந்தத் தமிழர் அடையாளம் என்பது தமிழ்த் தேசியர்களுக்கிடையில் எப்போதும் மிகவும் இறுக்கமானதாக இருந்து வந்துள்ளது. இதுவரை, தமிழ் நிலத்தில் பிறந்து வளர்ந்தவர்கள் மட்டுமே மண்ணின் மைந்தர்களாக, அதாவது, 'தமிழர்' என்னும் அடையாளத்தின் கீழ் ஏற்றுக்கொள்ளப்பட்டனர். அண்மைக்காலங்களில், அதில் சில தளர்வுகள் முன்மொழியப்பட்டுள்ளன. சிந்துவெளி நாகரிகக் காலத்தில் இந்தியா முழுக்கத் தமிழ்தான் இருந்தது. தமிழிலிருந்துதான் தெலுங்கு, கன்னடம், மலையாளம் முதலான மொழிகள் பிரிந்தன என்றெல்லாம் பெருமை பேசும் தமிழ்த் தேசியர்களின் கூற்றை அப்படியே எடுத்துக்கொண்டால் அண்டை மாநிலத்தார் அனைவரும் தமிழைப் பூர்வீகமாகக்கொண்டவர்கள் என்றுதானே பொருள் எனக் கேட்கும் பார்வைகளும் தமிழகத்தில் உண்டு. இத்தகைய சிக்கல்களையெல்லாம்

களையும் வகையில் பெ.மணியரசன் 'யார் தமிழர்கள்' என்பதையும், தமிழ்த் தேசத்தில் யாரெல்லாம் உள்ளடங்குகின்றனர் என்பதையும் அண்மைக்காலத்தில் கீழ்வருமாறு விரிவுபடுத்திக் குறிப்பிடுகிறார்:

"தமிழர்கள் மட்டுமின்றி நெடுங்காலமாகத் தமிழகத்தைத் தாய்மொழியாகக் கொண்டுள்ள மக்கள் அனைவரும் தமிழ்த்தேசியச் சக்திகளே. குறிப்பாக, முந்நூறு நானூறு ஆண்டுகளுக்கு முன் ஆந்திரப் பிரதேசத்திலிருந்து தமிழகம் வந்து இங்கேயே தங்கி, தமிழ்நாட்டைத் தாயகமாகவும் தமிழைத் தங்கள் தேசிய மொழியாகவும் ஏற்றுக்கொண்டு, வீட்டில் தெலுங்கு பேசும் மக்களும், அதேபோல் தமிழகத்தைத் தாயகமாக ஏற்றுக்கொண்டுள்ள கன்னடம் பேசும் மக்களும் தமிழ்த்தேசியச் சக்திகளே. தமிழ்த்தேசம் அவர்களுக்கும் உரியதே. இதேபோல், உருது பேசும் மக்களும் தமிழ்த்தேசியச் சக்திகளே.

தமிழகத்தின் எல்லையில் வாழும் அண்டை மாநில மொழி பேசும் பிற மொழி யாளர்களும் இத்தமிழ்த்தேசத்திற்குள் சிறுபான்மைத் தேசிய இனங்களாக அடையாளப் படுத்தப்பட்டு அடக்கப்படுகின்றனர் அல்லது அனுமதிக்கப்படுகின்றனர்." [71]

இதைப் பார்ப்பதற்கு அவர்களின் கொள்கையில் நெகிழ்வுத்தன்மை ஏற்பட்டி ருக்கிறது என்று கருதத் தோன்றுகிறது. அவர்கள் நடைமுறையில் நிலவுகிற சமூக அரசியல் பண்பாட்டுச் சூழல்களைக் கருத்தில்கொண்டு தெலுங்கு, கன்னடம், மலையாளம் பேசும் அண்டை மாநிலத்தைப் பூர்வீகமாகக்கொண்டோரையும், உருது மொழி பேசும் இசுலாமியர்களையும் தமிழர் என்னும் அடையாளத்திற்குள் உள்ளடக்குதல் குறித்து எடுத்த கொள்கை முடிவு என்றும் எண்ணத் தோன்றுகிறது. ஆனால், இந்த நெகிழ்வுத்தன்மை மார்க்சியர்களுக்கு உடன்பாடானதாக இல்லை. பிறமொழி பேசும் மாநிலங்களிலிருந்து பிழைப்புக்காக இடம்பெயர்ந்து வந்து கூலித் தொழில் செய்யும் ஆயிரக்கணக்கான தொழிலாளர்களைப் பிறமொழியாளர்கள் என்று தமிழ்த் தேசியவாதிகள் வெளியில் நிறுத்துவதை கம்யூனிஸ்டுகள் ஏற்றுக்கொள்வதில்லை. மார்க்சியவாதிகளின் இந்த நிலைப்பாடு ஒரு புறம். பார்ப்பனர்களையும் உள்ளடக்கிய தமிழ்த் தேசியத்தின் அடிப்படையை எதிர்க்கும் திராவிடச் சிந்தனையாளர்கள் நிலைப்பாடு இன்னொரு புறம். பார்ப்பனர்களைத் தமிழர்களாக மொழியின் அடிப்படையில் ஒரே அணியில் சேர்க்கும் தமிழ்த் தேசியவாதிகளின் இந்தக் கருத்தில் திராவிடச் சிந்தனையாளர்கள் உடன்படுவதில்லை.

71. பெ.மணியரசன், தமிழ்த்தேசியம் பன்முகப்பார்வை - தொகுதி: 1, பன்மை வெளி வெளியீடு, 2020 (ப.எண்.22).

தமிழ்த்தேசியமும் திராவிடமும்

தமிழர் அடையாள உருவாக்கம் என்பது காலந்தோறும் பல்வேறு தமிழ்த் தேசியக் குழுக்களால் வெவ்வேறு வகைகளில் வரையறை செய்து விளக்கப்பட்டுள்ளன. ஆனால், இந்த அடையாள உருவாக்கத்தில் தமிழ்த் தேசியச் சக்திகளை அடையாளம் காட்டும் மணியரசன் பார்ப்பனர்களையும் உள்ளடக்குகிறார்.

"தமிழைத் தாய்மொழியாகக்கொண்டுள்ள பிராமணர்கள் தமிழர்களே. கொள்கை, நடைமுறை இரண்டிலும் பிராமணியத்தை மறுத்துத் தமிழ் உணர்வோடு செயல்பட முன்வரும் பிராமணர்களைத் தமிழ்த்தேசியம் அரவணைக்கிறது. பிறப்பிலேயே மனிதர்களின் குணங்களும் தகுதிகளும் நிரந்தரமாகத் தீர்மானிக்கப்பட்டுவிட்டன என்பது வர்ணாசிரம தர்மம். தமிழ்த்தேசியம் அதை மறுக்கிறது. ஆதலால், தமிழ்த்தேசியம் பிறப்பை அடிப்படையாக வைத்துப் பிராமணர்களைப் புறக்கணிக்காது."[72]

பார்ப்பனர்களைத் தமிழர் அடையாளத்திற்குள் இணைக்கும் இந்தப் புள்ளி தான் திராவிடச் சிந்தனையும் தமிழ்த்தேசியச் சிந்தனையும் வேறுபடும் மையப் புள்ளி. திராவிடச் சிந்தனை பார்ப்பனர்களை முற்றிலுமாக வெளியே நிறுத்தும். பார்ப்பனர்கள் வந்தாலே ஆரியம் உள்ளே வந்துவிடும். ஆரியம் வந்தால் பார்ப்பன மேலாதிக்கம் உள்ளே வந்துவிடும். அது பிற்படுத்தப்பட்டோரைச் சூத்திரர்களாக்கி அடிமை வேலைகளைச் செய்யச் சொல்லும். பஞ்சமர்களை அவமானப்படுத்தி இழிவு வேலைகளைச் செய்யச் சொல்லி ஆணையிடும் என்று கருதுகிறது. ஆனால், தமிழ்த்தேசியச் சிந்தனை பார்ப்பனர்களை உள்வாங்கிக்கொள்ள எப்போதும் தயாராக இருக்கிறது. ஆனாலும், எந்தக் காரணங்களுக்காகத் திராவிடச் சிந்தனையாளர்கள் பார்ப்பனர்களைத் தமிழர்களிடத்திலிருந்து வேறுபடுத்தி வெளியில் நிறுத்துகிறார்களோ அக்காரணங்களையே மணியரசன் போன்ற தமிழ்த் தேசியவாதிகள் பார்ப்பனர்களை உள்வாங்கிக்கொள்வதற்கான முன்நிபந்தனைகளாக மொழிகின்றனர். ஆனால், இந்த முன்நிபந்தனைகளையெல்லாம் ஏற்றுக்கொண்டு எந்தப் பார்ப்பனராவது தமிழர் அடையாளத்தை ஏற்க முன்வருவார்களா என்பதை மேலும் ஆய்வு செய்ய வேண்டும்.

பார்ப்பனர்களைப் பொறுத்தவரை வேதம்தான் அவர்கள் தனிமனித மற்றும் சமூக வாழ்வின் மையம். சமஸ்கிருதம்தான் அவர்களின் ஆதார மொழி. பார்ப்பனர்கள் இதைவிட்டுவிட்டு வருவதை எவ்வாறு சோதித்து உறுதி செய்வார்கள் என்பதை தமிழ்த்தேசியவாதிகள்தாம் சொல்ல வேண்டும். இது எவ்வாறு நடைமுறைச் சாத்தியம் கொண்டது என்பதையும் ஆய்வு செய்ய வேண்டும்.

---

72. பெ.மணியரசன், தமிழ்த்தேசியம் பன்முகப்பார்வை - தொகுதி: 1, பன்மை வெளி வெளியீடு, 2020 (ப.எண்.22).

"ஆயிரம் இரண்டாயிரம் ஆண்டுகளாகத் தமிழ் மண்ணில் வாழ்ந்து, தமிழைத் தாய்மொழியாகக் கொண்டுள்ள பிராமணர்கள் மற்ற மாநிலங்களில் அந்தந்தத் தேசிய இனத்துடன் ஒன்று கலந்தது போல், தமிழ்நாட்டிலும் தமிழ்த்தேசிய இனமாய் உளவியல் பெற வேண்டும்." [73]

இதைப்போல இந்தியாவின் வேறெந்த மாநிலத்திலாவது மொழிவழித் தேசிய இனமாக ஒருங்கிணைந்து அதில் பார்ப்பனர்கள் இதுபோன்ற நிபந்தனைகளை ஏற்றுக்கொண்டு முன்வரும் முயற்சிகள் ஏதேனும் நடந்திருக்கின்றதா என்பதையும் ஆய்ந்து பார்க்க வேண்டும். இவ்வாறு இந்தியாவின் எந்த மாநிலத்திலும் தேசிய இன உணர்வுடன் பிராமணர்கள் ஒன்று கலந்ததாக நமக்குத் தெரியவில்லை. அது எங்கே, எப்போது, எப்படி நடந்தது என மணியரசன் போன்றோர் சுட்டிக்காட்டினால் நாமும் தெரிந்துகொண்டு தெளிவடையலாம். ஆனால், இத்தகைய ஆய்வுகளில் தமிழ்த் தேசியவாதிகள் ஈடுபடப் போகிறார்களா என்பது கேள்விக்குறியே. ஏனென்றால், திராவிடச் சிந்தனை மரபு தமிழ்த் தேசியச் சிந்தனைக்கு எதிர் மரபாக, பகை மரபாகக் கட்டமைக்கப்பட்டு வளர்த்தெடுக்கப்படுகிறது. எவ்வளவுதான் தமிழ்த் தேசிய மரபும் ஆரியத்திற்கு எதிரானது எனச் சொல்லிக்கொண்டாலும் தமிழ்ச் சமயங்கள் என்னும் இன்னொரு பெயரில் ஆரியக்கொள்கைகள் அரிதாரம் பூசிக்கொண்டு வருகின்றன. தமிழ்த் தேசியர்களால் அதற்கு முழுமையான ஆதரவும் தரப்படுகிறது. சைவத்தையும் வைணவத்தையும் முருகனையும் தமிழ்த் தேசியவாதிகள் எந்த நோக்கில் ஆதரித்தாலும் அதன் உள்ளீடாகக் கடவுளும் சாதியும் வந்துவிடுகின்றன. அதைத் தொடர்ந்து சனாதனமும் வைதீகமும் வந்து விடுகின்றன என்பது திராவிடச் சிந்தனைவாதிகளின் குற்றச்சாட்டு. இதற்கு எதிராகத் தமிழ்த் தேசியச் சிந்தனை திராவிடச் சிந்தனையின் முதன்மை எதிரியாகக் கட்டமைக்கப்பட்டுப் பலராலும் வளர்த்தெடுக்கப்படுகிறது.

தமிழ்த் தேசியர்களால் திராவிட மரபு பகை மரபாகக் கட்டமைக்கப்படும் போக்கை மணியரசனின் கீழ்க்காணும் சொற்களை ஒரு சோறு பதமாகக்கொண்டு விளங்கிக்கொள்ளலாம்.

"தமிழ்நாட்டிலோ இன உரிமை என்ற பெயரில் 'திராவிட' இனம் பேசி, இயற்கையான தமிழின உணர்வைக் கொன்று தமிழரல்லாத அயல் இனங்களின் மீது மோகத்தை வளர்த்துவிட்டனர், திராவிடத் தலைவர்கள்!

73. பெ.மணியரசன், தமிழ்த்தேசியம் பன்முகப்பார்வை - தொகுதி: 1, பன்மை வெளி வெளியீடு, 2020 (ப.எண்.93).

தமிழ் இன உணர்ச்சி இங்கு மற்ற தென் மாநிலங்களில் இருக்கும் அவரவர் இன உணர்ச்சியை விடக் குறைவாக இருப்பதற்குக் காரணம் தமிழின அரசியலில் திராவிட அரசியல் புகுந்ததுதான்." [74]

குணா தொடங்கி மணியரசனில் தொடர்ந்து இன்றைக்கு சீமான் வரை அது தொன்றுதொட்டுத் தொடரும் பாரம்பரியப் பகையாகிப் போனது. காரணம், தமிழ்த்தேசியவாதிகள் தொடக்கம் முதலே பார்ப்பனியத்தையும் பார்ப்பனர்களையும் பகைச் சக்திகளாக முன்நிறுத்தியதைவிட அவர்களின் முனைப்பெல்லாம் மொழியின் அடிப்படையில் பிற மொழியினரைத் தமிழர்களின் பகைவர்களாகக் காட்டுவதில்தான் செயல்பட்டிருக்கிறது. அவர்கள் கட்டமைக்கும் தமிழ்த் தேசியப் பார்வையிலான வரலாறும் தமிழ் அரசர்கள் தவறு செய்திருந்தாலும் அதற்கொரு சாக்குச் சொல்லி இறுதியில் அதற்குக் காரணம் பிற மொழியினர்தான் என்பதாகப் புனையப்படுகிறது.

இந்த அடிப்படையில்தான், தமிழர்கள் அரசாண்ட காலத்தைப் பொற்காலம் எனக் கொண்டாடுவதும், பிற மொழியினர் அரசாண்ட காலத்தை இருண்ட காலம் எனப் பழிப்பதும் தொடர்ந்து நடக்கின்றன. தமிழக வரலாற்றின் பொற்காலம், இருண்ட காலம் குறித்துத் தமிழக வரலாற்றாய்வாளர்களிடையே மாறுபட்ட கருத்துகள் நிலவுகின்றன. தமிழ்த் தேசியர்கள் மொழியின் அடிப்படையில் அணுகும் இந்த வரலாற்றை மற்ற ஆய்வாளர்கள் அக்காலத்தில் நிலவிய சமூகம், அரசியல், சமயம், பண்பாட்டு வழக்காறுகளின் அடிப்படையில் அணுகினர். தமிழ்த்தேசியர்களைப் பொறுத்தவரை பிறப்பால் தமிழர்களான சேரர்களும் சோழர்களும் பாண்டியர்களும் ஆண்ட காலமே தமிழ் மொழி வளர்ச்சிக்கும், தமிழர் வளர்ச்சிக்கும் உவப்பான, சிறப்பான காலங்களாகக் கருதப்படுகின்றன. குறிப்பாக, பிற்காலச் சோழர்களின் காலம் தமிழக வரலாற்றின் பொற்காலம் என இன்றும் தலையில் தூக்கி வைத்துக் கொண்டாடப்படுகிறது. இந்தக் கூற்றுகள் அனைத்தும் உண்மையா என்பதை வரலாற்று ஆய்வுகளைக்கொண்டு ஆய்வு செய்து நாம் ஒரு முடிவுக்கு வர வேண்டும்.

பிற்காலச் சோழர் காலம் தமிழர்களின் பொற்காலமா?

தமிழ் அரசர்களான ராஜராஜனும், அவரது மகன் ராஜேந்திரனும் தமிழர் வீரத்தைப் பறைசாற்றும் விதமாகக் கடல்தாண்டி சென்று மாபெரும் போர் புரிந்து பல நாடுகளை வென்றனர் என்று பெருமிதத்தோடு தமிழர் வரலாறு

---

74. பெ.மணியரசன், தமிழ்த்தேசியம் பன்முகப்பார்வை - தொகுதி: 1, பன்மை வெளி வெளியீடு, 2020 (ப.எண்.93).

சொல்லப்படுகிறது. எந்தத் தகவல் தொழில்நுட்பங்களும் பெரிதாக வளராத அந்தக் காலத்திலேயே கடல் தாண்டிச் சென்று இன்னொரு நாட்டைப் போர் செய்து வெல்வது குறிப்பிடத்தக்க விசயம்தான். இவற்றையும் கூட விமர்ச்சிப்பவர்கள் உண்டு. போர் என்பது மனித உயிர்களைக் கொல்வது. அது அறமற்ற செயல். அதனால், அதனைச் சாதனையாகச் சொல்லுவது ஏற்றுக்கொள்ளத்தக்கதல்ல என்னும் மாறுபட்ட கருத்துகள் உண்டு. 'போர் அறம்' என்பதைவிட போரே 'அறம்' கிடையாது என்ற கருத்துடையவர்கள் நாம். சித்தார்த்தர் புத்தர் ஆனதற்கு அடிப்படைக் காரணம் போர் எதிர்ப்புதான் என்பதை இவ்விடத்தில் நினைவுகூர வேண்டும்.

அதனால், பிற்காலச் சோழர்களுடைய அரசாட்சியை எதைக்கொண்டு மதிப்பிடுவது என்பதில் நமக்கு மாறுபட்ட கோணங்கள் உண்டு. நாம் அவர்கள் சென்ற நாடுகள், செய்த போர்களைக்கொண்டு அவர்களின் அரசாட்சிச் சிறப்பை மதிப்பிடப் போவதில்லை. அத்தகைய பராக்கிரமச் செயல்களைச் செய்த அரசர்கள் தமிழ்ச் சமூகத்தை அறத்தின் வழியில் கட்டமைத்திடப் பங்களிப்பு செய்தார்களா என்பதுதான் அவர்களின் ஆட்சிச் சிறப்பை அளவிட நாம் எடுத்துக்கொள்ளும் அளவீடு. அவர்களின் ஆட்சிக் காலத்தில் மக்கள் சமமாக நடத்தப்பட்டார்களா என்பதுதான் நாம் அந்த வரலாற்றில் தேடி அறிந்துகொள்ள முயற்சிப்பது. ஒருவேளை, அந்தச் சமூகம் சமத்துவமற்றச் சமூகமாக இருந்திருந்தாலும் கூட, அதற்காக வருந்தி அதை மாற்ற ஏதேனும் முயற்சிகள் செய்தார்களா என்பதைத்தான் அவர்களைத் தலையில் தூக்கி வைத்துக் கொண்டாடுவதற்கு முன்பு அறிந்துகொள்ள விழைகிறோம். தமிழக வரலாற்றின் பொற்காலங்களையும், இருண்ட காலங்களையும் இந்த அணுகுமுறையின் அடிப்படையில்தான் நாம் புரிந்துகொள்ள விழைகிறோம். ஆனால், தமிழ்த் தேசியர்களின் வரலாற்று அணுகுமுறை என்ன வகையானது, எதனடிப்படையிலானது என்பதைக் காணலாம்.

மொழியின் அடிப்படையில் கி.வெங்கட்ராமன் தமிழகத்தில் ஆரியம் நுழைந்ததற்கும் வர்ணாசிரம தர்மம் நிலைபெற்றதற்கும் காரணம் யார் என்று சுட்டிக் காட்டுகிறார். அதில்,

"களப்பிரர் காலம் ஆரியப் பிராமணர்களின் ஆதிக்கத்திற்குக் கால்கோள் நடத்தியது. ஆரிய ஆதிக்கக் கோட்டையை எழுப்பியது பல்லவர் ஆட்சி!

பல்லவர் ஆட்சிக்குப் பிறகு வந்த பாண்டிய, சோழர்கள் ஆட்சியில் பிராமண ஆதிக்கம் தொடர்ந்தது. ஏற்கெனவே எழுநூறு ஆண்டு கால வளர்ச்சி பெற்றிருந்தது ஆரியப் பிராமணியம்! அதை அவ்வளவு எளிதாக மாற்றிவிட முடியாது."[75]

75. கி.வெங்கட்ராமன், தமிழ்த்தேசியம் கோட்பாட்டு விவாதங்கள் - தொகுதி 1, பன்மை வெளி வெளியீடு, 2020. (ப.எண்.84).

எனக் கூறுகிறார். நாம் மேலே விளக்கிய அணுகுமுறைக்கு முற்றிலும் மாறான வெறும் மொழியுணர்ச்சியின் அடிப்படையில் செய்யப்படும் தமிழ்த் தேசியர்களின் இம்மாதிரியிலான வரலாற்று அணுகுமுறை சரியானதுதானா, அதை ஏற்றுக்கொள்ளலாமா என்பதைத் தமிழின் மீதும், தமிழரின் மீதும் பற்றுகொண்டுள்ள சிந்தனையாளர்களின் முடிவுக்கே விட்டு விடலாம். பிராமண ஆதிக்கத்திற்குத் தமிழ் ஆட்சியாளர்களான சோழர்களோ பாண்டியர்களோ காரணமில்லை என்ற கருத்துருவாக்கத்தை உண்டாக்கும் ஏராளமான முயற்சிகளுக்கு வெங்கட்ராமனின் மேற்கண்ட கூற்று ஒரு சின்ன எடுத்துக்காட்டு மட்டுமே ஆகும்.

அனைத்துத் தீமைகளுக்கும் பிறமொழியினரே காரணம் என்று இதற்குக் காரணமாக இருந்த சோழர் காலத்துத் தமிழர்களைத் தப்பிக்க வைக்க வரலாற்றுத் திரிபுகளைச் செய்யும் வேலையில் தமிழ்த்தேசியவாதிகள் எப்போதும் ஈடுபட்டு வந்துள்ளனர். அரசியல் கட்சிகள் செய்யும் வழக்கமான எதிர்க் கட்சிகள் மீது பழிபோடும் அதே பழக்கம் இவர்களிடத்திலும் உண்டு. தமிழ்த்தேசியவாதிகள் மீண்டும் மீண்டும் முன்னெடுக்கும் இந்த முயற்சியைப் பலமுறை வெளிச்சம் போட்டுக் காட்டினாலும் அவர்கள் விடுவதாயில்லை. இத்தகைய வரலாற்றுத் திரிபை குணா தொடங்கிய காலத்திலேயே இதற்கு எதிர்வினை செய்தாகிவிட்டது. ‘குணா: பாசிசத்தின் தமிழ் வடிவம்’[76] என்னும் நூலில் அ.மார்க்ஸ் பின்வருமாறு குணாவின் வரலாற்றுத் திரிபுகளைக் கட்டுடைக்கிறார்.

“குலோத்துங்கனுக்கு முந்திய பல்லவ-சோழ மன்னர்கள் தமிழை வளர்ப்பதில் ஊக்கம் காட்டினர் என்பதும் அபத்தமே. எல்லோரும் போற்றும் இராசராசனை எடுத்துக்கொள்வோமே. இவனது காலத்தில் வடநாட்டிலிருந்து பார்ப்பனர்கள் பெரிய அளவில் கொண்டு வரப்பட்டுக் காவிரிக் கரையில் குடியேற்றப்பட்ட செய்தியை நாம் அறிவோம். (பார்க்க: Burton Stein) இவனது அரசகுரு சதுரானனப்பண்டிதர் என்கிற கோளகி (பீகார்) பார்ப்பனர். இவன் மகன் இராசேந்திரனின் காலத்தில் எண்ணாயிரம் என்னுமிடத்தில் நிலைபெற்றிருந்த வடமொழிக் கல்லூரியில் மேற்கொள்ளப்பட்ட பாடத்திட்டம் வேதங்களும் வேதாந்தமும். “சோழர் காலத்தில் இக்கல்வியே பயிற்றுவிக்கப்பட்டது” என்கிறார் ஓர் ஆய்வாளர் (வெ. கிருஷ்ணமூர்த்தி, தமிழ் வேதம்-ஓர் ஆய்வு). இராசராசன் காலத்தில் கோவிலுக்குள் சென்று தேவாரப் பதிகம் பாடுவதற்குத் தமிழர்களுக்கு அனுமதியில்லை என்றும் அப்படி யாரையாவது அனுமதித்தால் அவர்களுக்குத் தீட்சை செய்வித்துப் புதிய தீட்சாநாமம் கொடுத்த பின்னரே அனுமதிக்கப்பட்டனர் என்கிறார் அ.ச.ஞானசம்பந்தன். (எ-டு: திருஞானசம்பந்தர் - அகோரசிவன்; திருநாவுக்கரசர் - வாமதேவசிவன்) “இராசராசனைப் பொறுத்தமட்டில் நாம் எதிர்பார்க்கிற

76. அ.மார்க்ஸ் குணா: பாசிசத்தின் தமிழ் வடிவம், விடியல் பதிப்பகம், கோவை, 1997 (ப.எண்.86).

அளவிற்குத் தமிழ்மொழிப்பற்றும் சைவ சமயப் பற்றும் கொண்டிருந்தானா என்பது என்னைப் பொறுத்தமட்டில் அய்யப்படுகிற ஒன்றாகும்" என முடிக்கிறார். (அ.ச.ஞானசம்பந்தன் முன்னுரை, திருத்தொண்டர் புராணம்)" (ப.எண்.86).

இன்னோர் இடத்தில், பக்தி இயக்கங்கள் மற்றும் இலக்கியங்கள் தமிழ்மொழி வளர்ச்சிக்காகத் தொண்டாற்றியதாகவும், சைவ, வைணவச் சமயங்கள் தமிழர்களின் அறிவு மரபிலிருந்து முளைத்த தமிழ்ச் சமயங்கள் என்பதைப் போலவும் ஒரு கருத்துத் தமிழ்ச் சமூகத்தில் உருவாக்கப்பட்டுள்ளது. பக்தி இயக்கக் காலத்திலிருந்த சைவம், வைணவச் சமயங்கள் ஒடுக்கப்பட்ட சாதிகளைச் சமமாக நடத்தின அல்லது அவர்களுக்குத் தேவையான வெளியை, சுதந்திரத்தைத் தந்தன என்னும் பொருளைத் தரும் விதமாகவும் தமிழ்த் தேசியவாதிகள் எழுதிய வரலாற்றுத் திரிபுகள் ஏராளம். அதனை அந்தக் காலகட்டத்திலேயே பலர் சுட்டிக்காட்டி மறுத்துள்ளனர். அதற்கு அ.மார்க்ஸ் மேற்கண்ட அதே நூலில் எழுதிய எதிர்வினையை ஓர் உதாரணத்திற்குக் காணலாம்.

"ஆழ்வார்களைத் தாழ்த்தப்பட்ட பிற்படுத்தப்பட்ட சாதிகளிலிருந்து வந்தவர்களாகக் குணா சொல்வதும் அப்பட்டமான வரலாற்றுத் திரிபுதான். ஆழ்வார்கள் பன்னிருவர். அவர்களில் மூவர் பார்ப்பனர் (பெரியாழ்வார், தொண்டரடிப் பொடி, மதுரகவி). மூவர் திருமாலின் அம்சங்களாய் அவதரித்தவர்கள் (பொய்கை, பூதம், பேய்). பார்ப்பனரான பெரியாழ்வாரின் வளர்ப்புமகள் ஆண்டாள். நம்மாழ்வார் வேளாளர், திருமழிசை பார்க்கவ வகுப்பைச் சேர்ந்தவர். திருமங்கை ஆழ்வாரும், திருப்பாணாழ்வாரும் மட்டுமே பிற்படுத்தப்பட்ட மற்றும் பட்டியல் சாதிகளிலிருந்து வந்தவர்கள். பெரும்பாலான ஆழ்வார்கள் உயர் சாதியினர் என்பதே உண்மை."[77]

பிற மொழியினரை எதிரியாகத் (வில்லனாக) திட்டமிட்டுக் கட்டமைக்கும் சினிமா பாணியிலான இவர்களது வரலாற்றுப்பார்வை இதனோடு மட்டும் நின்றுவிடுவதில்லை. தமிழ்த்தேசிய இயக்கங்களுக்குள் ஆர்வத்துடன் உள்ளே நுழையும் இளைஞர்களைத் தமிழகத்திற்கு உள்ளேயும் வெளியேயும் பகை அரசியலை முன்வைத்து உசுப்பேற்றும் வேலைகளைப் பல வழிகளில் செய்கின்றனர் தமிழ்த்தேசியவாதிகள்.

தமிழ்த் தேசியத்தின் நோக்கும் போக்கும்

தமிழகத்திற்கு உள்ளே அவர்களின் எதிரி திராவிட அரசியல் என்றால், தமிழகத்திற்கு வெளியே மற்ற மாநிலங்களை, பிற மொழியினரை எதிரியாகச்

77. அ.மார்க்ஸ் குணா: பாசிசத்தின் தமிழ் வடிவம், விடியல் பதிப்பகம், கோவை, 1997 (ப.எண்.84).

சித்திரிக்கும் போக்குக் காணப்படுகிறது. குறிப்பாக, மற்ற மாநிலங்கள் குறித்துச் சில தவறாகத் திரிக்கப்பட்ட எடுத்துக்காட்டுகளையும் செய்திகளையும் பரப்புவது இத்தகைய போக்கில் காணப்படுகிறது.

"கர்நாடகத்தில் கன்னடரல்லாதவர்களாக தெலுங்கர்கள், தமிழர்கள், மராத்தியர்கள் அதிகம் உள்ளனர். இவர்களின் கூட்டுத்தொகை கன்னடர்களின் மக்கள்தொகையைவிட அதிகம் என்றும் கூறுகின்றனர்"(ப.எண்.94).[78]

மேலே மணியரசன் விவரிப்பது தவறான செய்தி. கர்நாடகத்தில் கன்னடம் பேசும் கன்னடர்களே பெரும்பான்மை. தமிழகத்தோடு ஒப்பிடும் போது சதவிகித அடிப்படையில் இது குறைவாக இருக்கலாம். ஆனால், மேற்கண்ட கூற்று உண்மையில்லை. இவ்வாறு உண்மைக்குப் புறம்பான செய்திகளை இளைஞர்களுக்கிடையில் பரப்பிவிட்டு அவர்களின் உணர்ச்சியைத் தூண்டுகிற வேலையைப் பல இடங்களில் தமிழ்த் தேசியவாதிகள் செய்கின்றனர். இப்படித் தவறாகத் திரிக்கப்பட்ட தகவல்களை அவர்கள் மேற்கோள்களாக எடுத்துச் சொல்லக் காரணம், 'பார்! அடுத்த மொழிக்காரன் எவ்வளவு மொழியுணர்ச்சியோடு இருக்கிறான். நீ மட்டும்தான் மொழியுணர்ச்சியற்று இருக்கிறாய்" என்று உணர்ச்சியேற்றுவதற்காகத்தான். ஆனால், இந்தியாவில் நடந்த மொழிவழிப் போராட்ட வரலாற்றை அறிந்தவர்களுக்குத் தெரியும். மற்ற எந்த மொழிவழி மாநிலங்களைவிடவும் தமிழ்நாடுதான் மொழிவழிப் போராட்டங்களை முன்னெடுப்பதில் எப்போதும் முன்னணியில் நிற்கும் மாநிலமாக இருந்திருக்கிறது; இருந்தும் வருகிறது.

தமிழர்களைப் போல மொழிப்பற்று கொண்டவர்கள் வேறு யாரும் இந்தியாவில் இருக்க முடியாது என்றே மற்ற மாநிலத்துக்காரர்கள் சொல்லுவார்கள். மற்ற மாநிலத்துக்காரர்கள், பிற மொழி பேசுவோர் நமது தமிழ் மொழி குறித்து, தமிழர்கள் குறித்து, தமிழ்மொழி காக்க, தமிழர்கள் மற்றும் தமிழ்நாட்டின் உரிமைகளைக் காப்பதற்காக நாம் நடத்தும் போராட்டங்கள் குறித்து எத்தகைய கருத்துகளையும் மதிப்பீடுகளையும் கொண்டிருக்கிறார்கள் என்பதைத் தமிழ்த் தேசியவாதிகள் ஒருமுறை கருத்துக் கேட்பு நடத்தி உண்மையைத் தெரிந்துகொள்ள வேண்டும். சந்தேகமேயில்லாமல், தமிழர்களைப் போலப் பெருமளவில் இந்தியாவில் எந்தவொரு மொழிபேசும் மக்களும் மொழியின் அடிப்படையில்

78. பெ.மணியரசன், தமிழ்த்தேசியம் பன்முகப்பார்வை - தொகுதி: 1, பன்மை வெளி வெளியீடு, 2020 (ப.எண்.94).

திரளுவது இல்லை என்பது தெரிய வரும். இவ்வாறு சொல்வதால், நம்முடைய மொழியுணர்ச்சியைக் குறைத்துக்கொள்ள வேண்டும் என்பதில்லை. அது இன்னும் கூர்தீட்டப்பட வேண்டுமென்பதில் நமக்கு மாற்றுக் கருத்தில்லை. ஆனால், அது தவறான நோக்கங்களுக்காக வெறுமனே மொழி வெறியை ஊட்டுவதாக இருக்கக் கூடாது என்பது நமது கவலையாகும். ஏனென்றால், அத்தகைய ஒரு போக்கு இங்கு திட்டமிட்டு உருவாக்கப்படுகிறது. அது மட்டுமல்லாமல், பிற மொழியாளர்களை மட்டுமே எதிரிகளாகக் கட்டமைக்கும் போக்கும் இதனூடாக முன்னெடுக்கப்படுகிறது. மார்வாடிகள், தெலுங்கர்கள், கன்னடர்கள், மலையாளிகள் என எல்லாரையும் எதிரிகளாகக் கட்டமைக்கும் பரவலான போக்கு தமிழர்களின் முன்னேற்றத்திற்கு உதவுமா என்பதைச் சிந்தித்துப் பார்க்க வேண்டும்.

யார் ஒருவரையும் நாம் எதிரியாகக் கட்டமைக்கலாம். எந்தச் சிந்தனையையும் ஆபத்தானதாகச் சுட்டிக் காட்டலாம். ஆனால், அத்தகைய நிலைப்பாடுகளுக்கான அடிப்படைக் கொள்கையாக எதைக் கைகொள்கிறோம் என்பதுதான் முக்கியம். இந்தி மொழித் திணிப்பை எதிர்க்கிறோம். எதற்கு? அதனூடாக ஒரு சமூகம் இன்னொரு சமூகத்தை ஆதிக்கம் செய்ய முயல்கிறது என்பதற்காக. இந்தத் திரிபு வாதங்களின் அடிப்படைக் கொள்கை இந்தி என்னும் மொழியை எதிர்க்கும் மொழி எதிர்ப்பு அல்ல, இந்தி மொழி வழியாக மேலாதிக்கம் செய்ய நினைக்கும் ஆதிக்க எதிர்ப்பு. ஆதிக்கம், ஒடுக்குமுறை, சுரண்டல், அநீதி, ஏற்றத்தாழ்வு போன்ற கருத்தாக்கங்கள் எந்த வடிவில் வந்தாலும் எதிர்க்கப்பட வேண்டியவை ஆகும். அது மொழி வடிவில் வந்தாலும் சரி. சாதி, மத, பால், நிற, வர்க்க அடிப்படைகளில் வந்தாலும் சரி. ஆனால், தமிழ்த் தேசியவாதிகளின் போக்கு அப்படியில்லை. காரணம், இன்றைக்குத் 'தமிழர் யார்?' என்று அடையாளப்படுத்துவதற்குக்கூட அவர்கள் எடுத்துக்கொள்ளும் அடிப்படை ஒருவருடைய 'சாதி' அடையாளம். இது எவ்வளவு அருவருக்கத்தக்கதும் ஆபத்தானதும் என்பதை அறமுள்ள சிந்தனையாளர்களின் முடிவுக்கே விட்டுவிடலாம்.

தமிழ்த் தேசியவாதியான கி.வெங்கட்ராமன் இதை ஆதரித்து எழுதுவதை நாம் வாசிக்க வேண்டும்.

"சில தமிழின உணர்வாளர்கள் பிறமொழி பேசுவோரைக் கண்டறிந்து விலக்கிவைக்க வேண்டும் என்ற நோக்கில் தமிழர்கள் தங்கள் சாதிகளைச் சொல்ல வேண்டும் எனக் கேட்கிறார்கள். இது சரிசெய்யப்பட வேண்டிய தோழமை முரண்பாடு!

பல நூற்றாண்டுகளாக இங்கே தங்கி வாழ்ந்து வரும் பிறமொழி பேசும் சாதியினரும் தமிழ்த்தேச மக்கள்தாம், அவர்கள் அயலார் அல்லர்! இந்த உரையாடல் தேவைப்படுகிறது. ஆனால், இவ்வாறு கேட்போரைச் சாதி ஆதிக்கவாதிகள் என்று முத்திரை குத்திவிட முடியாது.” [79]

அவர் தமிழ்த்தேசியவாதிகளின் சாதிய மனோபாவத்தை மிக மிக மென்மையாகத் தோழமை முரண்பாடு என்ற அளவில் மட்டுமே செல்லமாகக் கண்டிக்கிறார். அது மட்டுமில்லை. அவர்களைச் சாதி ஆதிக்கவாதிகள் என்று முத்திரை குத்தக் கூடாது என்றும் வேண்டுகோள் விடுக்கிறார். ஏதோ தமிழ்த்தேசியம் பற்றிக் கோட்பாட்டளவில் அவ்வளவாக அறிந்திராத தமிழ்த் தேசிய அமைப்புகளில் உள்ளவர்கள் இவ்வாறு பேசினால் பரவாயில்லை. தமிழ்த் தேசியக் கோட்பாடுகளைக் கட்டமைக்கும் பணியில் ஈடுபட்டிருப்போரும் இத்தகைய வழிகளில் ஈடுபடுவது ஆபத்தின் ஆழத்தை உணர்த்தும்.

மணியரசன் போன்றோர் இதற்கும் மேலே போய் தமிழர்களை ‘தமிழ் இந்து’ என்று அழைக்கலாம் என்கின்றனர். அவர்களின் இறுதி நோக்கம் தமிழர்களை இந்துமயப்படுத்துவதுதான் என்பதாகப் பலர் வைக்கும் விமர்சனங்கள் உண்மையே என்பதாகக் கருத வைக்கும் கருத்துகள் இவை. மார்க்சியவாதியாக இருந்து தமிழ்த்தேசியவாதியாக மாறி அதன் கோட்பாட்டாளர் என்னும் மகுடத்தைச் சூட்டிக்கொண்ட பெ.மணியரசன் ‘தமிழ் இந்து’[80] என்ற அடையாளத்தை இன்று முன்வைக்கிறார். சமகாலத்தில் இந்தக் கருத்தைத் தூக்கிப் பிடிக்கும் அவரின் சொற்களிலேயே கேட்கலாம்,

“இந்த ஆரிய சூழ்ச்சியிலிருந்து பாடம் கற்றுக்கொண்டு அவற்றை வீழ்த்த புதுப்புது உத்திகளைக் கையாள வேண்டும். வெறும் இந்து மத எதிர்ப்பு அவர்களை வீழ்த்தி விடாது. மாற்றுச் செயல்திட்டங்கள் தேவை. அந்த வழிகளில் ஒன்றுதான் ‘தமிழ் இந்து’ செயல்திட்டம்!

எனவேதான் வெகுமக்கள் ஏற்றுக்கொண்டிருக்கும் இந்து மதப் பெயரை முற்றிலும் மாற்றாமல், அதில் ஆரிய-பிராமண-சமற்கிருத ஆதிக்கம் விலக்கப்பட்ட கோட்பாட்டைத் ‘தமிழ் இந்து’ என்ற பெயரில் முன்வைக்கிறோம்.”

பெயரை மட்டும் மாற்றித் தமிழ்த்தேசியத்தை வென்றெடுத்துவிடலாம் அல்லது தமிழர் ஒற்றுமையைக் காத்துவிடலாம் என்ற நப்பாசை வெளிப்படும் இடமிது.

79. கி.வெங்கட்ராமன், தமிழ்த்தேசியம் கோட்பாட்டு விவாதங்கள் - தொகுதி 1, பன்மை வெளி வெளியீடு, 2020. (ப.எண்.23).

80. பெ.மணியரசன், தமிழ் இந்து ஏன்?, பன்மை வெளி வெளியீடு, 2022 (ப.எண்.87-88).

தமிழ்த் தேசியம் என்னும் கருத்தாழமிக்கச் சிந்தனை மரபை இவ்வளவு எளிமையாக்கிச் சிறுமைப்படுத்த யாராலும் இயலாது. மார்க்சிய வழியிலான புரட்சி என ஆரம்பித்து அறப்போராட்டம் என மாற்றிக்கொண்டவர்கள் இறுதியில் இந்து தேசியத்தைத் தமிழ்த்தேசியமாகப் போதிக்கும் நிலைக்கு வந்துவிட்டனர். அதற்கு அவர் சொல்லும் விளக்கம், 'தமிழ் இந்து' என்பது இந்தியத்தையும் ஆரியத்தையும் பிராமணியத்தையும் நீக்கிய இந்து என்னும் புது விளக்கம். வைதீகத்தைத் தன் உயிராகக்கொண்டிருக்கும் 'இந்து' என்ற சொல் தமிழ்ச்சொல்லான 'சிந்து'விலிருந்து சென்றதனால் அதன் இந்துத்துவத் தன்மை போய்விடும் என்று எண்ணுவது அறிவீனமாக அல்லாமல் வேறென்னவாக இருக்க முடியும்.

'சங்கி' என்ற சொல் உண்மையில், பழங்காலத்தில் சமண, பௌத்தர்களைக் குறிப்பதாகும். அவர்கள்தாம் சங்கம் என்னும் நிறுவனத்தை அமைத்தவர்கள். அதன் மூலமாகக் கல்வி, மருத்துவம், உணவளித்தல் போன்ற அறச்செயல்களை எல்லோருக்கும் சமமாக வழங்கியவர்கள். இன்றைக்கு 'சங்கி' என்று அழைக்கப்படுபவர்கள் அந்தச் சமத்துவக் கருத்தாக்கத்திற்கு எதிராகப் பணி செய்பவர்கள். 'சங்கி' என்ற சொல் மூலத்தில் சமண, பௌத்தர்களைக் குறித்தது என்பதற்காக இன்றைக்கும் அதை நாம் வைத்துக்கொண்டால் அது எந்தளவுக்கு நன்மை பயக்கும் என்று சிந்தித்துப் பார்க்க வேண்டும். சங்கம் வைத்து அறச்செயல்கள் செய்த சமண பௌத்தச் சங்கிகள் அந்த அறச்செயல்களைச் செய்யும் சங்கம் என்னும் அமைப்பை மீண்டும் உருவாக்கலாம். அதன் மூலம் அந்த அறச்செயல்களை மீண்டும் செய்யலாம். ஆனால், 'சங்கி' என்னும் அந்தப் பெயரையே மீண்டும் வைத்துக்கொள்வதால் என்ன பயன் விளையப் போகிறது.

தீவிரத் தமிழ்த்தேசியர்களாகக் காட்டிக்கொள்பவர்கள் இறுதி இலக்காக முன்வைக்கும் செயல்திட்டம் இங்குதான் வந்து சேரும் என்பது இதில் தெளிவாக விளங்குகிறது. மொழிவழித் தேசியத்தை உண்டாக்கிடப் பல வழிகளில் முயற்சி செய்து அதை வெல்ல முடியாமல் தோற்றுப் போனவர்கள் எதைத் தின்றால் பித்தம் தெளியும் என்ற குழப்ப மனநிலைக்கு உள்ளாகி இத்தகைய நிலைப்பாட்டை நோக்கி நகர்கின்றனர். காரணம், மொழி வழித் தேசியத்திற்குள் சமயக் கோட்பாடு என்பது இப்படித்தான் இயங்குகின்றது. தமிழ்த் தேசியவாதிகள் முன்வைக்கும் தமிழர் மெய்யியல் வைதீகத்தை முற்றாக நீக்கியது என்று என்னதான் சொன்னாலும் அது நடைமுறையில் அவ்வாறு எப்போதுமே இருந்ததாக இல்லை. வைதீகக் கருத்துகளைத் தன் உள்ளடக்கமாகக்கொண்ட சமயங்களையே தமிழர் சமயமாக அது முன்வைக்கிறது. சைவத்தையும் வைணவத்தையும் நாம் எடுத்துக்காட்டுகளாகச் சுட்டிக் காட்டலாம். இவையெல்லாம் ஒன்றுக்கொன்று தோழமைச் சக்திகளாக

இணைந்து இயங்குகிற இயல்பைக் கொண்டிருப்பதாகப் பார்க்கப்படுகின்றன. தமிழர்களின் சமயம் குறித்த சிந்தனைகள் இதற்குத் துணை செய்கின்றன.

இந்தக் காரணத்தையொட்டியே, சைவம், வைணவம் முதலான சமயச் சிந்தனைகளின் அடிப்படையிலும் தமிழ்த் தேசியம் என்னும் கோட்பாடு வரையறுக்கப்படுகிறது. இங்கிருந்துதான் தமிழர்களின் தாய் மதம் போன்ற முழக்கங்களும் உருவாகின்றன. இவை அனைத்தையும் விவாதித்தால்தான் நாம் தமிழ்த் தேசியச் சிந்தனையில் பௌத்தத்தின் இடம் குறித்து ஒரு தெளிவான முடிவுக்கு வர இயலும். இந்தக் கட்டுரைகளை எழுதிக்கொண்டிருக்கும் இவ்வேளையில் தமிழரின் தாய் மதம் எது என்பது குறித்தும் தமிழரின் சமயங்கள் குறித்தும் அதிகளவில் விவாதங்கள் தமிழகத்தில் நடைபெற்றுவருகின்றன. தமிழ்த் தேசியச் சிந்தனையைத் தமிழ்ச் சமய மரபுகளின் நோக்கிலும் ஆராய வேண்டும். அப்போதுதான், அதன் முழுமையான பரிணாமத்தை நாம் புரிந்துகொள்ள முடியும். தமிழரின் தாய் மதம் குறித்த இந்த விவாதத்தில் சமயங்களின் தத்துவ விசாரணைகளுக்குள் செல்லாமல் அதன் மையமான சாரத்தை மட்டும் எடுத்துக்கொண்டு விவாதிக்கலாம்.

தமிழரின் தாய் மதம் எது?

தமிழரின் தாய் மதம் எது என்று கேட்டால் பல வகையான விடைகள் நமக்குத் தரப்படுகின்றன. தமிழர்களின் சமய மரபு முதலில் திணை வழி அடிப்படையிலான தொல்குடி வழிபாடு எனத் தொடங்கி, சைவம், வைணவம் என இடையில் உருமாறி இறுதியில் இன்றைக்கு இந்து என்னும் மதத்தில் சங்கமமாகியுள்ளது எனச் சொல்வோரே பெரும்பான்மையினர். சைவம், வைணவம் என இரு மதங்களும் தமிழ் மொழியைப் பயன்படுத்தித் தம்மை வளர்த்துக்கொண்ட மதங்கள். பக்தி இயக்கங்கள், இலக்கியங்கள் மூலமாகத் தம்மை வளர்த்துக்கொண்டதோடல்லாமல் சமண, பௌத்த மதங்கள் செல்வாக்கு பெற்றக் காலத்தில் வழக்கிலிருந்த பிராகிருத, பாலி மொழிகளின் செல்வாக்கைக் குறைத்துத் தமிழ் மொழியை அதிகப் பயன்பாட்டிற்குக்கொண்டு வந்ததும் இந்த இயக்கங்களின் விளைவாகவும் குறிப்பிடப்படுகின்றன.

ஆனால், அதனுடன் சமஸ்கிருதம் போன்ற பார்ப்பனியத்தன்மை கொண்ட மொழியைத் தமிழ் மொழியில் அதிகம் கலக்கச் செய்தவையும் இவையே என்னும் வரலாற்று உண்மையைக் குறிப்பிடுவதை மட்டும் கவனமாகத் தவிர்த்துவிடுகின்றனர். சைவ நாயன்மார்களும் வைணவ ஆழ்வார்களும் தமிழை எந்தளவுக்குப் பயன்படுத்திக்கொள்ள முடியுமோ அந்தளவிற்குப் பயன்படுத்திக்கொண்டு தங்கள் சமயங்களை வளர்த்தனர். ஆனால், பெரும்பான்மையாக வைணவத்தைவிட

சைவமே அனைத்திலும் முன்னிலை பெற்றது. இது எந்தளவிற்குச் சென்றதென்றால், 'சைவமே தமிழ்; தமிழே சைவம்' என்று சமயத் தத்துவத்தைத் தமிழ்த்தேசியத்தின் உள்ளடக்கமாக வைக்கும் அளவுக்குச் சென்றது.

இவ்வாறு, சைவமே தமிழ் என்று முன்மொழியப்பட்ட வாதங்களுக்கிடையில் சில ஆய்வுமுடிவுகள் நமக்குச் சில வரலாற்றுண்மைகளை விளக்கங்களாகத் தந்துள்ளன. சைவம் தமிழரின் ஆதி மதமா என்னும் கேள்வி அடிக்கடி கேட்கப் படுகிறது. இதற்குத் தமிழரின் வழிபாட்டு மரபுகளை ஆய்வுசெய்யும் ஆய்வாளர் அ.கா.பெருமாள் சொல்லும் கூற்றைக் கவனிக்கலாம்.

"தொல்காப்பியர் காலத்தில் நிறுவன சமயம் வழக்கில் இல்லை. அவர் காலத்தில் முழுமுதல் கடவுள் பற்றிய சிந்தனை முழுவீச்சில் இருந்தது என்றோ தமிழரின் சமயம் என்று அழைக்கப்படும் சைவ சமயம் சிறிய அடையாளத்துடன் இருந்தது என்றோ ஊகிக்க முடியவில்லை."[81]

இந்தக் கூற்று தமிழரின் தாய்ச் சமயம் குறித்த தெளிவற்ற நிலையைத் தெளிவாக விளக்குகிறது. சைவம் தமிழரின் தாய் மதம் என்னும் வாதங்கள் ஒரு புறமிருக்க, சைவம் தமிழர் மெய்யியல் மரபிலிருந்து வந்த 'அக்மார்க்' 'ஒரிஜினல்' தமிழர் சமயம் என்றும் இன்னொரு புறம் வாதிடப்படுகிறது. இந்தத் தமிழர் சமயங்கள் எந்தவகையிலும் வைதீகக் கலப்பில்லாதது என்றும் பாராட்டப்படுகிறது. அது எந்தளவுக்கு உண்மை என்பது சமயத் தத்துவங்களையும் சமூக வரலாற்றையும் ஆராய்ந்தவர்கள் கூற்றின் வாயிலாகத் தெரிந்துகொள்ள வேண்டும். தமிழகத்தின் வரலாற்றையும் சமயங்களின் வரலாற்றையும் ஆய்வுசெய்த இன்னோர் ஆய்வாளர் பொ.வேல்சாமியின் கூற்று,

"துரைசாமிப் பிள்ளை உண்மையை உள்ளபடியே கூறுகிறார். அந்த உண்மை 'பார்ப்பனர்கள் வேண்டாம், ஆனால், பார்ப்பனியம் எங்களுக்கு வேண்டும்.' மனுநீதி, தீண்டாமை, சாதியப்பாகுபாடுகள் என்று சமூக இழிவுகளையெல்லாம் தங்கள் தலைமைக்கு உறுதுணையாக பார்ப்பனர்கள் கைக்கொண்டனர். இப்பொழுது சூத்திர உயர்சாதியினராகிய நாங்கள் அதனைக் கைப்பற்றிவிட்டோம். எங்கள் கைவசப்பட்ட பார்ப்பனியம்தான் சைவ சித்தாந்தம் என்பது." [82]

சுருக்கமாக, அவர் "சைவம் பார்ப்பனியம்தான்" எனக் கூறுகிறார். ஆனால், சைவ சமயத்தினைப் பறைசாற்றும் மடத்தினர், இயக்கத்தினர், ஆய்வாளர்கள் இந்தக் கருத்தை ஏற்க மறுத்து சைவச் சமயத்தின் அடிப்படையான தத்துவக்

81. அ.கா.பெருமாள், பழந்தமிழர் வழிபாட்டு மரபுகள், என்.சி.பி.ஹெச் வெளியீடு, 2018 (ப.எண்.25).

82. பொ.வேல்சாமி, பொய்யும் வழுவும், காலச்சுவடு பதிப்பகம், நாகர் கோவில், 2021 (ப.எண்.77-78).

கோட்பாடுகளான பதி, பசு, பாசம் என்னும் கோட்பாடுகள் தமிழரின் மரபு சார்ந்தவை என்றும் அவை ஆரியர்களின் வேதங்களை ஏற்காதவை என்றும் வாதிடுகின்றனர். சைவத்தின் முழுமுதல் இறைவனான சிவன் வேத எதிர்ப்பாளர் என்னும் கருத்துகளெல்லாம் முன்வைக்கப்படுகின்றன. ஆதிசங்கரரின் அத்வைதத்தை ஏற்கும் சைவர்களும் உண்டு. ஏற்காத சைவர்களும் உண்டு. சைவம் முற்றிலும் வைதீகச் சார்புடையது. வைணவம்தான் வைதீகச் சார்பற்றது என்று விளக்கும் வைணவ ஆய்வாளர்களும் உண்டு. விசிஷ்டாத்வைதக் கோட்பாட்டை முன்மொழிந்த ராமானுஜர்தான் சமூக நீதிக் கோட்பாட்டை உணர்ந்தவராக இருந்தார். அவர்தான் சாதி பார்க்காமல் அனைவரையும் சமமாகப் பாவித்தார். எனவே வைணவம்தான் தமிழர்களின் தாய் மதமாக இருக்கத் தகுதி வாய்ந்தது என்று வாதிடுவோரும் உண்டு. இதற்கு மாறுபட்ட வேறு கருத்து உடையவர்களும் உண்டு.

அயோத்திதாசர் கூற்றுப்படி, இந்தியா இந்திரர் தேசமாக[83] இருந்தது. இந்திரர் தேசம் என்பது பௌத்தத்தைத் தன் வாழ்வியல் அறமாகப் பின்பற்றிய தேசம். அதுவே சகட பாஷையாம் சமஸ்கிருதத்தையும், மகட பாஷையாம் பாலியையும், திராவிட பாஷையாம் தமிழையும் உண்டாக்கி வளர்த்தது. பௌத்தமே தமிழரின் தாய் மதம் என்னும் பொருளில் பௌத்தத்தை முன்வைத்தார் அயோத்திதாசர். அண்மைக் காலத்தில், ஆசீவகம் தமிழர்களின் தாய்ச் சமயமாக இருந்தது என்கிறார் பேராசிரியர் க.நெடுஞ்செழியன்.[84] ஆசீவகத்தின் மையக் கோட்பாடுகளான ஊழ்க் கோட்பாடு, அணுக் கோட்பாடு, தற்செயல் கோட்பாடு தமிழர்களின் அறிவு மரபிலிருந்து பெறப்பட்டவை என்றும் வாதிடுகிறார்.

ஆனால், இன்றைக்கு, மீண்டும் சைவம், வைணவம் என்ற இரண்டும்தான் தமிழரின் தாய் மதங்கள் என்பதைப் போன்ற தோற்றம் உண்டாக்கப்படுகிறது. இந்தக் கருத்துகள் சமயம் சார்ந்தவர்களால் மட்டுமல்லாமல், சமயம் சாராத சில முற்போக்குச் சக்திகளாலும் தீவிரமாகத் தூக்கிப் பிடிக்கப்படுகின்றன. ஏற்கெனவே சைவத்தை ஆதரிக்கும் பலர் சைவம் வேத எதிர்ப்பை அடிப்படையாகக் கொண்டது என்னும் கருத்தையும் முன்வைக்கின்றனர். அதனால் சைவத்தைத் தமிழர் தாய் மதமாக ஏற்கலாம் என்பது அவர்களின் கருத்து. அதையொட்டியே, பொன்னியின் செல்வன் திரைப்படம் அண்மையில் வெளிவந்த சமயத்தில் முன்வைக்கப்பட்ட 'ராஜராஜன் இந்து அல்ல' என்னும் வாதங்கள், பிரதி வாதங்கள் இந்து மதத்திற்கு எதிரானது என்பது போல தொனிக்கும். ஆனால், அதனை

83. க.அயோத்திதாசர், க.அயோத்திதாஸப் பண்டிதர் சிந்தனைகள் தொகுதி: நான்கு, தலித் சாகித்ய அகாடமி, சென்னை-73, 1999 (ப.எண்.16).

84. க.நெடுஞ்செழியன் உரை - https://www.youtube.com/watch?v=bI8D2fxBFYA

நுட்பமாகக் கவனித்தால் வேறு பல உண்மைகள் புலப்படும். அது, ராஜராஜன் இந்து அல்ல. ராஜராஜன் சைவ மதத்தைப் பின்பற்றிய மன்னன் அதாவது தமிழரின் சமயமாகிய சைவத்தைப் பின்பற்றிய தமிழன் என்னும் கருத்துத் தொனிக்கும் வகையிலும் அது முன்வைக்கப்பட்டது. அதனால், இந்து மதத்தை எதிர்ப்பது போலத் தோற்றமளிக்கும் அக்கருத்து சைவத்திற்கு ஆதரவாக வெளிப்படுகிறது. அதையொட்டி சைவத்தைத் தமிழர் சமயம் என முன்வைக்கும் போக்கு மீண்டும் மேலெழுந்து வருகிறது.

சைவம், வைணவம் அல்லது சிவனியம், மாலியம் தமிழரின் சமயங்கள் என்ற கூற்றுகள் வரலாற்றின் பல்வேறு காலகட்டங்களில், குறிப்பாக, பக்தி இயக்கக் காலகட்டத்திற்குப் பிறகு மீண்டும் மீண்டும் வலியுறுத்தப்படுகின்றன. சைவம் தமிழரின் தாய் மதம் என்னும் முழக்கம் மேலெழும் போது மற்றச் சமயத்தினரும் இதே போன்றதொரு கருத்தை உரைப்பது வழக்கமாகிவிட்டது. உண்மையில், ஒரு சமூகத்தின் அல்லது இனக்குழுவின் தாய் மதத்தை எவ்வாறு தீர்மானிப்பது என்பது குறித்து நாம் திறந்த மனதோடு ஆழமாகச் சிந்திக்க வேண்டும்.

தமிழரின் சமயம் என ஒற்றை மதத்தை நாம் சுட்டிக்காட்ட முடியாது. எல்லாப் பழங்குடிச் சமூகங்களுக்கும் அமைந்ததைப் போல பல தெய்வ வழிபாடுதான் தமிழர்களின் சமய மரபாகப் பண்டைக் காலத்தில் இருந்துள்ளது என்பதை அனைவரும் உணர வேண்டும். சங்க காலத்தில் திணை அடிப்படையிலான தொல்குடி வழிபாடு இருந்தது. ஆனால், சங்க காலத்தில் வழங்கி வந்த முருகன், திருமால், இந்திரன், வருணன், கொற்றவை வழிபாடுகள் இன்றைக்கு இந்து மதத்தின் அங்கங்களாக ஆக்கப்பட்டுவிட்டன. அவை இன்றைய இந்து மதம் என்னும் கருத்தாக்கத்திற்குள் வராதவை அல்லது அடங்காதவை என்னும் பார்வையைச் சிலர் முன்வைத்தாலும் அவை இப்போது எடுபடுவதில்லை. ஆகையால், தமிழரின் தாய் மதம் எது என்பதைத் தீர்மானிக்க நாம் முன்மொழியும் அடிப்படை என்ன என்பது குறித்த தெளிவு வேண்டும். மதத்தைத் தீர்மானிப்பதற்கும் ஒரு கோட்பாட்டு அடிப்படையில்லாமல் இருக்க முடியாது. தமிழரின் தாய் மதத்திற்கான கோட்பாட்டு அடிப்படையாக எதைக் கொள்ளுவது என்பதை முடிவு செய்வதுதான் நாம் எடுத்துவைக்க வேண்டிய முதல் அடி.

தமிழரின் சமயக் கோட்பாட்டு அடிப்படையாக எடுத்துக்கொள்ள சைவமும் வைணவமும் நமக்கு எதைப் பரிந்துரைக்கின்றன? சிவனையும் திருமாலையும் அவர்கள் எடுத்த பல்வேறு அவதாரங்களையும் முன்மொழிந்த தர்மங்களையும் தவிர்த்து விட்டு அந்தந்தச் சமயங்களின் கோட்பாட்டை உருவாக்கிக்கொள்ள முடியுமா? அவ்வாறு

முன்மொழியப்படும் தர்மங்கள் சமத்துவத்தை வலியுறுத்துபவையா? அவதாரங்கள் எடுக்கும் கடவுள்கள் என்ன மாதிரியான ஒழுக்க நெறிகளை அறிவுறுத்துகின்றன? சைவமும் வைணவமும் வைதீக மதத்திலிருந்து வேறுபட்டவை என்று வாதிடும் சமய அறிஞர்கள் அவை பிற்போக்குத்தனத்திற்கும் சமூக ஏற்றத்தாழ்வுக்கும் வழிவகுக்காது என்ற உத்தரவாதத்தைத் தர முடியுமா? (இவ்விடத்தில், யாரேனும் ராமானுஜரை எடுத்துக்காட்டாகச் சொல்லலாம். ராமனுஜரின் திருக்குலத்தார், காந்தியின் ஹரிஜன், பாரதியாரின் பூணூல் அணிவிப்பு போன்ற மேம்போக்கான சீர்திருத்தங்களை ஒடுக்கப்பட்ட சமூகத்தினர் ஏற்பதில்லை என்பதைப் பலமுறை சொல்லியாகிவிட்டது). ஆசீவகத்தின் ஊழ்க் கோட்பாடு மனிதர்களின் முயற்சிக்கு எந்த அளவிலும் ஊக்கம் தராமல் ‘தலைவிதியின் படியே வாழ்க்கை’ என்னும் பிற்போக்குத்தனத்தை ஊக்குவிப்பதால் ஒருவேளை ஆசீவகமே தமிழரின் ஆதிச்சமயமாக இருந்தாலும்கூட அதையும் தமிழரின் மதமாக இன்று நாம் ஏற்றுக்கொள்ள முடியுமா?

எது தமிழர் மதம்? அடிப்படைப் புரிதல்கள்

ஒரு சமூகத்தின் தாய் மதத்தைத் தீர்மானிக்கும் போது இவ்வகையான அடிப்படைக் கேள்விகளை எழுப்ப வேண்டிய தேவை எழுகிறது. இந்த அடிப்படைக் கேள்விகளுக்குக் கிடைக்கும் விடைகளை வைத்தே தாய் மதம் என்பது எந்த அளவுக்கு இந்தச் சமூகத்தை மேம்படுத்த உதவும் என்பது விளங்கும். உலகில் உள்ள பல்வேறு மொழி, தேச அடிப்படையில் வாழ்ந்து வருகிற மக்கள் அந்த மண்ணிலேயே பிறந்து உருவான மதங்களைப் பின்பற்றுவதில்லை. ஒரு தேசிய இனம் பின்பற்றுகிற மதம் அந்தத் தேசிய இனத்தின் அடிப்படையில் உருவாகாமல் வேறொரு தேசிய இனத்திலிருந்து வந்ததாக இருக்கலாம். கிறித்தவம், இசுலாம், பௌத்த மதங்கள் மட்டுமல்லாமல் இந்து மதமும் பிற மொழி வழி தேசிய இனக் குழுக்களாலும், பிற தேசத்தில் வாழ்ந்து வருகிற மக்களாலும் அவர்கள் பின்பற்றக்கூடிய மதமாக ஏற்றுக்கொள்ளப்படலாம். தாய் மதம் என்பது உலகின் எந்தப் பகுதியிலும் மொழியின் அடிப்படையில் அவ்வளவு கறாராகப் பின்பற்றப்படவில்லை. ஆக, தமிழரின் தாய் மதம் இந்த மொழியிலிருந்தே பிறந்து வளர்ந்ததாக இருக்க வேண்டுமென்ற கட்டாயம் எதுவுமில்லை. தாய் மதமாக எதை ஏற்றுக்கொள்ளுவது என்பதற்குத் தமிழரின் வாழ்வியலை அற வழியில் நெறிப்படுத்தும் சமயமாக எது இருக்கும் என ஆழ்ந்து சோதித்துப் பார்த்துத் தேர்ந்தெடுத்துக்கொள்ள வேண்டும்.

அந்த வகையில் பார்த்தால், தமிழரின் சமயங்கள் எனச் சைவம், வைணவம், ஆசீவகம் சிவனியம், மாலியம் என எப்போதெல்லாம் எழுப்பப்படுகிறதோ அப்போதெல்லாம் சமண, பௌத்தச் சமயங்கள் குறித்தும் கருத்துகள் மேலெழுந்து வருவது தவிர்க்க இயலாதது. சைவம், வைணவம் தமிழகத்தில் தோன்றிய மதங்கள் என்பது உண்மை. ஆசீவகம் தமிழகத்தில் தோன்றிய மதம் என்னும் கருத்தை முன்வைத்து வந்துள்ள ஆய்வுகள் தொடக்க நிலையிலிருக்கின்றன. ஒரு வாதத்திற்காக அதையும் தமிழ் நிலத்திலிருந்து தோன்றிய மதம் என்றே வைத்துக்கொள்ளலாம். சமணம், பௌத்தம் தமிழகத்திற்கு வெளியிலிருந்து வந்த மதங்கள்தாம். அது வரலாற்று அறிஞர்களாலும் ஆய்வுலகத்தாலும் அனைவராலும் ஏற்றுக்கொள்ளப்பட்ட உண்மை.

வரலாற்றுண்மை இவ்வாறிருக்கும் போது, எந்த மதத்தை ஏற்றுக்கொள்வது என்னும் கேள்வி நம் மனதில் எழும். எந்த மதத்தை என்பதைவிட எதை அடிப்படையாக வைத்து மதத்தைத் தேர்ந்தெடுக்க வேண்டும் என்று எழுப்பப்படும் கேள்வியே மிகப் பொருத்தமானதாக இருக்கும். ஒரு சமூகம் அல்லது ஒரு தனிமனிதன் எதனை அடிப்படையாக வைத்துத் தன் மதத்தைத் தேர்ந்தெடுக்க வேண்டும் என்னும் கேள்விக்குத் தரும் பதிலை வைத்து ஒரு சமூகத்திற்கானதை அல்லது தேசிய இனத்திற்கானதைத் தேர்ந்தெடுக்க வேண்டும். அதாவது, மதம் அல்லது சமயம் என்பதை அது உருவாகும் நிலத்தை அடிப்படையாக வைத்து ஏற்றுக்கொள்வதா அல்லது அது உட்கொண்டிருக்கும் தத்துவத்தை அடிப்படையாக வைத்து ஏற்றுக்கொள்வதா என்பதே நாம் எழுப்ப வேண்டிய அடிப்படையான கேள்வி. பிறப்பின் அடிப்படையிலா? தத்துவத்தின் அடிப்படையிலா? நம்முடைய மண்ணில் பிறந்தவை என்பதாலேயே அவற்றை ஏற்றுக்கொள்ளலாமா என்பதைச் சிந்தித்துப் பார்த்துத் தெளிய வேண்டும். பிறப்பின் அடிப்படையில் தேர்ந்துகொள்ளும் எல்லாமுமே பெரும்பாலும் சிக்கலுக்குரியதாக இருக்கிறது. சாதி இதற்கொரு நல்ல உதாரணமாகும். உள்ளடக்கம் என்ன என்று பார்ப்பதுதான் பொருத்தமாக இருக்கும்.

ஒரு மதத்தின் தேர்வை அதன் தத்துவம், கொள்கை, கோட்பாடு கொண்டும், அது முன்மொழியும் ஒழுக்க நெறிகளைக் கொண்டும் எடைபோட வேண்டுமே ஒழிய அது என் நிலத்தில் உருவானது என்பதால் மட்டுமே சொந்தம் கொண்டாடுவது சரியானதாக இருக்காது. எளிய மக்களின் மொழியில் சொல்வதென்றால், 'மனுசனைப் பார்ப்பதைவிட மனசைப் பார்ப்பது நல்லது' என்பார்கள். அதைப் போலத்தான். அதை விடுத்து 'தான் ஆடாவிட்டாலும் தன் தசை ஆடும்' என ரத்தப் பாசத்தால் ஒன்றைத் தேர்ந்தெடுக்கக் கூடாது. ஒரு கருத்து அநியாயமாய்

இருக்கிறது என்று தெரிகிற போது அதை விடுத்து நியாயத்தை வலியுறுத்துகிற கருத்தின் பக்கம் நிற்பதுதான் சரியாக இருக்கும். அதைத்தான் எல்லோரும் போற்றுவார்கள் என்பதைச் சொல்லிப் புரியவைக்க வேண்டியதில்லை. தமிழர் சமயங்களாகப் பார்க்கப்படுகிற சைவம், வைணவம், ஆசீவகம் முதலான எல்லாச் சமய நெறிகளும் ஏதோ ஒரு வகையில், எங்கோவோர் இடத்தில் வைதீகத்தின் சாரத்தைத் தன் தத்துவம், கோட்பாடு, ஒழுக்க நெறி, பண்பாட்டு வழக்காறு எனத் தம் சமூக இயங்குமுறையின் பகுதியாகக் கொண்டிருக்கின்றன. இவற்றில் எந்த ஒன்றைத் தமிழரின் சமயமாக ஏற்றுக்கொண்டாலும் அங்கு நாம் சமத்துவத்தை உறுதி செய்ய இயலாத இயல்பைக்கொண்டுள்ளது. இந்த இடத்தில்தான், நாம் நவயானா பௌத்தச் சிந்தனையைப் பொருத்திப் பார்க்கிறோம். இதுவரையிலும் தமிழ்த் தேசியச் சிந்தனையில் சமயங்களின் பங்கை மிக விரிவாக ஆய்வு செய்த நாம் இறுதியில் வந்து சேரவேண்டிய பாதையாக நவயானா பௌத்தம் திகழ்கிறது. பௌத்தம் தமிழகத்திற்குப் புதிதாக அறிமுகமாக வேண்டிய தத்துவமல்ல. தொ.பரமசிவன்[85] குறிப்பிட்டது போல தமிழ்நாட்டின் கடைக்கோடிச் சிற்றூர் வரைக்கும் பௌத்தமும் சமணமும் கொடிகட்டிப் பறந்த மதங்கள். இதைத் தமிழரின் மதமாக ஏற்க வேண்டுமா? ஏற்க முடியுமா? என்பதையெல்லாம் அடுத்த பகுதியில் காணலாம்.

8

தமிழ்த்தேசியச் சிந்தனை மரபும் நவயானா பௌத்தமும்

பௌத்தம் தமிழ் மண்ணில் தோன்றிய மதமில்லை என்பது அனைத்து ஆய்வாளர்களாலும் ஏற்றுக்கொள்ளப்பட்ட வரலாற்று உண்மை என்பதை முன்னரே குறிப்பிட்டிருக்கிறோம். அயோத்திதாசர் ஒருவரே இதில் விதிவிலக்கானவர். பௌத்தம் தமிழ் மண்ணுக்கு வெளியிலிருந்து வந்தது என்பதில் நமக்கு எந்தச் சந்தேகமுமில்லை. வேறொரு மொழி பேசும் நிலத்திலிருந்து வந்த மதமெனினும் பௌத்தம் வளர்த்த தமிழ், தமிழ் வளர்த்த பௌத்தம் எனச் சொல்லும்படியாக அது தமிழ் மண்ணில் இரண்டாயிரம் ஆண்டுகளுக்கு முன்பே ஆழ வேரூன்றிப் படர்ந்து தழைத்திருந்தது. தமிழ் மண்ணில் மட்டுமில்லை. பல தேசங்களையும் வெவ்வேறு மொழி பேசும் மக்களிடத்திலும் மிகப் பரவலான ஆதரவைப் பெற்றுள்ளதை நாம் இன்றும் கண்டு வருகிறோம். குறிப்பாக, ஆசியக் கண்டம் முழுக்க நிறைந்து பரவியிருக்கிற சமய நெறியாக பௌத்தம் திகழ்கிறது. இந்த வரலாற்று உண்மையை யாரும் மறுக்க முடியாது. மறக்கவும் கூடாது. அவ்வாறு மறந்துபோனவர்களுக்கு நாம் நினைவூட்டக் கடமைப்பட்டிருக்கிறோம். தொ.பரமசிவன் தமிழகத்தில் பௌத்தம் வந்த வரலாறு குறித்துக் கீழ்க்கண்டவாறு எழுதுகிறார் :

“தமிழ்நாட்டில் இன்றும் படித்தவர்கூட இப்படித்தான் சொல்கிறார்கள்: ‘சமணமும், பௌத்தமும் வட நாட்டில் பிறந்து வளர்ந்த மதங்கள். தமிழ்நாட்டிற்கும் அவற்றிற்கும் சம்பந்தம் இல்லை.’ உண்மையில், கி.பி.ஏழாம்நூற்றாண்டு வரை சமணமும் பௌத்தமும் தமிழ்நாட்டில் கொடிகட்டிப் பறந்த மதங்கள் ஆகும். கடைக்கோடிச் சிற்றூர் வரை அவை பரவி இருந்தன”[86]

86. தொ.பரமசிவன், ‘அறியப்படாத தமிழகம்’, காலச்சுவடு, நாகர்கோவில், 2009.

‘அறியப்படாத தமிழகம்’ என்னும் தம் சிறுநூலில் தமிழகம் அறிய வேண்டிய பல முக்கிய வரலாற்று, பண்பாட்டுச் செய்திகளை விவரிக்கும் தொ.ப வின் எழுத்துகளிலேயே இதனை அறியலாம். அது மட்டுமில்லை. தமிழ்ப் பண்பாட்டோடு இன்றும் இரண்டறக் கலந்து நிற்கும் சில பண்பாட்டு வழக்கங்களைப் பௌத்தத்திலிருந்து தமிழர்கள் பெற்றனர் என்பதும் கவனிக்கத்தக்கதாகும். துறவிகளுக்குச் செவ்வாடை என்பது பௌத்த மதம் தந்ததாகும். தலையினை மொட்டையடித்துக்கொள்வது, அரச மரத்தை வழிபடுவது, பட்டிமண்டபம் நடத்தி விவாதம் செய்வது என்பவையும் பௌத்தம் தமிழ்ப் பண்பாட்டுக்கு அளித்த கொடைகளாகும். இன்றும் தமிழ் மண்ணில் எல்லா மக்களாலும் இந்தப் பண்பாட்டு நடைமுறைகள் கடைப்பிடிக்கப்பட்டு வருகின்றன.

தமிழக வரலாற்றில் குறிப்பிடத்தக்கக் காலம் மக்களாலும் மன்னர்களாலும் பௌத்தம் ஒரு மதமாக, வாழ்வியல் நெறியாகப் பின்பற்றப்பட்டது. குறிப்பாக, காப்பியக் காலத்தில் சமணமும் பௌத்தமும் எல்லோராலும் போற்றிப் பாராட்டப்பட்டது. பக்தி இயக்கங்களின் எழுச்சியால் அது வீழ்த்தப்பட்டது. இன்னொரு வகையில் சொல்வதென்றால், சமண, பௌத்த இயக்கங்களின் வீழ்ச்சியே பக்தி இயக்கத்தின் எழுச்சி. பல நூற்றாண்டுகள் கழித்து பௌத்தம் மீண்டும் தமிழ் மண்ணில் வெகுமக்களிடத்தில் முந்தைய காலத்தைப் போல நிறைவாகப் பரவவில்லையென்றாலும் ஓர் அறிவு இயக்கமாக எழுச்சி பெற்றது பத்தொன்பதாம் நூற்றாண்டில்தான். ஆல்காட், அயோத்திதாசர், சிங்கார வேலர், லட்சுமி நரசு, அப்பாத்துரை போன்றோர் அதற்காகப் பாடுபட்டனர்.

அதற்குப் பிறகு தமிழகம் மட்டுமல்லாமல் இந்தியா முழுமைக்கும் பௌத்தம் கவனத்தை ஈர்த்த காலம் அம்பேத்கரின் காலம். இந்துத்துவச் சாதியக் கொடுமைகளிலிருந்து நிரந்தரமாக விடுதலை பெறுவதற்கான ஒரே வழியாக அம்பேத்கர் பௌத்தத்தை முன்வைத்தார். பல லட்சம் மக்களுடன் பௌத்த இயக்கத்தைக் கட்டியமைக்கப் புறப்பட்டார். கெடுவாய்ப்பாக, புறப்பட்ட இடத்திலேயே அது நின்றுவிட்டது. இன்றைக்கு, மகாராஷ்டிரா தவிர அம்பேத்கரின் பௌத்த மதமாற்றம் பெரிதாக இந்தியாவின் வேறெந்த மாநிலத்திலும் பரவலாக்கப் படவில்லை. மற்ற மாநிலங்களில் அதன் தாக்கம் சிறிய அளவில்கூட இல்லை என்னும் நிலைதான் எங்குச் சென்றாலும் காணக்கிடைக்கிறது. பௌத்த சமயப் பரவலுக்கான பல்வேறு முன்னெடுப்புகள் எடுக்கப்பட்டுக் காலம் செல்லச் செல்லத் தேங்கித் தேய்ந்து இன்று அது அறவே இல்லாமல் போய்விட்டது என்னும் நிலைதான்.

பௌத்தத்தின் வீழ்ச்சிக்கான காரணம்

இப்போது வரைக் கிடைத்திருக்கும் வரலாற்றுச் சான்றுகளின்படி சமணம், பௌத்தம், ஆசீவகம் தமிழகத்திற்கு வெளியிலிருந்து வந்த மதங்கள்தாம். பௌத்தம் தமிழர்களின் பூர்வ மதம் என்பது அயோத்திதாசர் கருத்து. அது மட்டுமில்லை,அவர் சமணமும் பௌத்தமும் ஒன்றே என்ற கொள்கையை உடையவர். ஆசீவகம் தமிழர்கள் தோற்றுவித்த மதம் என்பது நெடுஞ்செழியனின் கருத்து. இந்த மதங்களின் பூர்வீக நிலம் பற்றிய விவாதம் இப்போதைக்கு இங்குத் தேவையில்லை.

மயிலை சீனி.வேங்கடசாமி 'பௌத்தமும் தமிழும்' என்னும் நூலில் பௌத்தம் வந்த வரலாற்றைக் கீழ்க்கண்டவாறு குறிக்கிறார்:

"பௌத்தம் தமிழ்நாடு வந்த காலத்தில் வேறு வடநாட்டு மதங்களும் இங்கு வந்து சேர்ந்தன. அவை ஆருகதம் எனப்படும் ஜைன மதமும் பிராமண மதம் எனப்படும் வைதீக மதமும் பூரணன் என்பவரை வழிப்பட்டொழுகும் ஆசீவக மதமும் என்பன. இந்த மதங்கள் வட நாட்டில் தோன்றியவை. பௌத்த மதத்தை உண்டாக்கிய சாக்கிய புத்தரும் ஜைன மதத்தையுண்டாக்கிய வர்த்தமான மகாவீரரும் ஆசீவக மதத்தையுண்டாக்கிய கோசால மற்கலி புத்திரரும் ஒரே காலத்தில் உயிர் வாழ்ந்திருந்தவராவர். இந்த மதங்கள் உண்டான காலத்திலே வைதீக மதமும் இருந்தது. இந்த நான்கு வடநாட்டு மதங்களும் கி.மு மூன்றாம் நூற்றாண்டிலே தமிழ் நாட்டிற்கு வந்தன."[87]

பௌத்தம் மாத்திரமில்லை. நான்கு மதங்களும் தமிழகத்திற்கு வெளியில் இருந்து வந்ததாகக் குறிப்பிடுகிறார் மயிலை சீனி.வேங்கடசாமி. பெரும்பாலான வரலாற்று ஆய்வாளர்களின் கருத்தும் இதுவேயாகும். சமண, பௌத்தத்தைப் போலவே வைதீகமும் வெளியிலிருந்து வந்த அந்நிய மதம். ஆனால், இன்றைக்குள்ள சூழல் அதை ஏற்றுக்கொள்ள மறுக்கிறது. சங்ககாலத்திலிருந்த திணை சார்ந்த தெய்வ வழிபாட்டையும் இடைக்காலத்தில் மேலெழுந்த சைவம், வைணவத்தையும் இன்றைக்கு இருக்கிற இந்து மதத்தையும் ஒன்றெனக் கருதுவதால் ஏற்படும் மயக்கங்கள் இவை. இந்த நான்கு மதங்களில் பௌத்த மதம் மட்டும் தொடக்கத்தில் எவ்வாறு மக்களிடத்தில் செல்வாக்கு பெற்று வளர்ந்தது என்பதற்கான காரணங்களையும் வேங்கடசாமி விளக்குகிறார்,

"இந்த மதம் மேல்சாதி கீழ்சாதி என்று பிறப்பினால் உயர்வு தாழ்வு பாராட்டாத படியினாலும், எக்குடியிற் பிறந்தோராயினும், அன்னவர் கல்வி அறிவுகளிற்

87. மயிலை சீனி.வேங்கடசாமி, 'பௌத்தமும் தமிழும்', கா.ஏ.வள்ளிநாதன் (பதிப்பாளர்), சென்னை, 1940 (ப.எண்.12).

சிறந்தோராய்த் தம் மதக்கொள்கைப்படி ஒழுகுவாராயின், அவரையுந் தங்குருவாகக் கொள்ளும் விரிந்த மனப்பான்மை கொண்டிருந்தபடியினாலும் அக்காலத்தில் சாதிப்பாகுபாடற்றிருந்த தமிழர் இந்த மதத்தை மேற்கொண்டனர் என்றும் தோன்றுகின்றது. இச்செய்திகளெல்லாம் தமிழ்நூல்களிலும் பிற நூல்களிலும் ஆங்காங்கே காணப்படும் குறிப்புகளைக்கொண்டு அறியலாம்." [88]

ஆனால், பௌத்தம் அகப்பகையாலும் புறப்பகையாலும் தமிழ்நாட்டில் வீழ்ந்தது என்றும் குறிப்பிடுகிறார். பௌத்தத்திற்கு என்ன கதி நேர்ந்ததோ அதே கதிதான் சமணத்திற்கும் நேர்ந்தது. ஆசீவகத்தின் மறைவு பற்றிய தெளிவான வரலாற்றுக் காரணங்கள் கிடைக்கவில்லை. பௌத்தத்தின் தோற்றமும் வளர்ச்சியும் வீழ்ச்சியும் எவ்வாறு இருந்ததோ அதைப் போலவே சமணத்திற்கும் அமைந்தது. தம்முடைய இறுக்கமான சமயக் கொள்கைகளால் சமணமும் பௌத்தமும் தமிழகத்தில் வீழ்ச்சியுற்றது என்பதுவும் எல்லோராலும் ஏற்றுக்கொள்ளப்பட்ட காரணமேயாகும். பக்தி இலக்கியக் காலத்து சைவ, வைணவச் சமயக் கூட்டத்தார் மொழி அடையாளத்தை ஒரு கருவியாகப் பயன்படுத்தினர். தமிழ் என்னும் அடையாளத்தைத் தூக்கிப் பிடித்தனர்.

பொய்கையாழ்வார், தன்னைப் 'பெருந்தமிழன்' என்று பெருமிதத்தோடு அழைத்துக்கொண்டார். திருமூலர், 'தமிழ் மண்டலம் ஐந்தும் தாவிய ஞானம்' எனத் தமிழ் நிலத்தைச் சுட்டுகிறார். சுருக்கமாகச் சொல்வதென்றால், மக்களிடமிருந்து சமணமும் பௌத்தமும் எந்தெந்தக் கன்னிகளில் விலகியிருந்ததோ அந்தக் கன்னிகளைச் சைவர்களும் வைணவர்களும் தமக்கானதாகக் கெட்டியாகப் பிடித்துக்கொண்டனர் என்று சொல்லலாம். புலால் உண்ணாமை, கள் உண்ணாமை, கலைகள் புறக்கணிப்பு, கடுமையான துறவறம் முதலான எளிய மக்கள் பின்பற்றுவதற்குக் கடினமாக இருந்த சமண, பௌத்தத்தின் பல கொள்கைகள் மக்களை அம்மதங்களிலிருந்து விலகச் செய்தன. ஆகையால், மக்கள் விரும்பும் வண்ணம் கலைகளைக் கொண்டாடி அவற்றைத் தங்களின் சமயக் கொள்கைகளாகச் சைவர்களும் வைணவர்களும் உள்வாங்கிக்கொண்டனர் என்று மயிலை சீனி.வேங்கடசாமி உள்ளிட்ட பல அறிஞர்கள் கூறுகின்றனர். இவையெல்லாம் காரணங்களாக இருக்குமா என்பதை உறுதியாகக் கூற இயலாது. இதுவும் பல காரணங்களில் ஒன்றாக வேண்டுமானால் ஏற்றுக்கொள்ளலாம்.

என்னைப் பொறுத்தவரை, இவை மட்டுமே உண்மையான காரணங்களாக இருக்க முடியாது. ஏனென்று சொன்னால், கடுமையான துறவறம் என்பது

88. மயிலை சீனி.வேங்கடசாமி, 'பௌத்தமும் தமிழும்', கா.ஏ.வள்ளிநாதன் (பதிப்பாளர்), சென்னை, 1940 (ப. எண்.11).

சமண, பௌத்தத்தைப் பின்பற்றுகிற எல்லா மக்களுக்குமானதாக அவ்விரு சமயங்களும் முன்வைக்கவில்லை. பௌத்தம், பிக்குகளுக்கென்று சில விதிகளையும் இல்லறத்தார்களான உபாசகர்களுக்கென்று சில விதிகளையும் பிரித்து வகுத்து வைத்திருந்தன. இரண்டையும் வெவ்வேறாகப் பார்த்தன. கலைகளை முற்றிலும் புறக்கணிக்க வேண்டுமென்று சொல்லியிருந்தால் சிலப்பதிகாரமும் சீவக சிந்தாமணியும் எவ்வாறு கலைகளைப் போற்றிய இலக்கியங்களாக இன்றுவரைக்கும் புகழோடு திகழ முடியும்? பாரதியார் எப்படி, 'நெஞ்சையள்ளும் சிலப்பதிகாரம்' என்று பாடியிருக்க முடியும்?

சமண, பௌத்தத்தில் கடுமையான, இறுக்கமான சமயக் கொள்கைகள் இருந்ததெல்லாம் உண்மைதான். அதை யாரும் மறுப்பதற்கில்லை. ஆனால், எல்லாக் கொள்கைகளையும் எல்லோரும் ஒரே அளவில் பின்பற்ற வேண்டுமென்பது அந்தச் சமயங்களின் நோக்கமாக இருந்திருக்க முடியாது. சமணம், பௌத்தம் மட்டுமில்லை. எந்தச் சமயமும் அந்த மாதிரியான நோக்கங்களைக் கொண்டிருக்க முடியாது. இவையெல்லாம் மக்கள் பின்பற்றத்தக்க அளவுக்கு எளிமையான விசயங்களோ அல்லது விருப்பமான விசயங்களோ இல்லை என்பது அந்தத் தத்துவஞானிகளுக்குத் தெரியாதா? மக்களோடு மக்களாக உண்டு உறங்கிப் புழங்கி வாழ்ந்து வந்த புத்தருக்கும் மகாவீரருக்கும் தெரியாதா? ஒப்பீட்டளவில், பௌத்தத்தைவிட சமணம் இறுக்கமான, எளிய மக்கள் பின்பற்றுவதற்குக் கடினமான நடைமுறைகளைக்கொண்டிருந்தது என்பதே உண்மை. சமணத்தின் உயிர்க் கொல்லாமை மற்றும் இன்பங்களை நாடாமை போன்ற கடுமையான போக்கையும் வைதீகத்தின் கட்டற்ற உயிர்வதை மற்றும் இன்ப நாட்டப் போக்கையும் ஆய்ந்தறிந்த காரணத்தினால்தான் புத்தர் இரண்டுக்கும் இடைப்பட்ட நடுவு நிலையைத் தேர்ந்தெடுத்துக்கொண்டார். அதனால்தான், பௌத்தம் 'மத்ய மார்க்கம்' எனப்பட்டது. பிறகு, என்ன காரணத்தால் சமண, பௌத்தச் சமயங்கள் வீழ்ச்சியடைந்தன? சைவமும் வைணவமும் சமண, பௌத்தச் சமயங்கள் மீது நிகழ்த்திய கடுமையான வன்முறை வெறியாட்டம்தான் இதற்கு ஒரே காரணம். தமிழ்ச் சமயங்கள் குறித்து நிகழ்த்திய உரையாடலில் சுந்தர் காளி தொ.பரமசிவனிடம் கூறுகிறார்,

"நாயன்மார்களின் வாழ்க்கையை எடுத்துப் பார்த்தால் வன்முறை என்பது கொடூரமாக இருக்கிறது." [89]

தொடர்ந்து தொ.பரமசிவன் சுந்தர் காளியிடம் கூறுகிறார்,

....
89. தொ.பரமசிவன், சமயங்களின் அரசியல், விகடன் பிரசுரம், சென்னை, 2012 (ப.எண்.221).

“சமணர் கழுவேற்றம் என்பது என்ன? சைவர்கள் நிகழ்த்திய வன்முறைதானே? காஞ்சிபுரம் கோயிலில் சிற்பச் சான்றே இருக்கிறதே.” [90]

குரூரமான படுகொலைகள் நிகழ்த்தப்பட்டிருக்கின்றன. ‘அன்பே சிவம்’ என்பது பித்தலாட்டம் என்கிறார் பெரியார். பல ஆயிரம் பேரைக் கொன்று குவித்து வன்முறை செய்து சமயத்தை வளர்த்தவர்கள் அன்பு குறித்துப் பேசுவதைக் கண்டிக்கிறார்.

“ஏதோ சைவர்கள் பேசிக்கொள்ளுகிறார்கள், ‘நாங்கள் அன்பு வழிக்காரர்கள்; அன்பே சிவம் என்றெல்லாம்; அத்தனையும் பித்தலாட்டம். ‘சைவம் வளர்ந்ததே பலாத்காரத்தினால்தான்’ என்பது அவர்களுடைய நூல்களைப் பார்த்தாலே தெரிய வரும். அது மட்டுமல்ல; அன்பு, அன்பு என்கிறார்களே அவர்களுடைய கடவுள்களில் எதனுடைய நடத்தை அன்புடையதாய் - அன்பு நடத்தையாய் இருக்கிறது? தோன்றிய கடவுள்கள் அத்தனையும் மக்களை ஒவ்வொருவரை கொல்லுவதற்காகத் தோன்றிய கொலைபாதகக் கடவுள்களே தவிர, ஒரு கடவுளாவது கொலை செய்யாத கடவுள் என்று சொல்லிவிட முடியுமா? அந்தக் கடவுள்களின் ஆயுதங்கள் கூட மழு, சூலம், வேல் போன்ற ஆயுதங்கள்தாமே! அப்புறம் அன்பாவது, வெங்காயமாவது! அதுபோலவேதான் வைணவம்; அதாவது வைணவக் கடவுள்கள் என்பவைகளின் யோக்கியதையுமாகும்.” [91]

இத்தகைய வன்முறைகளின் ஒரு பகுதியாக, சமண, பௌத்தக் கோயில்களை அழிப்பதை அல்லது ஆக்கிரமித்தும் அபகரித்தும் தனதாக்கிக்கொள்வதைச் சைவ, வைணவச் சமயத்தார் பல இடங்களில் செய்துள்ளனர். இவற்றையெல்லாம் வரலாற்றாசிரியர்கள் ஆதாரங்களுடன் சுட்டிக் காட்டுகின்றனர்.

அபகரித்தல் + ஆக்கிரமித்தல் = அழித்தல்

அம்பேத்கரும் இதே கருத்தை இந்திய அளவில் எடுத்துக்காட்டுகிறார். பௌத்தத்தை ஆதரித்த மௌரியப் பேரரசின் கடைசி அரசனான பிரகதத்தனைக் கொன்றுவிட்டு பார்ப்பனரான புஷ்யமித்திர சுங்கன் சுங்கப் பேரரசை நிறுவுகிறான். அவன் காலத்தில்தான் மனுஸ்மிருதி இயற்றப்பட்டிருப்பதாகக் கருதுகிறார். அவனுடைய ஆட்சியிலும் முகலாயர்களின் ஆட்சியிலும் பௌத்தப் பிக்குகள் கொல்லப்பட்டதையும் பௌத்த விகாரைகள் இடிக்கப்பட்டதையும் வரலாறு நெடுகக் காணலாம். இந்தியத் துணைக்கண்டம் அளவிலும் தமிழ் நிலத்திலும் சமணமும்

90. தொ.பரமசிவன், சமயங்களின் அரசியல், விகடன் பிரசுரம், சென்னை, 2012 (ப.எண்.222).

91. வே.ஆனைமுத்து (பதிப்பாசிரியர்), பெரியார் ஈ.வே.ரா. சிந்தனைகள், சிந்தனையாளர் கழகம், திருச்சிராப்பள்ளி, 1974 (ப.எண்.316) (ப.எண்.314-315).

பௌத்தமும் வீழ்ச்சியடைந்ததற்கு வன்முறை முதன்மையான காரணமாகும். அடுத்து, சமணமும், பௌத்தமும் இருந்த சுவடே தெரியாமல் அழிக்கப்பட்டதற்கு இரண்டாவது காரணம் தமிழகத்தில் சைவர்களும் வைணவர்களும் செய்த அபகரிப்புகளும் ஆக்கிரமிப்புகளுமாகும். கோயில்கள், விகாரைகள் எனத் தொடங்கிய இந்த அழிப்புகளும் அபகரிப்புகளும் ஆக்கிரமிப்புகளும் பல்வேறு சமண, பௌத்த இலக்கியங்களையும் நூல்களையும் அனல்வாதம், புனல் வாதம் என்னும் பெயரில் சிதைத்தும் சிதறடித்தும் அழித்தனர்.

மயிலை சீனி.வேங்கடசாமி நாகப்பட்டினத்திலிருந்த பௌத்தக் கோயில் பற்றி எழுதுகிறார்.

"நாகைப்பட்டினத்தில் இப்பொழுதும் 'புத்தன் கோட்டம்' என்னும் பெயருள்ள அக்கிரகாரம் இருக்கிறதென்றும், பண்டைக்காலத்தில் இந்த இடத்தில் பௌத்தக் கோயில் இருந்திருக்கவேண்டுமென்றும் பௌத்தக் கோயில் அழிந்த பிறகு அந்த இடத்தில் இந்த அக்கிரகாரம் ஏற்பட்டிருக்கவேண்டுமென்றும் கூறுவர் டாக்டர் ஷி.கிருஷ்ணசாமி அய்யங்கார் அவர்கள்."[92]

தொடர்ந்து, காஞ்சிபுரம் காமாட்சியம்மன் கோயில் ஒரு பௌத்தக் கோயில் என்பதைச் சான்றுகளுடன் வேங்கடசாமி எடுத்துக்காட்டுகிறார்.

"காஞ்சீபுரத்தில் உள்ள காமாட்சியம்மன் கோயில் பண்டைக்காலத்தில் பௌத்தர்களின் தாராதேவி கோயில் என்றும் பௌத்த மதம் அழிந்த பிறகு அக்கோயில் இந்து மதக் கோயிலாக மாற்றப்பட்டதென்றும் அரசாங்க சிலாசாசன ஆராய்ச்சியாளர் கூறுகின்றனர். காமாட்சியம்மன் கோயிலில் ஐந்தாறு புத்தர் உருவச் சிலைகள் இன்றைக்கும் காணப்படுகின்றன. இவற்றில் முக்கியமானது பெரிதாகவும் புத்தர் நிற்கும் கோலமாகவும் அக்கோயிலின் உட்பிரகாரத்திலே இருக்கின்றது. இந்தப் புத்த உருவத்திற்கு இப்போது சாத்தன் என்று பெயர் சொல்லப்படுகின்றது. 'காமாட்சி லீலாப் பிரபாவம்' என்னும் நூலில், சாஸ்தா (சாத்தன்) தேவியின் முலைப்பால் உண்டு வளர்ந்ததாகக் கூறப்பட்டிருக்கிறது. புத்தருக்கு சாஸ்தா என்பதும் பெயர். காமாட்சியம்மன் கோயில் பண்டைக்காலத்தில் பௌத்தக் கோயில் என்று சொல்லுகிறவர்களின் கொள்கையை இவை ஆதரிக்கின்றன."[93]

இது மட்டுமில்லை. தொ.பரமசிவன் போன்ற ஆய்வாளர்களின் கூற்றுகளைக் கவனித்தால் பௌத்தத்தின் அழிவும் அதன் சாட்சியாய் நிற்கும் எச்சங்களும் எங்கெங்கு உள்ளன என்பது இன்னும் தெளிவாக விளங்கும்.

92. மயிலை சீனி.வேங்கடசாமி, 'பௌத்தமும் தமிழும்', கா.ஏ.வள்ளிநாதன் (பதிப்பாளர்), சென்னை, 1940 (ப.எண்.27).
93. மயிலை சீனி.வேங்கடசாமி, 'பௌத்தமும் தமிழும்', கா.ஏ.வள்ளிநாதன் (பதிப்பாளர்), சென்னை, 1940 (ப.எண்.33).

“பௌத்தர்களிடமிருந்தும் சமணர்களிடமிருந்தும் பிடுங்கப்பட்ட கோயில்கள் நிறைய. இவ்வாறு பிடுங்கப்பட்ட கோயில்களை என்னால் பட்டியலிட முடியும். ஆனால் சைவ, வைணவ அடியார்களின் மனது புண்படும் என்பதால் வெளிப்படுத்த விரும்பவில்லை. தமிழ்நாட்டில் ஏறத்தாழ நூறு கோயில்களை சைவர்களும் வைணவர்களும் சமண, பௌத்தர்களிடமிருந்து அபகரித்திருக்கலாம். ஒவ்வொரு கோயிலையும் களஆய்வு செய்தால் பத்தே நிமிடங்களில் அது பிடுங்கப்பட்ட கோயிலா இல்லையா என்பதைக் கண்டுபிடித்துவிடலாம்.

சிவன் கோயிலோ, பெருமாள் கோயிலோ கிழக்கு நோக்கி அமைக்கப்படும் என்பது ஆகம மரபு. ஆனால், சைவர்களின் தலைக்கோயிலான சிதம்பரம் தெற்கு நோக்கி இருக்கும்; வைணவர்களின் தலைக்கோயிலான திருவரங்கம் தெற்கு நோக்கி இருக்கும்.”[94]

ஆய்வாளர்கள் வெளிப்படுத்திய பட்டியலே இவ்வளவு இருக்கிறது. தொ.ப பல கோயில்களின் பட்டியலைத் தெரிந்தும் வெளியிடத் தயங்கியிருக்கிறார். அதையும் சேர்த்தால் இது கூடிக்கொண்டே போகும். இன்னோர் இடத்தில் தொ. பரமசிவன் கீழ்க்கண்டவாறு சுட்டிக் காட்டுவது குறிப்பிடத்தக்கது,

“நாகப்பட்டினத்தில் புத்தர் தங்க விக்கிரகத்தைத் திருமங்கையாழ்வார் கொள்ளையடித்தார் என்பதை வைணவர்களே ஒத்துக்கொள்வார்கள்.”[95]

கோயில்களை அழித்ததும் ஆக்கிரமித்து அபகரிப்புச் செய்ததும் மட்டுமல்லாமல் இத்தகைய குற்றச் செயல்களிலும் ஈடுபட்டுள்ளனர். இவ்வாறாக சமண, பௌத்தம் வீழ்ந்ததற்கான வரலாற்றுச் சான்றுகளை மேன்மேலும் அடுக்கிக்கொண்டே போகலாம்.

அம்மதங்களின் தத்துவங்களும் கொள்கைகளும் பண்பாட்டு வழக்காறுகளும் களவாடப்பட்டுள்ளன. அவற்றைத் தமதாக்கித் தம் சமயக் கருத்துகள் போல மக்களிடத்தில் பரவவிட்டனர். சைவ, வைணவத்தின் மையக் கருத்துகளைக்கூட சமண, பௌத்தத்திலிருந்து கடன் வாங்கியதைச் சுட்டும் இன்னுமொரு கருத்தையும் தொ.பரமசிவன் கூறுகிறார்.

“ஆழ்வார் என்ற சொல்லைப் பௌத்தத்திலிருந்துதான் வைணவம் கடன் வாங்கிற்று. நீலகேசி உரையில் ‘ஈழம் அடிப்படுத்த தாடையாழ்வார்’ என்று வருகிறது.

94. தொ.பரமசிவன், சமயங்களின் அரசியல், விகடன் பிரசுரம், சென்னை, 2012 (ப.எண்.222-223).

95. தொ.பரமசிவன், சமயங்களின் அரசியல், விகடன் பிரசுரம், சென்னை, 2012 (ப.எண்.224).

சமணத்தில் 'திரிசஷ்டி சாலக புருஷர்கள்' என்று அறுபத்து மூன்று பேர் உண்டு. 24 சக்கரவர்த்தி, 9 வாசுதேவன், 9 பரவாசுதேவன் என்று அறுபத்து மூன்று பேரைச் சமணர்கள் குறிப்பிடுவார்கள். இந்த அறுபத்து மூன்று என்ற எண்ணிக்கையைப் பெரிய புராணத்தில் கொண்டு வருவதற்காகச் சேக்கிழார் என்ன பாடுபட்டிருக்கிறார் தெரியுமா? சடையனார், இசைஞானியார் முதலியோரை அடியார் கணக்கில் சேர்ப்பார். இந்த அறுபத்து மூன்று என்னும் எண்ணிக்கையைக் கொண்டுவர வேண்டும் என்பதுதான் அவர் நோக்கம்."[96]

இவ்வாறு ஆழ்வார், நாயன்மார் என்னும் முறைகளையே சமண, பௌத்தச் சமயங்களிருந்து கடன் பெற்றுத் தத்தம் தத்துவம் வளர்த்த பெருமைக்குரியவர்கள் சைவ, வைணவ அடியார்கள். காஞ்சீவரம் எனப்படும் காவியுடை, தாமரை மலர் போன்ற பௌத்த அடையாளங்களையும் தமதாக்கிக்கொண்டனர். எதிராளிக் கூட்டத்தினரிடம் சமூகத்தால் மதிப்பு தரப்படும் கருத்து ஒன்று இருக்கும் போது தன்னிடமும் அதே மாதிரி இருக்கிறது பார் என்று நிரூபிப்பதற்காக ஒரு சமூகக் குழுவினர் இன்னொரு குழுவினரின் மீது கருத்துத் தாக்குதல் தொடுத்து அவற்றை அபகரித்துக்கொள்ளும் முயற்சிகள் போன்றவைதாம் இவையும். இவற்றைத் தந்திரமாகவும் உத்தியாகவும் பயன்படுத்துகின்றனர். இதற்கு இரண்டு காரணங்கள் இருக்கின்றன. ஒன்று, பௌத்தத்தைப் போலவே எங்கள் சமயத்திலும் இவை உண்டு என்று காண்பித்து மக்களைத் தம்பக்கம் உள்வாங்கிக்கொள்வதற்கான தந்திர எண்ணம். இரண்டு, அதுவும் இதுவும் ஒன்றுதான் எனச் சொல்லி மக்களை மயங்கச் செய்து தம்முடைய சமயத்திற்குள் இழுத்து எளிதாக இணைத்துக்கொள்ள முயல்வதாகும். விஷ்ணுவின் பத்தாவது அவதாரம் புத்தர் என்பது இந்த உத்தியின் உச்சகட்டமாகும்.

மேலும் சைவம், வைணவம் முதலான இத்தமிழ்ச் சமயங்கள் அக்காலத்தில் எல்லா மக்களிடத்திலும் பரவியிருந்தது என்பது மாதிரியான கருத்தும் புனையப்பட்டு நம்ப வைக்கப்பட்டுள்ளது. இது பற்றிக் கேட்கும் கேள்விக்கு தொ.ப தரும் பதில் அனைவரையும் சிந்திக்க வைப்பதாகும்.

"தமிழர்கள் அனைவரும் சைவர்களா? அல்லது வைஷ்ணவர்களா? இரண்டுமில்லை. அரசதிகாரம் சைவத்தையும் வைணவத்தையும் பேணியது. தமிழகத்தின் எல்லா நிலப்பகுதியையுமா பக்தி இயக்கத்தார் பிடித்துவிட்டார்கள்?"[97]

---
96. தொ.பரமசிவன், சமயங்களின் அரசியல், விகடன் பிரசுரம், சென்னை, 2012 (ப.எண்.225).
97. தொ.பரமசிவன், சமயங்களின் அரசியல், விகடன் பிரசுரம், சென்னை, 2012 (ப.எண்.213-214).

என்று கேள்வி எழுப்புகிறார். இதன் பொருள், பக்தி இயக்கக் காலத்தில் எல்லாப் பகுதிகளிலும் சைவமும் வைணவமும் ஆளுமை பெற்று விளங்கின என்று சொல்ல முடியாது. சமணத்திற்கும் பௌத்த மதங்களுக்கும் இதே கூற்று பொருந்தும். சமணம், பௌத்தம், சைவம், வைணவம் உள்ளிட்ட எல்லா நிறுவனச் சமயங்களும் அரசதிகாரத்தோடு தொடர்புடையவை என்பார் தொ.ப. அவரைப் பொறுத்தவரை, எளிய மக்களின் உள்ளூர் நாட்டார் மரபுதான் ஜனநாயகத்தன்மை கொண்டவை.

இந்தக் கருத்தும் பலரால் கேள்விக்குட்படுத்தப்பட்டுள்ளது. உள்ளூர் நாட்டார் மரபு வட்டார அளவில் சாதிய அமைப்பைக் கட்டிக் காத்துப் பெரும் மதங்களான இந்து மதத்திற்கு வலு சேர்ப்பவை என்ற விமர்சனப் பார்வையும் உண்டு. அதனாலேயே, அயோத்திதாசர், சிறுதெய்வ வழிபாட்டை ஏற்றுக்கொள்ளவில்லை. அதனிடத்தில், அதற்கு மாற்றாக பௌத்தத்தை வட்டாரத்தன்மையோடு முன்வைத்தார். அது பௌத்தத்தை அடிப்படையாகக்கொண்ட தமிழ்த்தேசியத்தைக் கட்டமைக்கும் பார்வையாகத் தமிழகத்தில் தமிழ்த்தேசிய அரசியலைக் கையிலெடுக்கும் அரசியலாளர்களால் சமகாலத்தில் முன்னெடுக்கப்படுகிறது. ஆனால், பௌத்தத்தைத் தன் அடிப்படையாகக்கொண்ட தமிழ்த்தேசிய அரசியலை முன்னெடுக்கவே முடியாத அளவிற்கு அதன் சமய அடிப்படை முற்றிலும் இன்று மாறியிருக்கிறது. பெரும்பாலும் இன்றைய தமிழ்த்தேசியர்கள் சைவம், வைணவம் என்ற இரண்டையும் தமிழர்களின் தாய் மதமாக ஏற்றுக்கொள்ளும் நிலைக்கு வந்து சேர்ந்திருப்பதைக் காண்கிறோம்.

ஒரு கோணத்தில் பார்த்தால், அது பிற்காலச் சோழர் காலத்துச் (பக்தி இயக்கம் மேலோங்கியிருந்த இடைக்காலத்திலிருந்த) சைவ, வைணவம் மாதிரி தெரிகிறது. இன்னொரு கோணத்தில் பார்த்தால், அதிலிருந்து உருமாறியும் திரிந்தும் வேறு வேறு வடிவங்களில் வெளிப்படுகின்றது. அது ஒற்றைத்தன்மையை அடிப்படையாகக்கொண்ட இந்து மதம் என்னும் பெரும் மத அடையாளத்துக்குள் சேர்த்துப் பிணைக்கப்பட்ட முயற்சியாகவும் தெரிகிறது. இதனை இன்னும் விரிவாகப் பார்க்க வேண்டுமென்றால், தமிழ்த்தேசியத்தைத் தமிழகத்துச் சூழலில் தமிழ்நாட்டுத் தமிழர்களை மட்டும் கணக்கில்கொள்ளாமல் தமிழகத்திற்கு வெளியில் ஈழத்துத் தமிழர்களையும் கணக்கில் எடுத்துக்கொள்ள வேண்டிய கட்டாயமும் எழுகிறது.

ஈழத்துத் தமிழ்த்தேசிய அரசியலும் பௌத்தமும்

தமிழகத்தின் தமிழ்த் தேசியம் பல்வேறு சமயங்களில் ஈழத்தமிழர் அரசியலோடு பின்னிப் பிணைந்து இயங்கக் கூடியது. தமிழ்த் தேசிய அரசியல் நிலைப்பாடுகள் கூட பெரும்பாலும் ஈழத்தமிழ் அரசியலை அடியொட்டியும் எடுக்கப்படுகின்றன.

ஈழத்தின் சமூக அரசியல் தமிழ்ச் சிறுபான்மை இந்துக்கள் எதிர் சிங்களப் பௌத்தப் பேரினவாதம் என்னும் இருமையில் இயங்கிவருகிறது. சுருக்கமாகச் சொல்ல வேண்டுமென்றால், ஈழத்தில் தமிழர்களுக்கு எதிரிகள் சிங்களப் பௌத்தர்கள். தமிழர்களைக் கொன்று குவிக்கும் பௌத்தச் சிங்களர்களுக்கு எதிராகப் பகையுணர்வு மிகவும் வலுவாகக் கட்டியெழுப்பப்பட்டிருக்கிறது. அதனால், தமிழகத்தில் பௌத்தம் குறித்துப் பேசும் போது ஈழத்தமிழ் அரசியல் தடுக்கிறது.

இந்தியாவில் அம்பேத்கராலும் தமிழ்நாட்டில் அயோத்திதாசராலும் விடுதலை மதம் என்று முன்வைக்கப்பட்ட பௌத்த அடையாளத்தை ஏற்பதில் தமிழ் அடையாளத்தை ஏந்தியுள்ள தமிழ்த்தேசியவாதிகளுக்கு ஈழப் பிரச்சினை ஓர் அகச்சிக்கலை உண்டாக்குகிறது. இதில் கவனிக்கத்தக்க விசயம் என்னவெனில், ஒடுக்கப்பட்ட மக்களின் விடுதலைக்காகப் போராடிய அம்பேத்கரைத் தத்துவத் தலைமையாக ஏற்றுக்கொண்டு தலித்துகள் மத்தியிலும் தமிழ்த் தேசியக் களத்திலும் தீவிரமாகச் செயலாற்றி வரும் அம்பேத்கரிய இயக்கங்கள் தம் விடுதலைக்கான ஆயுதமாக அம்பேத்கர் தந்துவிட்டுச் சென்ற பௌத்தத்தைத் தழுவுவதில் சுணக்கம் காட்டுகின்றனர். தமிழகத்தைப் பொறுத்தவரை பௌத்த மத அடையாளத்தை ஏற்பதில் இவர்களுக்கு ஈழத்து அரசியல் நிலைப்பாடுகள் மற்றவர்களைவிடப் பெரும் தடையாக இருப்பதாக உணர்கின்றனர். அதனால் பௌத்தம் தழுவுவதில் தயக்கம்கொள்கின்றனர்.

இவ்விடத்தில் வரலாற்று உண்மை ஒன்றை நாம் கருத்தில்கொள்ள வேண்டும். அம்பேத்கர் பௌத்த ஆராய்ச்சியின் ஒரு பகுதியாகச் சில பௌத்த மதத்தைப் பின்பற்றும் நாடுகளுக்குப் பயணம் சென்று வந்தார். அவர் பயணம் செய்த நாடுகளில் இலங்கையும் ஒன்று. அவர் காலத்தில் இலங்கை உள்ளிட்ட பல பௌத்த நாடுகளிலும் ஏற்றுக்கொள்ளப்பட்டுப் பின்பற்றப்பட்டு வந்த பௌத்த மார்க்கங்கள் எதுவும் அவரைக் கவரவில்லை என்பதை அவரே பலமுறை சொல்லியிருக்கிறார். இதையெல்லாம் பார்த்துச் சலித்துத்தான் தாம் பரிந்துரைக்கும் பௌத்தம் நவயான பௌத்தம் என்றார்.

இலங்கையில் பௌத்த மதம் சிங்கள பௌத்தர்களின் அன்றாட வாழ்க்கையில் எவ்வாறு இயங்குகிறது என்று கள ஆய்வு செய்தார். மேலும், பௌத்த பிக்குகளின் பயிற்சி முறைகள் மற்றும் சமயம் சார்ந்த பணிகளைக் கள ஆய்வு செய்த அம்பேத்கர் இறுதியில் இலங்கையின் தேரவாத பௌத்தத்திலும் ஈடுபாடுகொள்ளவில்லை. அதனால்தான், அவர் மகாயானத்தையும் ஏற்கவில்லை. ஹீனயானத்தையும் ஏற்கவில்லை. அவர் முன்மொழிந்த நவயானா பௌத்தம் அறமும் அறிவியலும் கலந்த நவீனக் காலத்திற்கு ஏற்ற வாழ்வியலைப் பரிந்துரைக்கும் நன்மார்க்கம். அம்பேத்கர் இலங்கையில் சிங்களர்கள் பின்பற்றும் பௌத்தம் என்னும் மதத்தை முற்றிலும் ஏற்கவில்லை.

அதேவேளையில், இலங்கையின் பௌத்தம் குறித்து விவாதிக்கும் நாம் தமிழர்கள் பின்பற்றும் மதமாக இருக்கிற இந்து மதத்தையும் ஆய்வு செய்து விவாதிக்க வேண்டும். தமிழகத்தைப் போலவே, சைவம் தமிழர்களின் சமயமாக இலங்கைத் தமிழர்களாலும் கொண்டாடப்பட்டது. வேளாளர்கள் வழிப்பட்ட தமிழ்ச் சைவத்தினரின் செயல்பாடுளைத் தூக்கிப் பிடித்த ஆறுமுக நாவலர் குறித்துத் தனியே சொல்ல வேண்டியதில்லை. தமிழகத்தைப் போலவே, இலங்கையிலும் தமிழர்களின் சமயங்கள் சைவம், வைணவம் என்பதிலிருந்து மாறி இன்றைக்கு இந்து மதம் என்னும் பேரடையாளத்திற்குள் வந்திருக்கிறது. இதனடிப்படையிலேயே, சில தமிழ் இயக்கங்கள் தங்கள் சிக்கல்களைத் தீர்த்துவைக்க இந்துத்துவ இயக்கங்களை உதவிக்கு அழைக்கின்றன. இந்து மதம் எவ்வாறு இயங்கும் என்பது அனைவருக்கும் தெரிந்த ஒன்று. இலங்கையில் மட்டும் அது வேறோர் அவதாரம் எடுக்கப் போவதில்லை.

இலங்கையிலும் இலங்கையைப் பூர்வீகமாகக்கொண்ட பிற நாடுகளிலும் இந்துக்களாகத் தம்மை அடையாளப்படுத்திக்கொண்டு வாழும் தமிழர்கள் இடையே இயங்கும் சாதியம் குறித்தும், இந்து மதத்தின் தாக்கம் குறித்தும் தனியாகச் சொல்ல வேண்டிய தேவையில்லை. எந்த நாடு சென்றாலும் எந்த நிலத்திற்குச் சென்றாலும் சாதிமுறை இந்து மதத்தின் அடிப்படையாக, அதன் பிரிக்க முடியாத அங்கமாக இயங்குவதை யாரும் மறுக்க முடியாது. தமிழர்கள் மட்டுமில்லை. இந்தியாவைப் பூர்வீகமாகக்கொண்ட எல்லோரும் சாதியையும் தன் பூர்வீக அடையாளத்தோடு சுமந்து செல்லுகின்றனர். எத்தனை தலைமுறைகள் கடந்தாலும் சாதிய அடையாளத்தோடு ஒட்டி வரும் ஒடுக்குமுறை, தீண்டாமை மற்றும் ஏற்றத்தாழ்வென்னும் சாதியின் கொடுங்குணங்களோடு பிறக்கின்றனர். அதனால், எங்குச் சென்றாலும் சாதி மறைவதில்லை. எத்தனை காலம் சென்றாலும் சாதி மடிவதில்லை. சாதி மட்டுமே எல்லாக் காலங்களுக்கும் எல்லா நிலங்களுக்கும் மரணமில்லாப் பெருவாழ்வு வாழும் கெடுவாய்ப்பைப் பெற்றிருக்கிறது.

சைவம், வைணவம், அத்வைதம், விசிஷ்டாத்வைதம் என எந்தத் தத்துவமாக இருந்தாலும் சமத்துவத்தைக் கற்றுத் தராதவரை அதை மனித குலத்திற்குத் தேவையான தத்துவமாக ஏற்றுக்கொள்ள முடியாது. சக மனிதனை மரியாதையுடனும் மாண்புடனும் நடத்துவதற்குப் பழக்காத சமயங்களைப் பின்பற்றுவதில் என்னபயன் விளையப் போகிறது? மதங்களின் மையக்கொள்கைகள் எந்தக் காரணத்தைச் சொல்லியும் ஏற்றத்தாழ்வுகளை நியாயப்படுத்த முடியாது. சமயங்களின் சட்ட நூல்கள் வன்கொடுமைகளை நிகழ்த்தச் சொல்லிப் பட்டியல் போட்டுத் தருவதை எந்தவகையில் ஆதரிப்பது? அத்தகைய நஞ்சூறிய பூதத்தை அழித்தொழிப்பதைக் குறித்துப் பலவாறாகச் சிந்தித்த அம்பேத்கர் கண்ட அருமருந்துதான் நவயானா

பௌத்தம். ஆகையால், மனிதர்களுக்கிடையிலான வேறுபாட்டை வளர்க்கும் சைவம், வைணவத்தை விட்டு விலகி தமிழ்த்தேசியவாதிகளும் நவயானா பௌத்தத்தை ஏற்கலாம். அது குறித்து எந்தக் கவலையும்கொள்ளத் தேவையில்லை. ஈழத்து அரசியலில் அம்பேத்கரின் பௌத்தத்தை இப்படிப் பொருத்துவதுதான் சரியாகவும் முறையாகவும் இருக்கும்.

"பௌத்தமும் சமணமும் தமிழை அழித்தன எனச் சொல்வது அப்பட்டமான பொய். சிலப்பதிகாரம், மணிமேகலை உள்ளிட்ட பெருங்காப்பியங்கள், சிறு காப்பியங்கள், நன்னூல், வீர சோழியம் முதலாய இலக்கண நூல்கள் எனப் பௌத்த - சமண மரபில் தோன்றிய தமிழ் இலக்கண-இலக்கிய நூல்களின் பட்டியலொன்றைச் சொல்ல முடியும். 'சங்கம்', என்கிற சொல்லும் பௌத்த மரபில் தோன்றியதே." [98]

தமிழ்ப் பண்பாட்டின் எந்தக்கூறும் சிதையாமல் பௌத்தத்தைப் பின்பற்ற வாய்ப்புகள் உண்டு என்பதைத் தமிழக வரலாற்றின் நெடுகிலும் காணலாம். அயோத்திதாசரின் தமிழ்ப் பௌத்தம் இதில் முக்கிய வினையாற்றும் என்று நம்பலாம். பௌத்தத்தை ஏற்கலாம் என்பதால் அது மொழிவழித் தேசியத்தை நோக்கமாகக்கொண்டிருக்கும் தமிழ்த்தேசியச் சிந்தனை மரபுக்கு எதிரானது என்று பலரும் கருத வாய்ப்புண்டு. அவ்வாறு துவங்கும் விவாதங்கள் தமிழ்த் தேசியச் சிந்தனையை முற்றிலும் புறந்தள்ளிவிட்டுச் செல்ல வேண்டுமென்றும் கருத்துகளை முன்வைக்கின்றன. பௌத்த மதத்தை ஏற்க முன்வரும் ஒருவர் தமிழ்த்தேசியத்தை நிராகரித்து விட்டுத்தான் வர வேண்டுமா? தமிழ்த் தேசியச் சிந்தனையையும் பௌத்தச் சிந்தனையையும் ஒருவர் ஒரே நேரத்தில் கைக்கொள்ள முடியாதா? இரண்டு சிந்தனை மரபுகளும் ஒன்றுக்கொன்று நேரெதிராக நின்று முட்டி மோதிக்கொள்ள வேண்டிய அளவுக்கு முரணானவையா? பௌத்தம் வழி நின்று ஒடுக்கப்பட்ட மக்களையும் பிற சமூகத்தினரையும் ஒன்றிணைக்க முயலும் ஒருவர், தமிழ்த் தேசிய அரசியலை விமர்சனம் செய்வதாலேயே, அவர் தமிழ்த் தேசிய அரசியலுக்கு எதிரியாக மாறி விடுவாரா? இந்தக் கேள்விகள் தமிழ்ச் சமூகத்தின் முன்பு கேட்கப்பட வேண்டியவை. இதற்கான விடைகளையும் தேடலாம்.

தமிழ்த்தேசியம் நிராகரிக்கப்பட வேண்டியதா?

தேசியம் என்னும் கருத்தாக்கம் பல அடிப்படைகளில் உருவாகக் கூடியது. இன்றைய உலகத்தில் மத வழி அடிப்படையில் பல தேசியங்கள் உள்ளன. மொழிவழியின் அடிப்படையிலும் தேசியங்களும் உள்ளன. அது மட்டுமில்லாமல், தேசியம் ஒரு கற்பிதம் என்று சொல்லக்கூடியவர்களும் உண்டு.

98. அ.மார்க்ஸ், குணா: பாசிசத்தின் தமிழ் வடிவம், விடியல் பதிப்பகம், கோவை, 1997 (ப.எண்.83).

நிறப்பிரிகை ஆசிரியர் குழுவினர் இந்தக் கருத்தை ஏறத்தாழ கால்நூற்றாண்டுக்கு முன்னரே தமிழகத்தின் அறிவுத்தளத்தில் விவாதமாக முன்னெடுத்தனர். அவர்கள் தொகுத்து வெளியிட்ட 'தேசியம் ஒரு கற்பிதம்: நிறப்பிரிகை கட்டுரைகள்'[99] நூல் தேசியம் குறித்த விவாதங்களை முன்னெடுக்கும் எல்லோரும் வாசிக்க வேண்டிய மிக முக்கியமான நூலாகும். அவர்கள் முன்வைத்தக் கருத்துகளைத் தொகுத்துப் பார்த்தால் தமிழ்த்தேசியம் அனைத்துத் தமிழர்களையும் சமத்துவத்தோடு அரவணைத்து அழைத்துச் சென்றதா என்பது தெரியும். தேசியம் என்னும் பெயரில் அவர்கள் முன்வைக்கும் அடிப்படைவாதக் கருத்துகளை நாம் உணர்ந்து கொள்ளலாம். முதன்மையாக, குணா போன்றவர்கள் முன்வைத்த தூய தமிழ்த்தேசியம் ஒற்றைத்தன்மையானது. அது அடிப்படைவாதத்தைத் தன்னுடைய அடிப்படையாகக்கொண்டுள்ளது. அதனாலேயே அதை நிராகரிக்க வேண்டிய நெருக்கடி உண்டாகிறது. அவர்கள் முன்வைப்பது பாசிசமாக இருக்கும்பட்சத்தில், அவற்றை முற்றும் முழுதாக நிராகரிக்கிறோம். சுதந்திரம், சமத்துவம், சகோதரத்துவத்திற்கு எதிரான கருத்துகள் எதுவாக இருந்தாலும், யார் வழியாகச் சொல்லப்பட்டாலும் அவை நிராகரிக்கப்பட வேண்டியவைதாம். நாம் தமிழ்த் தேசியச் சிந்தனையாளர்களுடன் முரண்படும் மையப் புள்ளி இதுதான்.

தமிழகத்தில் ஆரியம் எதிர் திராவிடம், இந்தியத் தேசியம் எதிர் தமிழ்த் தேசியம் என்று பல இருமைகள் இருப்பதை நாம் அறிவோம். இதில், தமிழ்த் தேசியக் களத்திலும் தீவிரமாகச் செயலாற்றி வரும் சில அம்பேத்கரிய மற்றும் பெரியாரிய இயக்கங்கள் தவிர தமிழ்த் தேசியத்தைத் தங்களின் அரசியல் கோட்பாடாகத் தூக்கிப் பிடிப்போர் கடவுள் மறுப்பையோ, சாதி ஒழிப்பையோ முதன்மை நோக்கங்களாகக் கொள்வது கிடையாது. ஏனென்று சொன்னால், அவர்கள் தமிழ்ச் சமயம், தமிழ்க் கடவுள் என்று அதன் கோட்பாட்டு எல்லையை மத அடிப்படையில் விரித்துக்கொண்டே செல்கின்றனர். முன்பு சைவ சித்தாந்தம் அதில் முக்கியப் பங்காற்றியது. சமகாலத்தில், அந்த இடத்தில் முருகக் கடவுளை வைக்கின்றனர்.

முன்பு மொழியின் பெயரால் சாதியை வெளிப்படையாக ஆதரித்த வேளாளர் தலைமையிலான தமிழ்த்தேசியவாதிகளின் இடத்தில் சமகாலத்துத் தமிழ்த் தேசியவாதிகள் சாதிகளின் இடத்தில் குடிகள் என்னும் சொல்லைக் கையாள்கின்றனர். சாதியாக இருந்தாலும், குடியாக இருந்தாலும் ஒரு மனிதன் சக மனிதனைச் சமமாக நடத்த அந்தச் சமூகக் கட்டமைப்பு உத்தரவாதம் அளிக்கிறதா என்பதே அவர்கள் முன் நாம் வைக்கும் கேள்வி. அதற்கு அவர்கள் தரும் வியாக்கியானங்கள் நம்பகத்தன்மை கொண்டதாக இல்லை. இந்தக் கதைகளுக்கு எந்தவிதமான

---

99. தொகுப்பாசிரியர்கள் - அ.மார்க்ஸ், ரவிக்குமார், பொ.வேல்சாமி, 'தேசியம் ஒரு கற்பிதம்: நிறப்பிரிகை கட்டுரைகள்', விடியல் பதிப்பகம், கோவை, 1994.

வலுவான ஆதாரங்களும் இருக்காது. மிகைப்படுத்தப்பட்ட மொழியுணர்ச்சியின் அடிப்படையில் உருவாக்கப்படும் இத்தகைய கருத்துகள் காற்று போன பலூனைப் போல எப்போது வேண்டுமானாலும் சுருங்கிப் போய் மறைந்துவிடும். இவர்களின் ஆயுட்காலம் குறைவு என்பது வரலாற்றை வாசித்தவர்களுக்குப் புரியும். இது அவ்வப்போது தமிழக அரசியல் களத்தில் உருவாகும் காளான் போல உண்டாகி மறைந்துவிடும் தன்மையுடையது. இதற்கு முன்பு சி.பா.ஆதித்தனார், ம.பொ. சிவஞானம் போன்றோர் இருந்தனர். அவர்கள் விட்டுச் சென்ற இடத்தை இட்டு நிரப்ப இப்போது சீமான் வந்திருக்கிறார்.

ஆனால், சில தனிமனிதர்களை வைத்தோ, சில குழுக்களை வைத்தோ நாம் ஒரு சிந்தனை மரபை, அரசியல் கோட்பாட்டை எடைபோடக் கூடாது. குணாவும் மணியரசனும் சீமானும் மட்டுமே தமிழ்த்தேசியச் சிந்தனையின் நாட்டாண்மைகளல்லர். நாம் அந்தச் சிந்தனை மரபின் அடிக்கட்டுமானமாக எந்தக் கருத்து முன்வைக்கப்படுகிறது என்பதை மட்டும் பார்க்க வேண்டும். அவ்வாறு பார்த்தால், நாம் தமிழ்த் தேசியச் சிந்தனையை நிராகரிக்க வேண்டிய அவசியமில்லை. தமிழ்த் தேசியத்தை ஏற்றுக்கொள்ளத்தான் வேண்டும். தமிழ்த் தேசியத்தின் அடிக்கட்டுமானத்தின் ஒரு பகுதியாகச் சமத்துவத்தையும் உறுதியாக முன்வைக்கும் ஏராளமான தமிழ்த்தேசியச் சிந்தனையாளர்கள் தமிழ்ச் சமூகத்தில் உண்டு. தமிழ்த் தேசியச் சிந்தனைக்கு முன்நிபந்தனையாகச் சாதி ஒழிப்பு அரசியலை முன்வைத்த தமிழரசன், திருமாவளவன் போன்றோரை முன்னரே சிறந்த உதாரணங்களாக எடுத்துக்காட்டியிருக்கிறோம்.

நாம் அக்கறை கொள்வதெல்லாம், மொழிவழியிலான தேசம் என்னும் பெயரில் சாதியக் கட்டமைப்பை எந்த வடிவிலும் கொண்டு வந்துவிடக்கூடாது என்பதுதான். தமிழ்த் தேசியம் என்னும் பெயரில் சனாதனக் கூறுகளைப் புகுத்தக் கூடாது என்பதுதான். தமிழ்ச் சமூகம் மட்டுமில்லை. பௌத்தம் பரவிய எந்தத் தேசத்திலும் அந்தத் தேசிய இனத்தின் முன்னேற்றத்திற்கும் மொழி வளமைக்கும் பௌத்தம் பங்காற்றியிருக்கிறது. பௌத்தம் பரவிய நாடுகளில் சீன மொழி, ஜப்பானிய மொழி, கிழக்காசிய மொழிகள் என எல்லா மொழிகளும் வளம் பெற்றிருக்கின்றனவே ஒழிய எங்கும் பாலி மொழியின் ஆதிக்கத்தால் அவை வழக்கொழியவில்லை. மாறாக, அவை வளம் பெற்றிருக்கின்றன.

சீன தேசத்தில் சீனத் தாய்மொழிவழிக் கல்விதான் பயிற்றுவிக்கப்படுகிறது. உலகமயமாக்கல் சூழலில் ஒட்டுமொத்த உலகமும் எல்லாத் தளங்களிலும் ஆங்கிலத்தைப் பயன்படுத்தித் தம்முடைய தேசத்தை வழிநடத்திக்கொண்டிருக்க சீன தேசம் மட்டுமே சீன மொழியிலேயே தமக்கான எல்லாத் தகவல்

தொழில்நுட்பங்களையும் தாமே உருவாக்கிப் பயன்படுத்திக்கொண்டிருக்கிறது. சீனாவில் கூகுள் *(Google)* கிடையாது. ஆனால் சீனாவிலேயே அவற்றிற்கு நிகராகத் தயாரிக்கப்பட்ட சீன மொழியிலேயே பயன்படுத்தக்கூடிய பைடு உண்டு. ஃபேஸ்புக் *(Facebook)*, வாட்ஸப் *(WhatsApp)* கிடையாது. வீ சாட் *(We Chat)* உண்டு. ட்விட்டர் *(Twitter)* கிடையாது. வெய்போ *(Weibo)* உண்டு. யூட்யூப் *(YouTube)* கிடையாது. டுடௌ *(Tudou)* அல்லது யுகு *(Yukhu)* உண்டு. பௌத்தத்தை ஏற்றுக்கொண்டதால் ஜப்பானியர்களின் மொழி வளம் எங்கும் குன்றியதாகத் தெரியவில்லை. ஜப்பானிய தேசத்தில் பௌத்தத்திலிருந்து ஜென் தத்துவம் கிளைத்ததும் அதன் வழியாக ஹைக்கூ கவிதை வடிவம் பிறந்து அந்த மொழி மேலும் செழுமை பெற்றதையும் நாம் கவனிக்க வேண்டும்.

இந்து மதம் சமஸ்கிருதத்தை முதன்மைப்படுத்துவதைப் போல பௌத்த மதம் பாலி மொழி ஆதிக்கத்தைத் திணிக்கவில்லை என்பதற்கு நம் கண்முன்னே பல உதாரணங்கள் உள்ளன. இதே வாதங்கள் மற்ற மொழிவழித் தேசிய இனங்களுக்கும் பொருந்தும். நம்முடைய அணுகுமுறையின் அடிப்படை ஒன்றே ஒன்றுதான். எந்தத் தத்துவமாக இருந்தாலும், அந்தத் தத்துவம் மொழி, நிலம், வர்க்கம், பால் என எந்த அடிப்படையை எடுத்துக்கொண்டாலும், அது ஒவ்வொரு மனிதனுக்கும் சுதந்திரமும் சமத்துவமும் கிடைக்க உறுதி செய்ய வேண்டும். தம்மத்தைத் தன் மெய்யியலின் அடிப்படையாக ஏற்றுக்கொள்ளும் தமிழ்த் தேசியம் அவற்றை உறுதி செய்யும்.

ஆகையால், நாம் தமிழ்த் தேசியச் சிந்தனையையும் ஏற்கிறோம். பௌத்தச் சிந்தனையையும் ஏற்கிறோம். இரண்டும் ஒன்றுக்கொன்று முரணானவையல்ல. இரண்டும் ஒரே காலத்தில் ஒரே சமூகத்தில் ஒன்றுக்கொன்று இணைந்து செல்லக்கூடிய இயல்புகளையும் ஆற்றல்களையும் தன்னகத்தே கொண்டுள்ளன. தமிழக வரலாற்றில் இதற்கான ஏராளமான சான்றுகள் உள்ளன. தமிழ்த் தேசியத்துடன் இணைத்து நாம் சாதியமைப்பு இல்லாத சமூகத்தை உருவாக்க வழிவகுக்கும் பௌத்தத்தை முன்வைக்கிறோம். இந்த இடத்தில், பௌத்தம் ஏன் தமிழர்களை ஈர்த்தது? ஏன் தமிழர்கள் பௌத்தத்தை ஏற்றுக்கொண்டனர்? என்பதை விளக்கும் முகமாக நான் முன்பு எடுத்துக்காட்டிய ஒரு வரலாற்றுக் குறிப்பை மீண்டும் இங்குச் சுட்டிக் காட்டுகிறேன். தமிழ் நிலத்திற்கு வெளியிலிருந்து வந்த அந்நிய மதங்களான வைதீகம், சமணம், பௌத்தம் மற்றும் ஆசீவகம் முதலான நான்கு மதங்களில் பௌத்த மதம் மட்டும் துவக்கத்தில் எவ்வாறு மக்களிடத்தில் செல்வாக்கு பெற்று வளர்ந்தது என்பதற்கான காரணங்களை மயிலை சீனி.வேங்கடசாமி கீழே விவரிக்கிறார்,

"இந்த மதம் மேல்சாதி கீழ்சாதி என்று பிறப்பினால் உயர்வு தாழ்வு பாராட்டாதபடியினாலும், எக்குடியிற் பிறந்தோராயினும், அன்னவர் கல்வி அறிவுகளிற் சிறந்தோராய்த் தம் மதக்கொள்கைப்படி ஒழுகுவாராயின், அவரையுந் தங்குருவாகக் கொள்ளும் விரிந்த மனப்பான்மை கொண்டிருந்தபடியினாலும், அக்காலத்தில் சாதிப்பாகுபாடற்றிருந்த தமிழர் இந்த மதத்தை மேற்கொண்டனர் என்றும் தோன்றுகின்றது. இச்செய்திகளெல்லாம் தமிழ்நூல்களிலும் பிற நூல்களிலும் ஆங்காங்கே காணப்படும் குறிப்புகளைக்கொண்டு அறியலாம்." [100]

பௌத்தத்தை ஏற்பதால் மத வழியிலான ஆதிக்கம் உண்டாவதற்கு வாய்ப்பில்லை. பௌத்தம் என்னும் தத்துவத்தின் அடைப்படை எந்தவகையிலான ஆதிக்கத்தையும் ஏற்காதது. குறிப்பாக, அம்பேத்கரின் நவயானா பௌத்தம் சுதந்திரம், சமத்துவம், சகோதரத்துவம், ஜனநாயகம் முதலான விடுதலைச் சிந்தனைகளின் கூட்டிணைவை அடிப்படையாகக்கொண்டுள்ளது. பௌத்தம் ஏற்பதால் மொழி வழி அரசியல் இன்னும் கூர்மைபெறும் வாய்ப்புண்டு. தமிழர்களின் சமயமாக நவயானா பௌத்தத்தை ஏற்போம். மேற்கண்ட வரலாற்றுக் குறிப்பு எடுத்துச் சொல்லும் பேருண்மை நம் காலத்திலும் நிஜமாகட்டும்.

9

நாம் ஏன் பௌத்தத்தைத் தழுவ வேண்டும்?

தொடக்கத்தில், தம் மக்களுக்காக ஒரு பாதுகாப்பான கூட்டைச் செய்ய மரச் சுள்ளிகளைத் தேடி ஓடிக்கொண்டிருந்த நீலவான பறவையான அம்பேத்கர், இறுதியில் செல்லரித்த கறையான் புற்றை உடைத்து அகற்றித் துடைத்துத் திருத்தி பௌத்தம் என்னுமொரு கருங்கல் கோட்டையைக் கட்டி முடித்தார். பல நூற்றாண்டுகளுக்கு முன்பே இடித்துச் சிதைத்துத் தரைமட்டமாக்கப்பட்டு ஆக்கிரமிக்கப்பட்ட தாய்மண்ணை மீட்டெடுத்துக் கட்டியெழுப்பிய பகுத்தறிவுக் கோட்டையை நீதி, சுதந்திரம், சமத்துவம், சகோதரத்துவம், ஜனநாயகம் போன்ற தூண்கள்கொண்டு தூக்கி நிறுத்தினார். இக்கோட்டைச் சுவர்களில் மஹாயானம் இருக்காது. ஹீனயானம் இருக்காது. வஜ்ராயனம் இருக்காது. அது உன்னதமான சமூக விழுமியங்களைக் குழைத்துக் கட்டி எழுப்பிய நவீனக் காலத்து நவயானக் கோட்டையாக இருக்கும் என்று பிரகடனம் செய்தார்.

கட்டற்றுப் பாய்ந்தோடும் காட்டாற்று வெள்ளத்தையே திசைதிருப்பும் ஆற்றல் வாய்ந்த கற்பாறை நெஞ்சம்கொண்ட அம்பேத்கர் கட்டியெழுப்பிய கருங்கல் கோட்டைக்குள் எவரும் துணிந்து நுழையலாம். கெடுவாய்ப்பாக, அம்பேத்கரைத் தலைவராக ஏற்றுக்கொண்டு செங்கோட்டைக்குப் போக நினைப்பவர்கள்கூட இந்தக் கருங்கல் கோட்டைக்குள் கால் வைப்பதில்லை. கோட்டைக்குச் சொந்தக்காரர்களும் பெரும்பாலும் குடிசைகளுக்குள்ளேயே முடங்கிக் கிடக்கிறார்கள். இன்னும் சிலர், கோட்டையைப் பெயர்த்தெறியும் எண்ணத்துடன் தந்திரமாகத் தத்துவ எறிகணைகளை வீசுகின்றனர். 'இந்தக் கோட்டைச் சுற்றுச் சுவரின் மூன்றாவது வரிசையிலிருக்கும் நான்காவது கல் உதிர்ந்து விழுந்துவிடும்' என்று எவரேனும் கூப்பாடு போட்டால், 'அக்கோட்டையின் அடிக்கட்டுமானத்தைச் சோதித்துப் பார்' என்பார் அம்பேத்கர். எக்காலத்துக்கும் தாங்கி நிற்கும் அறத்தையும் அறிவியலையும் கலந்து கூட்டிச் சேர்த்து புத்தர் கட்டி வைத்துவிட்டுப்போன அடிக்கட்டுமானம் அது.

ஆனாலும், 'அம்பேத்கர் பௌத்தம் தழுவினார். நாம் ஏன் பௌத்தத்தைத் தழுவ வேண்டும்?' என்ற கேள்வியோடு வெளியில் நின்று வேடிக்கை பார்ப்பவர்களே இங்கு அதிகம். இக்கேள்விக்குப் பதிலளிப்பதன் முதற்படியாக அம்பேத்கர் முன்வைத்த நவயானா பௌத்தம் எதிர்கொண்ட பல்வேறு கருத்துகளைத் தொகுத்துப் பார்ப்பது அதை மேலும் புரிந்துகொள்ளத் துணை செய்யும்.

நவயானா பௌத்தத்தின் மீதான எதிர்வினைகள்

கெயில் ஓம்வெத்[101] மற்றும் இன்னபிற ஆய்வாளர்களும் அறிஞர்களும் சொல்வதைப் போல ஜோதிராவ் பூலே, அயோத்திதாசர், லட்சுமி நரசு முதலான இந்து மதத்திற்கெதிராகப் போராடிக்கொண்டிருந்த பல சிந்தனையாளர்கள், தலைவர்கள் மதம் சார்ந்தும் சாராமலும் எடுத்த முன்னெடுப்புகளின் தொடர்ச்சியாக அம்பேத்கர் வந்தடைந்த மார்க்கம்தான் பௌத்தம்.

அம்பேத்கரின் நவயானா பௌத்த இயக்கத்தை உலகம் முழுக்க இருக்கின்ற பல ஆய்வாளர்கள்[102] ஆய்வு செய்திருக்கின்றனர். அதில் ஒருவரான, ஜான் கின்ஸி, தான் எழுதிய *"The Empty Circle: B.R.Ambedkar, Karl Marx and the Return of Buddhism to India"* என்னும் நூலில் நவயானாவை 'மார்க்சியப் பௌத்தம்' என்று சுட்டுகிறார். யஷ்வந்த சுமந்த் என்னும் ஆய்வாளர் அம்பேத்கரின் மதம் பற்றிய கோட்பாட்டு வரையறைக்கு மார்க்சியம் மாபெரும் பங்களிப்பைச் செய்திருந்தாலும், அது முழுக்க மார்க்சியத்தின் அடிப்படையிலானது மட்டுமே அல்ல என்கிறார். மார்க்சியத்தால் நவயானா பௌத்தத்தின் பன்முகப்பட்ட தன்மைகளை விளக்க முடியாது என்றும் அவர் வாதிட்டார். இந்தக் கருத்தை கெயில் ஓம்வெத் மேலும் விரித்துச் செல்கிறார். மதம் என்னும் கோட்பாட்டை ஏற்றுக்கொள்ளாத மார்க்சியத்தை அம்பேத்கரின் நவயானா பௌத்தத்தோடு ஒப்பிட முடியாது என்கிறார். அதனாலேயே அவர் மதம் குறித்து ஆழமான ஆய்வுகளைச் செய்த சமூகவியலாளரான துர்க்கேம் வரையறை செய்த நவீனக் காலத்திய மதக்கோட்பாட்டுக்கு அருகில் அம்பேத்கரின் நவயானத்தை வைக்கிறார். மதச்சார்பற்ற தன்மையையும் அறிவியலையும் நவீனத்தையும் உள்ளடக்கமாகக் கொண்ட கோட்பாடாக மதம் எதிர்காலத்தில் மாற்றமடையும் என்று அவதானித்த துர்க்கேமின் கருத்தை அம்பேத்கரின் நவயானா பௌத்தத்துடன் ஒப்பிடுகிறார்.

101. Gail Omvedt, Buddhism in India, Challenging Brahamanism and Caste, Sage Publications, New Delhi, 2003 (P.No.18).

102. Suraj Yengde and Anand Teltumbde (Edited), The Radical in Ambedkar: Critical Reflections, Allen Lane (Penguin Random House India) Publications, Gurgaon, 2018 (P.No.285).

இந்தியாவில் அம்பேத்கரிய அரசியலையும் இயக்கங்களையும் ஆய்வு செய்த பிரெஞ்சு மானுடவியல் ஆய்வாளர் நிக்கோலஸ் ஜௌல்[103], ஜெர்மனியில் யூதர்கள் மத வழியில் அரசியல் விடுதலைக்குப் போராடியதைக் குறிப்பிட்டு விவாதித்த காரல் மார்க்ஸின் கருத்துகளை அம்பேத்கரின் நவயானத்துடன் ஒப்பிட்டுப் பேசியுள்ளார். பத்தொன்பதாம் நூற்றாண்டில் மதச் சிறுபான்மையினரான யூதர்களை அவர்களின் மதத்தைக்கொண்டு ஜெர்மானியக் கிறித்தவ மத அடிப்படையிலான அரசுக்கு எதிராகக் கிளர்ச்சி செய்து அரசியல் விடுதலை பெறுவதை ஏற்றுக்கொண்டார் காரல் மார்க்ஸ். அதைப் போல, அம்பேத்கரும் பௌத்த மதத்தைப் பயன்படுத்தி இந்தியாவில் உள்ள ஒடுக்கப்பட்ட வகுப்பினருக்கு அரசியல் விடுதலை பெற்றுத் தரப் போராடுவதை ஒப்பிட்டு விவாதித்தார். அம்பேத்கரின் நவயானா பௌத்த இயக்கத்தைப் பண்பாட்டு மார்க்சியத்தை முன்மொழிந்த கிராம்சியுடன் ஒப்பிட்டுப் பலர் விவாதித்துள்ளனர். சிலர் அம்பேத்கரின் பௌத்தம் பண்பாட்டு மார்க்சியத்தின் அடிப்படையிலான ஒன்றுதான் என்றும் கருத்துரைக்கின்றனர். ஆனால், இந்த ஒப்பீடுகள் நவயானா பௌத்தத்தைச் சரியான புரிதலுக்கு உட்படுத்தவும் மதமாற்றத்திற்குப் பின்னணியாக இருந்த அம்பேத்கரின் எண்ணங்களை முழுமையாக விளக்குவதற்கும் தேவையான அளவுக்குப் பொருந்திப் போகவில்லை.

இதே கருத்தை வெவ்வேறு சொற்களில் பல ஆய்வாளர்கள் முன்வைத்திருக்கின்றனர். அம்பேத்கர் எடுத்த முடிவு தவறானது என்றும், நவீனக் காலத்திற்கு ஏற்புடையதாக இல்லை என்றும் சிலர் கருத்துத் தெரிவித்திருக்கின்றனர். அம்பேத்கரின் மதமாற்றம் தோல்வியடைந்துவிட்டது என்றும் சிலர் சொல்லியிருக்கின்றனர். அம்பேத்கரின் நவயானா உருவாக்கம், அதன் பரவல் மற்றும் தாக்கத்தை ஆய்ந்த ஆனந்த் டெல்டும்டே, மார்ட்டின் ஃபக்ஸ், மைக்கேல் லோவி, ஓவென் லிஞ்ச், ஜாஃப்ரிலோத் முதலானோர் அம்பேத்கரின் முடிவுக்கு ஆதரவாகவும் எதிராகவும் கருத்துத் தெரிவித்துள்ளனர். இன்னும் ஒருபடி மேலே போய், பௌத்த மதத்தைத் தழுவியது ஒடுக்கப்பட்ட மக்களின் போராட்ட உணர்ச்சியை மழுங்கடித்துவிட்டது என்று கம்யூனிஸ்டுகள் கருத்துத் தெரிவித்தனர். இந்த மதமாற்றம் ஒடுக்கப்பட்ட வகுப்பினர் புரட்சிக்கு ஒன்று திரளும் ஆற்றலைத் தணித்துவிடும் என்று கம்யூனிஸ்ட்டுகள் விமர்சித்தனர். ஆனால், பல நூற்றாண்டுகளாக இந்து மதத்தில் உழன்றுகொண்டிருந்த மக்கள் அதைவிட்டு வெளியேறி பௌத்தத்திற்கு மாறுவதே உச்சகட்ட எதிர்ப்புணர்ச்சியின் வெளிப்பாடுதான் என்பதை இந்த ஆய்வாளர்கள் உணர்ந்துகொள்ளத் தவறுகின்றனர். மதமாற்றத்திற்குப் பிறகு அவர்கள் முழுமையாக இந்துப் பண்பாட்டை விட்டு வெளியே வராதது குறித்து

103. Ibid, (P.No.281, 285).

அவர்கள் எடுத்துக்காட்டும் உதாரணங்களை ஏற்றுக்கொள்ளலாம். ஆனந்த் டெல்டும்டே எடுத்துக்காட்டும் திமோத்தி ஃபிட்ஸ்ஜெரால்ட் (1994) மற்றும் நீரா புர்ரா (1997)[104] ஆகிய இருவரின் கள ஆய்வுகள் புதிய பவுத்தர்களின் பண்பாட்டு நடவடிக்கைகள் இந்துப் பண்பாட்டின் சுவடுகளை இன்னும் கொண்டிருக்கின்றன என்றும் அதனால் நவயானா பௌத்தம் பெரும் மாற்றத்தை உண்டாக்கவில்லை என்றும் கூறுகின்றனர்.

புதிய பௌத்தர்களின் வளர்ச்சிக் குறியீடுகளை மற்ற தலித்துகளின் வளர்ச்சிக் குறியீடுகளுடன் ஒப்பிட்டு ஆய்வு செய்து புதிய பௌத்தர்களின் வளர்ச்சிக்குப் பெரியளவில் நவயானா பௌத்தம் காரணமாக இருந்தது என்கிறார் ஷுரா தாராபுரி[105]. புதிய பௌத்தர்களுக்கு இணையாக விடுதலைக்குப் பிறகான இந்தியாவில் நவயானா பௌத்தத்தைத் தழுவாத மற்ற தலித் சாதிகளும், குறிப்பாக மக்கள் தொகை அளவில் ஒவ்வொரு மாநிலத்திலும் பெரும்பான்மையாக உள்ள தலித் சாதிகள், குறிப்பிடத்தக்க முன்னேற்றத்தை அடைந்திருக்கின்றன என்கிறார் ஆனந்த் டெல்டும்டே. ஆனால், நவயானா பௌத்தத்தைத் தழுவாத மற்ற தலித் சாதிகளைவிட புதிய பௌத்தர்கள் மனதளவில், சமூக உளவியல் அடிப்படையில், அவர்கள் விடுதலை உணர்வை அடைந்தவர்களாக, மன ஊக்கம் பெற்றவர்களாக மாறியிருக்கிறார்களா என்பதை ஆய்வு செய்ய வேண்டுமென்கிறார்.

பெரும்பாலான ஆய்வாளர்கள் இத்தகைய முடிவுகளுக்கு வரக் காரணம், அம்பேத்கரின் மதமாற்றம் அரசியல் சார்ந்தது அல்ல ஆன்மிகத்தின் அடிப் படையிலானது என்ற எளிமையான, மேம்போக்கான புரிதலைக்கொண்டுள்ளதே ஆகும். அவர்கள் அறிவுலகம் ஏற்கெனவே உருவாக்கி வைத்திருக்கிற மதம் என்ற வழமையான சட்டகத்திலிருந்தே அம்பேத்கரின் மதம் என்னும் கோட்பாட்டை நோக்குவதும் வழக்கொழிந்த தியானவயப்பட்ட மதமாக பௌத்தம் விளங்கி வந்ததை வைத்தும் அவர்கள் இந்தத் தவறான முடிவுக்கு வருகின்றனர். ஆய்வாளர்கள் இவ்வாறான முடிவுகளுக்கு வர இன்னொரு முக்கியக் காரணம் அம்பேத்கர் வழங்கிவிட்டுச் சென்ற பௌத்தம் உடனடியாக மாற்றத்தை உண்டாக்கவில்லை என்ற ஏமாற்றமுமாகும். இதில் அவர்கள் புரிந்துகொள்ளத் தவறுவது பௌத்தத்தைத் துரித உணவைத் தயாரித்துத் தின்னத் தருவதைப் போல உடனடி மாற்றமாக அம்பேத்கர் முன்வைக்கவில்லை என்பதைத்தான். அவருடைய பௌத்த மதமாற்றம் தொலைநோக்குப் பார்வையுடன் கூடிய நீண்ட காலத் திட்டம். அதை

104. Suraj Yengde and Anand Teltumbde (Edited), The Radical in Ambedkar: Critical Reflections, Allen Lane (Penguin Random House India) Publications, Gurgaon, 2018 (P.No.232).

105. Ibid (P.no.290).

நிறைவேற்றுவதில் தாமதம் நடக்கலாம். அதற்காக ஒட்டுமொத்தத் தத்துவத்தைக் குறைகூறுவது அறிவார்ந்த அணுகுமுறையில்லை. தன்னுடைய பூர்வீகம் பௌத்தம் என்பதை ஒடுக்கப்பட்ட வகுப்பைச் சேர்ந்த அயோத்திதாசர், அம்பேத்கர் முதலான அறிஞர்கள் மூலமாக அறிந்துகொள்ளுவதற்கே ஆயிரமாண்டுகள் காத்திருக்க வேண்டியிருந்தது. அதனால் ஐம்பது ஆண்டுகளாகிவிட்டன. அறுபது ஆண்டுகள் கடந்துவிட்டன. எதுவும் நடக்கவில்லை. எந்த மாற்றமும் உண்டாகவில்லை என்று பேசுவதெல்லாம் எதிர்காலத்தில் எந்தப் பயனும் தரப் போவதில்லை.

என்னைப் பொறுத்தவரை, அம்பேத்கரின் பௌத்தத்தை இதன் அடிப்படையில் எடைபோடுவதே தவறான அணுகுமுறையாகும். அவருடைய பௌத்தக் கண்டுபிடிப்பு அடிமைத்தனத்தில் கிடக்கும் மக்களை நிரந்தரமாக விடுதலை செய்ய முன்வைக்கப்பட்ட தத்துவமாகும். தலித் மக்களுக்கு அவர் விட்டுச் சென்ற பண்பாட்டு ஆயுதம், நவயானா பௌத்தம். நூற்றாண்டுகளாக மனித மனங்களில் ஊறிப்போயிருக்கும் அடிமைப்படுத்தும் மதக் கசடுகளை அறவே துடைத்தெறிவது அவ்வளவு எளிதில் நடக்கக்கூடியதா? என்பதை ஆய்வாளர்கள் நியாயமான முறையில் சீர்தூக்கிப் பார்க்க வேண்டும். மார்க்சியம் சொன்ன புரட்சி ரஷ்யா, சீனா போன்ற சில நாடுகளைத் தவிர வேறெங்கும் நடக்கவில்லை என்பதற்காக மார்க்சியத் தத்துவம் தோல்வியடைந்துவிட்டது என்று கூறுவதை மார்க்சிய அறிஞர்கள் ஏற்பார்களா? புத்தர் சொன்ன தத்துவத்தை அவருக்குப் பிறகு வந்தவர்கள் தவறாக அர்த்தப்படுத்திக்கொண்டார்கள் என்பதற்குப் புத்தரைக் குறை சொல்வதை எந்தத் தத்துவ ஆய்வாளர்களும் ஏற்றுக்கொள்ள மாட்டார்கள். ஒருவேளை அதில் குறைபாடுகள் இருந்தால் அந்தக் குறைபாடுகளைக் கண்டுபிடித்து அவற்றை நீக்கி அதன் உண்மையை முன்வைப்பதே நல்ல ஆராய்ச்சியாளரின் பணியாகும். அச்சுப் பிசகாமல் அம்பேத்கர் அதைத்தான் செய்தார்.

தத்துவத்தை நடைமுறைப்படுத்துவதில் தாமதம் ஏற்படலாம். அதை முன்னெடுத்துச் செல்வதில் குறைபாடுகளும் விடுபடல்களும் போதாமைகளும் இருக்கலாம். அதைக் களைந்து எவ்வாறு முன்னெடுத்துச் செல்வது என்று அக்கறையோடு ஆய்வு செய்து முன்வைக்கும் கருத்துகளே இப்போதைய தேவை என்பதை நாம் ஒவ்வொருவரும் உணர வேண்டும். ஆக்கப்பூர்வமான பணிகளில் நாம் கவனத்தைச் செலுத்திப் பௌத்தத்தை எவ்வாறு வளர்த்தெடுத்துச் செல்லலாம் என்ற நேர்மறையான அணுகுமுறையைக் கையாள வேண்டிய நேரமிது. அதுவே சாதியச் சீர்கேடுகளில் சிக்கிச் சீரழிந்துகொண்டிருக்கும் மக்கள் விடுதலை பெறத் துணை செய்யும். அதனால், பௌத்தத்தை வளர்த்தெடுக்க நாம் என்ன செய்யலாம் என்பது குறித்து யோசிப்போம்.

அம்பேத்கரின் பௌத்தம் ஏற்படுத்திய தாக்கம்

1956, அக்டோபர் 14 அன்று நிகழ்ந்த பௌத்தம் தழுவலுக்குப் பின்பு இந்தியாவிலுள்ள மற்ற ஏழு கோடி தீண்டத்தகாத சாதியினரும் தம்மைப் பின்பற்றிப் பௌத்தம் தழுவுவார்கள் என்று எதிர்பார்த்தார் அம்பேத்கர். தீண்டத்தகாத சாதியினரின் மதமாற்ற நடவடிக்கைகள் தீண்டத்தகாதரல்லாதோரையும் பௌத்தத்தின் பக்கம் ஈர்க்கும் என்றும் நம்பினார். அவ்வாறு இந்தியச் சமூகத்தினர் எல்லோரும் பௌத்தத்திற்கு மாறுவதன் மூலம் இந்தியாவை மீண்டும் பௌத்த நாடாக மலரச் செய்ய முடியும் என்ற விருப்பத்தையும் தன் வாழ்வின் இறுதிக் காலகட்டங்களில் வெளிப்படுத்தினார். ஆனால், அம்பேத்கர் எதிர்பார்த்தவாறு எதுவும் நடக்கவில்லை.

இந்தியாவில் பௌத்த மறுமலர்ச்சியை உண்டாக்கியவர் அம்பேத்கர். இந்திய வரலாற்றில் அத்தகைய நிகழ்வு எப்போதும் நிகழ்ந்ததில்லை. பௌத்தத்தைப் பரப்புவதற்காக அனகாரிக தர்மபால 1891இல் கல்கத்தாவில் மகாபோதி சொசைட்டி தொடங்கிய காலத்தில் இந்தியாவில் பௌத்தர்களின் மக்கள்தொகை வெறும் 50,000 மட்டும்தான். அம்பேத்கர் பௌத்தம் தழுவுவதற்கு முன்பு 1951இல் பௌத்தர்களின் மக்கள்தொகை 1,80,823. அது 1961இல் 32,50,227 ஆகப் பல மடங்கு உயர்ந்தது. அதுவரை, 2487 பௌத்தர்கள் மட்டுமே இருந்த மகாராஷ்டிராவில் 27,89,501 ஆக உயர்ந்தது. அதற்கடுத்த சில ஆண்டுகளில் மிகுந்த மகிழ்ச்சியோடும் உற்சாகத்தோடும் உத்வேகத்தோடும் பௌத்தம் தழுவியவர்கள் சேர்த்து இன்றைக்குப் பௌத்தர்களின் மக்கள்தொகை 2011ஆம் ஆண்டு கணக்கெடுப்பின்படி 84 இலட்சம் பேர்[106]. இது இந்திய மக்கள்தொகையில் 0.7 சதவீதம். 75 சதவீதத்திற்கும் அதிகமான பௌத்தர்கள் அம்பேத்கர் பிறந்த மகாராஷ்டிராவில் உள்ளனர். இதுவே கடந்த அறுபத்தைந்து ஆண்டுகளில் உண்டான தாக்கமும் ஏற்பட்ட மாற்றமுமாகும்.

அம்பேத்கரின் தலைமையில் ஐந்து இலட்சம் பேர் பௌத்தம் தழுவிய நிகழ்வு உலக மதங்களின் வரலாற்றில் அரிதாக நிகழ்ந்த ஒன்று. அவர் பிறந்த மகாராஷ்டிராவில், குறிப்பாகப் பெரும்பாலும் அவர் பிறந்த மகர் சாதியினர் மட்டுமே அவரைப் பின்பற்றிப் பௌத்தம் ஏற்றனர். இந்தியாவின் பிற எந்த மாநிலங்களிலும் தீண்டத்தகாத சாதியினர் பெரும்பாலும் மதம் மாறவில்லை. அதாவது இந்தியாவின் பிற எந்தத் தீண்டத்தகாத சாதியினரும் அவரைப் பின்பற்றிப் பௌத்தத்தைத் தழுவவில்லை. அவ்வப்போது ஏதேனும் சிக்கல்கள் எழும்போது இந்து மதத்திலிருந்து வெளியேறும் முடிவை எடுக்கும் தலித் மக்கள்

---

106. https://www.census2011.co.in/

இசுலாமையும் கிறித்தவத்தையும் தழுவுவதை வழக்கமாகக்கொண்டிருக்கிறார்களே ஒழிய பௌத்தத்தை ஒரு மாற்றாகக் கருதவில்லை. தமிழ்நாட்டில் மீனாட்சிபுரத்தை இதன் உதாரணமாகக் குறிப்பிட்டுச் சொல்லலாம். சாதிய வன்கொடுமைகளாலும் சாதியின் பெயரால் இழைக்கப்பட்ட அரசின் அடக்குமுறைகளாலும் நடந்ததாகச் சொல்லப்படும் மீனாட்சிபுரம் மதமாற்றத்தில் தலித்துகள் ஏன் அம்பேத்கர் முன்வைத்த பௌத்தத்திற்கு மாறாமல் இஸ்லாத்துக்கு மாறினார்கள் என்னும் கேள்விக்கு, அந்த வரலாற்றை ஆய்வு செய்த முனைவர் தொல்.திருமாவளவன் காரணங்களை விவரிக்கிறார். அந்த மக்களைச் சுற்றி நிறைய இசுலாமியர்கள் வசிக்கிறார்கள். அவர்களுக்குத் தம்மைச் சுற்றி வாழும் இசுலாமியர்களின் சமூகப் பாதுகாப்பு கிடைக்கும் என்ற நம்பிக்கை முதன்மையான காரணமாகும். அந்தப் பகுதியில் உள்ள இசுலாமியர்களும் ஒரு காலத்தில் ஒடுக்கப்பட்ட சாதிகளாய் இருந்து மதம் மாறியவர்கள் என்பது இன்னொரு காரணமாகும். அவர்கள் வாழ்ந்த பகுதியில் பௌத்தர்களில்லை என்பது ஒரு காரணமாகச் சொல்லப்படுகிறது. இந்த மாதிரியான சிக்கல்களைக் களைந்து இந்து மதத்திலிருந்து வெளிவந்து பௌத்தம் தழுவும் மக்களுக்குச் சமூகப் பாதுகாப்பையும் வாழ்வாதாரங்களையும் வழங்கக்கூடிய இடத்திற்குப் பௌத்தத்தை வளர்த்தெடுக்க வேண்டிய தேவையை இம்மாதிரியான நிகழ்வுகள் நமக்கு உணர்த்துகின்றன.

அம்பேத்கருடைய மதமாற்றம் இந்திய வரலாற்றில் மிகப்பெரும் அதிர்வுகளையும் மாற்றங்களையும் உண்டாக்கும் என்று எதிர்பார்க்கப்பட்டதெல்லாம் கனவாகவே இருந்து கலைந்துவிட்டது போலுள்ளது. அது அறிவுலக வட்டாரங்களில் விவாதப் பொருளாகப் பயன்படுகிறதே தவிர மக்களிடத்தில் பெரிதாக எந்தத் தாக்கத்தையும் உண்டாக்கவில்லை என்பதை நாம் ஒத்துக்கொள்ளத்தான் வேண்டும். அம்பேத்கரைத் தலைவராக ஏற்றுக்கொள்கிற தலைவர்களும் இயக்கங்களும் கட்சிகளும் கூட பௌத்தம் ஏற்பதைச் செய்வதில்லை. தீவிர அம்பேத்கரியவாதிகள் என்று சொல்லிக்கொள்கிறவர்களும் அறியப்படுபவர்களும்கூட பௌத்தத்தைத் தழுவவில்லை. தமிழ்ச்சூழலை ஓர் உதாரணத்திற்கு எடுத்துக்கொண்டால், அம்பேத்கருக்கு முன்பே அயோத்திதாசர் பௌத்தத்தை ஒடுக்கப்பட்ட மக்களின் பூர்வ மதம் என்பதைக் கண்டுபிடித்துவிட்டார் என்று மார்தட்டிக்கொள்ளும் தமிழகத் தலித்துகள்கூட பௌத்தத்திற்குக் கணிசமான எண்ணிக்கையில் மாறவில்லை. அம்பேத்கரின் கொள்கைகளை ஏற்றுக்கொள்கிறவர்களும் பௌத்தத்திற்கு மாறும் கொள்கையை மட்டும் கவனமாகத் தவிர்த்துவிட்டுக் கண்டும் காணாமல் செல்லும் போக்கே பெரும்பாலானவர்களிடம் உள்ளது. யாரேனும் இதைக் கேட்டால் அவர்களிடம் ஏதேனும் ஒரு பதில் தயாராக இருக்கிறது. அம்பேத்கரின் காலத்துச்

சமூக அரசியல் சூழல் வேறு. இன்றைக்கு நிலவுகிற சமூக அரசியல் சூழல் வேறு என்று சாக்குச் சொல்வார்கள். அம்பேத்கர் அதை ஓர் உத்தியாக மட்டுமே கையாண்டார் என்று வியாக்கியானம் பேசுவார்கள். ஆனால், இன்றைக்கு நம் மண்ணில் நிலவுகிற சூழலை ஆராய்ந்தால், முன்னெப்போதையும்விட இப்போதே பௌத்தத்தை மாற்றுத் தத்துவமாக, எதிர் மரபாகத் தூக்கிப் பிடிக்க வேண்டிய தேவை இருக்கிறது என்பதை எல்லோரும் ஒப்புக்கொள்வார்கள். வெறுப்புணர்ச்சியும் பகைமையுணர்ச்சியும் மக்களின் மனதில் ஊட்டி வளர்க்கப்படுகிற இக்காலச் சூழலுக்குப் பௌத்தமே மருந்து. அதை மிகப்பெரிய பண்பாட்டுப் புரட்சியாக முன்னெடுத்துச் செல்வதற்குச் சரியான நேரமிது.

அம்பேத்கரின் பௌத்தம் மீதும், அவர் பௌத்தம் தழுவிய காலத்தின் மீதும் பழி போடுவோர் இவ்வகையினரென்றால் மக்கள் மீது பழிபோடுவோர் இன்னொரு வகையினர். மக்கள் இந்து மதத்தில் ஊறிப்போய்விட்டனர், அவர்கள் மதம் மாறமாட்டார்கள். மதம் மாறுவதால் அவர்களின் சாதி அடையாளமும், சமூக மதிப்பும் மாறப் போவதில்லை என்று எளிதாக மக்களைக் காரணம் காட்டி பௌத்தம் ஏற்பதைத் தவிர்த்துவிடுகின்றனர். சிலர் மட்டுமே அம்பேத்கரின் பௌத்தத்தையும் தம்மத்தையும் ஏற்றுக்கொண்டு மதம் மாறுதலையும், அதைப் பிரச்சாரம் செய்வதையும் கடமையாகச் செய்து வருகின்றனர். அதிலும் சிலர் சரியான அடிப்படைப் புரிதல்கள், கருத்தியல் தெளிவுகள் இல்லாமல் அம்பேத்கர் வடிவமைத்த அறத்தையும் அறிவியலையும் அடிக்கட்டுமானமாகக்கொண்ட பௌத்தத்தில் சடங்குகள் என்ற பெயரில் இந்து மதச் சடங்குகளையும் அதன் மதக்கூறுகளையும் கலந்து சேர்த்துப் பின்பற்றுகின்றனர். ஆனால், அம்பேத்கரின் கொள்கைகளையும் நோக்கங்களையும் சரியாகப் புரிந்துகொண்ட அம்பேத்கரியவாதிகளால் ஒன்றை மட்டும் உறுதியாகச் சொல்ல முடியும். அம்பேத்கருக்குப் பிந்தைய இந்தத் தேக்கத்தை எண்ணி வருத்தம்கொள்ளவோ, நம்பிக்கையைக் கைவிடவோ தேவையில்லை. அதுதான் இப்போதைக்கு நாம் அனைவரும் உணர வேண்டிய மிகமுக்கியமான செய்தி.

மானுட வாழ்வியல் நடைமுறையைத் தன் அனுபவத்தின் மூலம் ஆழமாகவும் தெளிவாகவும் புரிந்துவைத்திருந்த அம்பேத்கர், ஒரு தனிமனிதனின் வாழ்க்கைத் திசைப்போக்கைத் தீர்மானிக்கும் வலிமை மதத்திற்கு உண்டு என்பதை அனுபவப்பூர்வமாக உணர்ந்தார். மதம் தனிமனித வாழ்க்கையை மட்டுமில்லை, ஒட்டுமொத்தச் சமூகத்தையும் மாற்றும் என்றும் உறுதியாக நம்பினார். ந.முத்துமோகன் அம்பேத்கரின் மதம் பற்றிய கோட்பாடு அமெரிக்க நடைமுறைவாதிகளான வில்லியம் ஜேம்ஸ் மற்றும் ஜான் டூவி ஆகியோரின் வரையறையை ஒட்டியிருப்பதாகக் கூறுகிறார். அம்பேத்கரின் மதம் பற்றிய கோட்பாடு சமூகவியலாளர் துர்க்கேமின் மதம் என்னும் கோட்பாட்டோடு ஒத்துப்

போவதாகச் சொல்கிறார் கெயில் ஓம்வெத்[107]. இந்தியாவில் அம்பேத்கரியத்தையும் தலித்தியத்தையும் ஆழமாகவும் விரிவாகவும் ஆய்வு செய்து பல்வேறு நூல்களை எழுதிய கெயில் ஓம்வெத் கூறும்போது அம்பேத்கரின் பார்வையில் மார்க்ஸ், மாக்ஸ் வெபர் கணித்தது மாதிரி மதம் மடியவும் செய்யாது; மறையவும் செய்யாது. நவீன அறிவியல் யுகத்தில் பழைமையை உதிர்த்துவிட்டு நவீனத்தை ஏற்றுக்கொண்டு ஒரு கட்டத்தில் மதச்சார்பற்ற தன்மையை அடையும் என்ற மதம் குறித்து விரிவான ஆய்வுகள் செய்த இயங்கியல்வாதியான துர்க்கேமின் கணிப்புடன் அம்பேத்கரின் மதம் பற்றிய கோட்பாடு ஒத்துப் போவதாகக் குறிப்பிடுகிறார் கெயில் ஓம்வெத். எதிர்காலத்தில் அறிவியலின் மதம், பகுத்தறிவின் மதம் உருவாகும் என்றார் துர்க்கேம். கெயில் ஓம்வெத் சொற்களிலேயே சொல்வதென்றால்,

"அம்பேத்கரின் நவயானா பௌத்தம், உண்மையில், துர்க்கேம் முன்வைத்த பகுத்தறிவு மதத்தின் ஆச்சரியமான எடுத்துக்காட்டாகும்."[108]

துர்க்கேம் கணித்ததைப் போல எதிர்காலத்திற்கான மதமாக அம்பேத்கரும் பௌத்தத்தை அறிவியலின் மதம், பகுத்தறிவின் மதம் என்றே முன்வைத்தார்.

சாமானியர்களின் வாழ்வில் மதம் எவ்வாறு வினையாற்றும் என்பதில் அம்பேத்கருக்குத் தீர்க்கமான பார்வை உண்டு. மதம் என்பதை நாம் புரிந்து வைத்திருக்கும் கடவுள், பக்தி, முக்தி, மோட்சம், சொர்க்கம், நரகம், ஆன்மா, கர்மா, சடங்கு முதலானவற்றை உள்ளடக்கியதாகப் பார்க்கவில்லை அம்பேத்கர். மனிதக் கண்ணோட்டத்தில் மதம் என்பது என்ன என்பதை விளக்க முற்பட்டார், அம்பேத்கரின் புகழ்பெற்ற 'புத்தரா அல்லது காரல் மார்க்ஸா' விவாதத்தில் பௌத்தத்தின் மையக்கூறுகளைப் பட்டியலிடும் போது கீழ்க்கண்ட முக்கியப் பண்புகளைச் சுட்டிக் காட்டுகிறார்:

"8. மனிதனும், ஒழுக்க நெறிகளுமே மதத்தின் மையமாக இருக்க வேண்டும். அவை இல்லையென்றால், மதம் ஒரு குரூர மூடநம்பிக்கை மட்டுமே.

10. மதத்தின் பணி உலகத்தை மறுகட்டமைப்பு செய்வதும், அதை மகிழ்ச்சிகரமானதாக வைத்துக்கொள்வதுமாகும். உலகத் தோற்றத்தையும் முடிவையும் விளக்குவது அல்ல."[109]

---

107. Gail Omvedt, Buddhism in India, Challenging Brahamanism and Caste, Sage Publications, New Delhi, 2003 (P.No.19).

108. Gail Omvedt, Buddhism in India, Challenging Brahamanism and Caste, Sage Publications, New Delhi, 2003 (P.No.19).

109. Dr.B.R.Ambedkar,Dr. Babasaheb Ambedkar Writings and Speeches, Volume 3, Education Department, Government of Maharashtra, 2014 (P.No.442).

அவர் ஏற்றுக்கொண்ட தம்மத்தையே மதமாக வரையறுக்கிறார், தம்மத்தின் நோக்கம், மனிதனைப் பற்றியதாக இருக்கிறது என்று விளக்குகிறார். அதாவது நாம் புரிந்துவைத்திருக்கும் மதம் என்னும் கோட்பாட்டின் அடிப்படையில் பார்த்தால் மதத்தின் நோக்கம் 'கடவுள் இவ்வுலகைப் படைத்தார், கடவுள் ஆதாம், ஏவாளைப் படைத்தார்' போன்ற உலகத்தின் தோற்றத்தைப் பற்றிய விளக்கமாக இல்லாமல் உலகை மனிதர்களுக்கான நல்ல வாழிடமாகக் கட்டியெழுப்புவதாக இருக்க வேண்டுமென வாதிடுகிறார். மதத்தையும் மனிதனையும் பிரிக்க முடியாது என்னும் தீர்மானத்திற்கு வந்து சேர்ந்த அம்பேத்கர் மதத்தை எவ்வாறு மனிதனுக்கேற்றவாறு வடிவமைப்பது என்று கவனம் செலுத்தினார். அதுவும் அறிவியல் கண்டுபிடிப்புகள் தினந்தோறும் மாற்றங்களை உண்டு பண்ணும் நவீனக் கால மனிதனுக்கு உகந்த மதத்தை வடிவமைப்பதில் கண்ணும் கருத்துமாக இருந்தார். வெளிச்சத்தை ஏற்க மறுக்கும் இருட்டுக்குகையான இந்து மதம் அம்மாற்றங்களை உள்வாங்கத் தயாராக இல்லை. மேம்போக்கான சீர்திருத்தங்களை அனுமதித்த இந்து மதம் அடிப்படை மாற்றங்களை அனுமதிக்கவில்லை என்பதை உணருகிறார். அதனால்தான், அம்பேத்கர் வேறொரு மதத்திற்கு மாற வேண்டுமென முடிவெடுத்தார்.

அம்முடிவுக்குப் பிறகு, மதங்களின் ஆராய்ச்சிக் கடலில் மூழ்கிய அம்பேத்கர் விலைமதிப்பற்ற முத்துகளை அள்ளி வந்தார் என்று துணிந்து சொல்லலாம். இந்து மதத்தின் கொடுங்கரங்களிலிருந்து தப்பிப்பதை மட்டுமே முதன்மை நோக்கமாகக்கொண்டு மதங்கள் பற்றிய ஆராய்ச்சிக் கடலில் மூழ்கிய அவர் அடியாழத்தில் சேறுகளில் சிக்கி மறைந்து கிடந்த ஒளிவீசும் முத்துகளைப் போலத் தீண்டத்தகாத சமூகத்தின் மறைக்கப்பட்ட உண்மையான வரலாற்றின் சுவடுகளைக் கண்டடைந்தார். தீண்டத்தகாத சமூகத்தினர் பூர்வ பௌத்தர்கள் என்றும், பௌத்தம் அவர்களின் பூர்வ மதநெறி என்னும் பேருண்மையைக் கண்டுகொண்டார். பௌத்தத்தைப் பரப்பி வந்த நாகர்களே தீண்டத்தகாத சாதியினர் என்றும் அறிந்தார். சனாதனத்தைப் பரப்பிய இந்து மதத்தை எதிர்த்துச் சமத்துவத்தைப் பரப்பும் தம்மம் நடத்திய எதிர்ப் போராட்டத்தின் விளைவாகத்தான் இச்சமூகத்தினர் தீண்டத்தகாதார் ஆக்கப்பட்டனர் என்னும் வரலாற்றுக் காரணத்தையும் கண்டறிந்தார்.

நூற்றாண்டுகளாக மறைக்கப்பட்டு வந்த இந்தப் புதிய வரலாற்று உண்மைகள் பஞ்சமர்கள், சூத்திரர்கள் என இந்து மதத்தால் ஒடுக்கப்பட்ட சமூகத்தினர் அனைவரும் தம் கடந்தகால வாழ்வின் உன்னதங்களைத் தேடிச் செல்ல வாய்ப்பளித்தன. அதுநாள் வரையில், பாதங்களில் பிறந்த சூத்திரர்கள் என்றும், மனிதரென்னும் தகுதியே இல்லாதவர்கள் பஞ்சமர்கள் என்றும் இகழ்ச்சியான

வரலாற்றுக்குச் சொந்தக்காரர்களாய் அறியப்பட்டவர்கள் தாங்கள் உலகத்தின் உன்னதமான தத்துவத்தைப் பின்பற்றியவர்கள் என்று பெருமிதம் கொள்ளச் செய்தது அம்பேத்கரின் பௌத்த மதமாற்ற நடவடிக்கைகள். இதுதான் அம்பேத்கரின் பௌத்த மதமாற்றம் உண்டாக்கிய மாபெரும் தாக்கம் என்று உறுதியாகச் சொல்லலாம். அந்தத் தாக்கத்தின் வலிமையை இன்றும் உணரலாம். அதனாலேயே நாம் எந்தக் கருத்தியலை ஆதரிப்பவராக இருந்தாலும் அனைவரும் பௌத்தத்தைத் தழுவுவதில் தவறேதுமில்லை.

அம்பேத்கர் கம்யூனிசத்துடன் பௌத்தத்தை ஒப்பிட்டு ஆய்வு செய்தபோது திரிபிடகங்களிலிருந்து வாசித்துத் தெளிந்துகொண்ட பௌத்தக் கருத்துகளின் சாரத்தை விவரித்தார். பௌத்தம் குறித்த எல்லாக் கேள்விகளுக்கும் அதில் விளக்கங்கள் உண்டு. நாம் ஏன் பௌத்தத்தைத் தழுவ வேண்டும் எனக் கேட்பவர்களுக்குப் பதில் இதுதான். மனிதனை மையமாகக்கொண்ட மதமாக பௌத்தம் இருப்பதால் பௌத்தத்தைத் தழுவ வேண்டும். ஒழுக்கநெறிகளை அதன் தத்துவமாகக்கொண்ட மதமாக பௌத்தம் இருப்பதால் பௌத்தத்தைத் தழுவ வேண்டும். கடவுள், ஆன்மா, சொர்க்கம், நரகம் என்று மக்களை ஏமாற்றும் தந்திரங்களைத் தவிர்த்து நல்ல கண்ணோட்டம், நற்செயல், நல்ல சொல் என மக்கள் நல்ல வாழ்க்கை வாழ்வதற்கு வழிகாட்டும் மதமாக பௌத்தம் இருப்பதால் பௌத்தத்தைத் தழுவ வேண்டும். மனிதனின் செயல்களே அவனை எடைபோடும் கருவியாக இருக்க வேண்டுமேயொழிய, அவனுடைய பிறப்பு இல்லை என்பதை வலியுறுத்தும் மதமாக பௌத்தம் இருப்பதால் பௌத்தத்தைத் தழுவ வேண்டும். உயர்குடியில் பிறப்பதில் இல்லை. உயர்ந்த இலட்சியங்களே மனிதனின் மேன்மையைத் தீர்மானிப்பதில் முக்கியப் பங்காற்ற வேண்டுமென்று சொல்லும் மதமாக பௌத்தம் இருப்பதால் பௌத்தத்தைத் தழுவ வேண்டும். மக்கள் அனைவரும் சமம் என்பதைத் தன் கொள்கையாகத் தூக்கிப் பிடிக்கும் மதமாகப் பௌத்தம் இருப்பதால் பௌத்தத்தைத் தழுவ வேண்டும். ஒரு மனிதன் இன்னொரு மனிதனோடு ஒப்புரவோடு இருக்க வேண்டும். ஒரு மனிதன் தன் எதிரிக்கும் கடமைப்பட்டவனாக இருக்கிறான் என விளக்கும் மதமாக பௌத்தம் இருப்பதால் பௌத்தத்தைத் தழுவ வேண்டும். ஒவ்வொருவருக்கும் கற்பதற்கு உரிமையுண்டு. மனிதனுக்கு உயிர்வாழ உணவு எவ்வளவு முக்கியமோ அந்தளவிற்குக் கற்கும் உரிமையுமாகும் என்று முழங்கும் மதமாக பௌத்தம் இருப்பதால் பௌத்தத்தைத் தழுவ வேண்டும். உயர்ந்த கல்வி கற்றும் நல்ல நடத்தைகள் இல்லாதவன் ஆபத்தானவன் என எச்சரிக்கும் மதமாக பௌத்தம் இருப்பதால் பௌத்தத்தைத் தழுவ வேண்டும். மாறாதது எதுவுமில்லை. இறுதியானது என்று எதுவுமில்லை. மாற்றங்கள் யாராலும்

தடுக்கவியலாத இயற்கை விதி என்னும் அறிவியல் உண்மையை உரைக்கும் மதமாக பௌத்தம் இருப்பதால் பௌத்தத்தைத் தழுவ வேண்டும். எல்லாமும் ஆய்வுக்கும் விசாரணைக்கும் உட்பட்டவை எனக் கண்மூடித்தனமான நம்பிக்கைகளை விடுத்து உண்மையைத் தேடச் சொல்லும் மதமாக பௌத்தம் இருப்பதால் பௌத்தத்தைத் தழுவ வேண்டும். இயங்குபவை எல்லாமும் விஞ்ஞானத்தின் அடிப்படையில் காரண-காரிய விதிகளை அடிப்படையாகக்கொண்டவை என்பதைச் சொல்லும் மதமாக பௌத்தம் இருப்பதால் பௌத்தத்தைத் தழுவ வேண்டும்.

இறுதியாக, நாம் ஏன் பௌத்தம் தழுவ வேண்டும் என்ற கேள்விக்குச் சுருக்கமான பதிலைச் சொல்ல வேண்டுமென்றால், அம்பேத்கர் ஏன் பௌத்தம் தழுவினார் என்னும் இரண்டாவது கட்டுரையில் சொன்ன ஒரு கூற்றை மீண்டும் இங்குக் குறிப்பிட விரும்புகிறேன்.

பகுத்தறிவைத் தத்துவ அடித்தளமாகக்கொண்ட நவீன அறிவியல் பண்புகளை உள்வாங்கிக்கொண்டு இயங்கும், ஒழுக்க நெறிகளுக்கு முதன்மையான இடமளித்துச் சுதந்திரம், சமத்துவம், சகோதரத்துவம் மற்றும் சமூக நீதியை நிலைநாட்டும் எல்லா வாய்ப்புகளையும் எல்லோருக்கும் வழங்கும் 'ஆதர்ச மதமாக' அம்பேத்கர் பௌத்தத்தைப் புதிய வடிவத்தில் பொதுவெளியில் முன்வைத்தார். அதனாலேயே, 'அம்பேத்கரின் பௌத்தம்' அல்லது 'நவயான பௌத்தம்' என்று அழைக்கப்பெறும் பௌத்தத்தை நாம் அனைவரும் தழுவ வேண்டும்.

மேலே சொல்லப்பட்டவாறு அழுத்தமான தாக்கத்தை ஏற்படுத்தியும் அம்பேத்கரின் நவயான பௌத்தம் இந்தியாவில் பரவலாக்கப்படாமல் போனதற்குச் சில முக்கியக் காரணங்கள் உள்ளன. அக்காரணங்களைப் புரிந்துகொண்டால்தான் அவற்றை அகற்றி பௌத்தத்தை வளர்த்தெடுப்பதற்கான ஆக்கப்பூர்வமான பணிகளில் ஈடுபட முடியும். அம்பேத்கரின் நவயானா பௌத்தம் இந்தியாவில் பரவாததற்கான காரணங்கள் என்ன, அதைக் களைந்து நவயானத்தைப் பரவச் செய்யும் வழிமுறைகள் என்ன, செயல்திட்டங்களை என்னென்ன வகையில் செயல்படுத்துவது என்பதையெல்லாம் அடுத்த கட்டுரையில் காணலாம்.

10

பௌத்தம் வளர என்ன செய்ய வேண்டும்?

அடிமைத்தனமே தமக்கு விதிக்கப்பட்ட வாழ்க்கை என்று வாழ்ந்தவர்களுக்குப் பௌத்தம் எதிர்கால வாழ்வின் மீதான புதிய நம்பிக்கைகளை அளித்தது. இந்துமத இருட்டுக்குகையைவிட்டு வெளியேற அம்பேத்கர் வைத்த பௌத்தம் என்னும் அணுகுண்டு வெடித்துச் சிதறி உருவான வழியில் வெளியேறியதில் மகாராஷ்டிராவிலிருந்த தீண்டத்தகாதார் (குறிப்பாக, மகர்கள்) விடுதலைக் காற்றைச் சுவாசிக்கத் துவங்கினர். அம்பேத்கர் கையளித்துவிட்டுப்போன தத்துவ ஆயுதமான பௌத்தத்தைச் சரியாகக் கையாள்வதன் மூலம் உறுதியாக ஒடுக்குமுறைக்கும் சுரண்டலுக்கும் எதிரான யுத்தத்தில் வெற்றிகொள்ள முடியும் என்னும் நம்பிக்கையில் போராட்டத்தைத் தொடர வேண்டிய கடமை எல்லோருக்கும், குறிப்பாகத் தலித்துகளுக்கு இருக்கிறது.

அத்தகைய தொடர்ச்சியான போராட்ட வழிமுறைகளை அம்பேத்கரே கூறிச் சென்றிருக்கிறார். ஆனால், அவநம்பிக்கையாளர்கள் நமக்குச் சுட்டிக் காட்டுவதெல்லாம் வீழ்ச்சியின் வடுக்களைத்தாம். அம்பேத்கரின் பௌத்தம் தோல்வியைத் தழுவிவிட்டதென்றும் அம்பேத்கருடன் மதம் மாறிய மகர்களே பெயரளவில் மட்டும் பௌத்தர்களாய் இருப்பதையும் நடைமுறையில் இந்துக்களாய் இருப்பதையும் சுட்டிக் காட்டுகின்றனர். இது முற்றிலும் உண்மைதான். மகராஷ்டிராவில் உள்ள நவயான பௌத்தர்கள் அடையாள அளவில் பௌத்தர்களாய் இருப்பதையும், நடைமுறையில் இந்து மதத்தின் சில பண்பாட்டுக் கூறுகளைப் பௌத்தப் பண்பாட்டுக் கூறுகளோடு கலந்து கலப்படமான ஒன்றைக் கடைப்பிடிக்கின்றனர் என்பதும் உண்மைதான்.

ஆனால், சடங்குகளில் இந்து மதக் கூறுகளின் எச்சங்கள் தென்பட்டாலும் அவர்களின் வாழ்வியல் தத்துவத்திலும் உளவியலிலும் பௌத்தத்தின் மையமான தத்துவச் சாரங்கள் ஆழமாகப் பதிந்துவிட்டன. அதன் வெளிப்பாட்டையும் நாம் கணக்கிலெடுத்துக்கொள்ள வேண்டும். அவர்களிடம் இந்து மதக் கடவுள் வழிபாடு குறைந்துள்ளது. ஒப்பீட்டளவில் இந்து மதத்தின் சாதி மத துவேஷங்கள் அவர்களிடத்தில் பெரும்பாலும் குறைந்துள்ளது. இந்து மதத்தின் சாதிய இழிவுகளிலிருந்து விடுதலை பெற்றவர்களாக முழுமையாக உணர்கிறார்கள். மேற்கண்ட கருத்துகள் எந்தளவுக்கு உண்மையென்பதை முந்தைய கட்டுரையில் சுட்டிக்காட்டப்பட்டுள்ள PEW ஆராய்ச்சி மையம் அண்மையில் நடத்திய கருத்துக் கேட்பு வழியாகப் பெறப்பட்ட முடிவுகள் நிரூபிக்கும். ஆனால், சடங்குகளிலும் சில பண்பாட்டு நடவடிக்கைகளிலும் வெளிப்படும் இந்துப் பண்பாட்டின் சில எச்சங்களைக்கொண்டு தவறாக எடைபோடக் கூடாது. மேலும், அதற்கு அம்பேத்கர் கையளித்துவிட்டுச் சென்ற பௌத்தத்தின் மீது ஒட்டுமொத்தக் குற்றத்தையும் சுமத்தித் தப்பித்துக்கொள்ள நினைப்பது தலித்துகளைச் சாதியச் செக்கில் போட்டு எந்நேரமும் அரைத்துக்கொண்டிருக்க வேண்டுமென நினைக்கும் செயலாகத்தான் இருக்க முடியும்.

அம்பேத்கரின் பௌத்தம் ஏன் பரவவில்லை?

பௌத்தம் என்னும் மதத்தைப் பரப்புவது; ஒரு கோரிக்கை மாநாடு நடத்துவது மாதிரியான ஒரு நாள் அல்லது ஒரு வார நிகழ்ச்சி நிரல் இல்லை. அது மரபில் ஊறிப்போன பல நூற்றாண்டு கால வரலாற்று நினைவுகளில் பாய்ந்தோடும் சுழிப்பில் சிக்கிக்கொண்டோரை மீட்டு வெளிக்கொண்டு வருவதாகும். ஒரு மதத்தின் மக்கள்தொகை வளர்கிறது என்று தெரிந்தாலே அதைக் கட்டுப்படுத்தச் சட்டங்கள் கொண்டு வரப்படுகின்றன. சாதிய அமைப்பு கெட்டித்தட்டிப் போயிருக்கும் இந்தியச் சமூகத்தில் பௌத்தம் வளர்வதை யார்தான் விரும்புவார்கள்? பௌத்தத்தை வளர்த்தெடுப்பது எவ்வளவு கடினமாயினும் அது செய்யவே இயலாத காரியமுமில்லை. அதற்காகத் தொலைநோக்குப் பார்வையோடு சில உடனடித் திட்டங்களையும் வகுத்துச் செயலாற்ற வேண்டும். அம்பேத்கரின் பௌத்தம் பரவுதலை எளிதாகவும் விரைவாகவும் சாத்தியப்படுத்தும் செயல்திட்டங்களை உருவாக்க வேண்டும். அம்பேத்கரே இந்தச் செயல்திட்டங்களை உருவாக்கி வைத்திருந்தார் என்பது அனைவரும் கவனிக்க வேண்டிய முக்கியமான விசயங்களில் ஒன்று.

பௌத்தத்தை வளர்த்தெடுப்பதற்காக அவர் வரைந்த திட்டங்களில் அவருக்குப் பின்பு எத்தனை திட்டங்களை அம்பேத்கரைப் பின்பற்றுவதாகச் சொல்லிக்கொள்ளும்

இயக்கங்கள் செயல்படுத்தியிருக்கின்றன என்று சிந்திக்க வேண்டும். தவறு எங்கேயிருக்கிறது என்பதைக் கண்டுகொள்ள வேண்டும். அத்தோடு நில்லாமல், அதற்கான காரணங்களை ஆராய்ந்து தவறுகளைக் களைந்து அடுத்தகட்டத்திற்கு எடுத்துச் செல்வதற்கான செயல்பாடுகளில் இறங்க வேண்டும். இவற்றில் எதையும் செய்யாமல் வெறுமனே ஆய்வுகள், விவாதங்கள், விமர்சனங்கள் என்னும் பெயரில் வாய்ச்சவடால் அடிப்பதும், புத்தர், அம்பேத்கரின் சிலைகளையும் சித்திரங்களையும் வைத்துக்கொண்டு படம் காட்டுவதாலும் ஒடுக்கப்பட்ட சமூகத்திற்கு எந்த நன்மையும் விளையப்போவதில்லை. மாறாக, இதேநிலை நீடிக்கும் வரைக்கும் இம்மக்களுக்குப் பெரும் பாதகமான விளைவுகள் உண்டாக எல்லா வாய்ப்புகளும் உண்டு. எவ்வளவு தாமதப்படுத்துகிறோமோ அவ்வளவு அதிகமாகச் சிக்கல்கள் உண்டாகும் என்பதை ஒவ்வொருவரும் உணர வேண்டும்.

கல்வியறிவு கிடைக்காமல் விழிப்புணர்வற்று இன்றும் சாதியச் சமூகத்தின் கோரப் பிடியில் சிக்கித் தவிக்கும் பாமர மக்களுக்கு எடுத்துச் சொல்லிப் பிரச்சாரம் செய்ய வேண்டிய கடமையை மறந்துவிட்டுப் படித்தவர்களில் சிலரைத் தவிர, வழக்கம் போல எந்தச் சமூக அக்கறையுமின்றித் தான் உண்டு தன் வேலையுண்டு என்று சுயநலத்தில் பெரும்பாலானோர் மூழ்கித் திளைக்கின்றனர். பௌத்தம் என்பது தியானங்களைக் கற்றுக்கொள்ளும் மார்க்கம் என்று நினைத்துத் தினமும் தியானம் செய்வதால் புத்தராகிவிட்டதாக நினைத்துக்கொண்டு அங்கேயே நின்றுவிடுகின்றனர். மேதாவிகளில் ஒரு பிரிவினர் பௌத்தம் குறித்து இன்னும் தத்துவ விசாரணைகளில் ஈடுபட்டுக்கொண்டிருக்கிறார்கள். புத்தரே, 'எனது பணி தத்துவ விசாரணைகளில் ஈடுபடுவதல்ல. மக்களுக்குத் தொண்டாற்றுவது' என்று சொல்லியிருக்கிறார். இன்னும் சிலர் அதீத ஆர்வக்கோளாறினால் எல்லாச் சடங்குகளையும் பௌத்தச் சடங்கு என்பதைப் போல ஏதேதோ விளக்கமளித்து மறுபடியும் இந்து மதத்தைப் போல பௌத்தத்தையும் சடங்கு சம்பிரதாயங்களின் கூடாரமாக ஆக்கப் பார்க்கிறார்கள். இத்தகைய செயல்பாடுகளை பௌத்தத்தைக் கற்றவர்கள் களைந்து உண்மையான செய்திகளைப் பரப்ப வேண்டும். ஆக்கப்பூர்வமான பணிகளில் ஈடுபடுவது பற்றிச் சிந்திக்காமல் காலத்தை வீணடிக்கும் செயல்களில் ஈடுபட்டுக்கொண்டிருக்கிறோம்.

பௌத்தம் வளர என்ன செய்ய வேண்டும்?

பௌத்தம் பரவ வேண்டுமென்று சொன்னதோடு நிறுத்திக்கொள்ளாமல், என்னென்ன செய்ய வேண்டும் என்பது குறித்து அம்பேத்கர்[110] சொல்லியவற்றை முதலில் தெரிந்துகொள்ள வேண்டும். அவை:

110. Dr.B.R.Ambedkar, Dr. Babasaheb Ambedkar Writings and Speeches, Volume 17 Part III, Education Department, Government of Maharashtra, 2014 (P.No.508-510).

1. பௌத்த பைபிள் ஒன்றை உருவாக்குவது.

2. பௌத்தத்தில் இணையும்போது செய்ய வேண்டிய நடைமுறைகள்.

3. மறுசீரமைக்கப்பட வேண்டிய பிக்கு சங்கம் மற்றும் பிக்கு பயிற்சிப் பள்ளிகள் அமைப்பது.

4. பௌத்தப் பிரச்சாரகர்கள்.

5. உலக பௌத்த மிஷன் ஏற்படுத்துவது.

6. விகார்கள் கட்டுவது.

7. பள்ளிகள், கல்லூரிகள் மற்றும் மருத்துவமனைகள் ஏற்படுத்துவது.

மேற்கண்டவற்றில் எத்தனை திட்டங்களை நிறைவேற்றியிருக்கிறோம் என்று ஆராய்ந்து பார்த்து அவற்றை நிறைவேற்றுவதில் அனைவருடைய சொல்லும் செயலும் ஒருங்கிணைய வேண்டும்.

பௌத்தத்தைப் பரப்பும் செயல்திட்டங்கள் கிறித்தவத்தின் சாயலில் இருப்பதாக ஒருவர் உணரத் தலைப்படுவது இயல்பு. அம்பேத்கரும் அதைக் குறிப்பிட்டிருக்கிறார். ஆனால், அவை எல்லாமே பௌத்த மதத்தின் வேர்கொண்ட சாயல்கள்தாம். சங்கம் அமைப்பதும் பிக்குகளை மக்களுக்கு அறம் போதிக்கும் போதகர்களாகச் செய்தது பௌத்தமும் சமணமும்தாம். இன்றைக்கு மிஷினரிகள் அமைத்து மதப் போதகர்களைப் பயிற்றுவித்து மதம் பரப்பும் மாதிரியே இங்கிருந்துதான் கிறித்தவத்திற்குச் சென்றது. இந்த விசயங்களை அம்பேத்கர் 'புத்தரும் அவரது மதத்தின் எதிர்காலமும்'[111] என்ற தலைப்பில் மகாபோதி பத்திரிகைக்காக 1950இல் எழுதிய போது குறிப்பிடுகிறார். பௌத்த பைபிள் ஒன்றை உருவாக்குவது, பிக்கு சங்கம் அமைப்பதுடன், அதன் நோக்கங்கள் மற்றும் இலட்சியங்களில் மாற்றங்களைச் செய்வது மற்றும் உலக பௌத்தக் கழகம் ஒன்றை உருவாக்குவது போன்ற மூன்று நடவடிக்கைகள் மிகமுக்கியமானது என்று வலியுறுத்துகிறார். எல்லாக் காலத்திற்கும் நீடித்து நிலைபெற்றிருக்கும் வகையில் வலுவான நிறுவனக் கட்டமைப்பு வேண்டுமென்ற முனைப்பு அதில் தெரியும்.

மேற்கண்டவற்றில் முதல் இரண்டு பணிகளை அம்பேத்கரே செய்து முடித்து விட்டார். அதுதான், இன்றைக்கு நம்முடைய கைகளில் தவழும் 'புத்தரும் அவரது தத்துவமும்' நூல். கிறித்தவர்களுக்கான பைபிளைப் போல இருக்க வேண்டுமென்ற கனவில் இந்நூலை எழுதினார். கிறித்தவர்கள் பைபிளைப் பயன்படுத்தியதைப்

111. *Dr.B.R.Ambedkar, Dr. Babasaheb Ambedkar Writings and Speeches, Volume 17: PartII, Education Department, Government of Maharashtra, 2014 (P.No.515).*

போல எத்தனை பேர் 'புத்தரும் அவரது தத்துவமும்' நூலைப் பயன்படுத்துகிறோம்? அதைத் தினமும் வாசிக்க வேண்டும். அவ்வாறு தினமும் வாசிக்கும் போதுதான் பௌத்தத்தின் தத்துவமும் அறக் கருத்துகளும் மக்கள் மனதில் தங்கி மாற்றத்தை உண்டாக்கும். ஒவ்வொரு கிராமத்திலும் நகரத்துச் சேரியிலும் வாரத்திற்கொருமுறை குறைந்தபட்சம் கூட்டு வாசிப்புக் கூட்டங்களையாவது ஒருங்கிணைத்து நடத்த வேண்டும்.

இரண்டாவதாக, பௌத்தம் தழுவும்போது ஒவ்வொருவரும் பௌத்தத்திற்குள் நுழையும் தருணம் உணர்வுப்பூர்வமாகவும் அறிவுப்பூர்வமாகவும் இருக்க வேண்டுமென்று எதிர்பார்த்தார் அம்பேத்கர். புதிதாக பௌத்தத்தை ஏற்கும் ஒருவரைப் புதிய மனிதனாக மாற்றிய உணர்வைத் தரவேண்டுமென்று விரும்பினார். கிறித்தவத்தில் மதத்திற்குள் நுழைவதன் அடையாளமாக ஞானஸ்நானம் எடுத்துக்கொள்ளுதல் நிகழ்வு நடைபெறுவதைப் போல என்று சொல்லலாம். பல்லாண்டுகளாக மனதிலும் மனதின் நினைவுகளிலும் தங்கிவிட்ட இந்து மதத்தின் சாதிய அடிமை உளவியலிலிருந்து வெளிவர வேண்டுமென்பதே இதன் நோக்கம். அதைப் போன்ற ஒன்றை, அதைவிடவும் ஆழமான ஒன்றைச் செய்யும் முயற்சியாக அம்பேத்கர் ஐந்து இலட்சம் மக்களோடு நாக்பூரில் அக்டோபர் 14, 1956இல் பௌத்தம் தழுவியபோது புத்த பிக்குவிடமிருந்து தீட்சை பெற்றுக்கொண்டதோடு மட்டும் நில்லாமல் 22 உறுதிமொழிகள் ஏற்றுக்கொள்ளும் நடைமுறையையும் இணைத்தார்.[112]

அம்பேத்கரோடு பௌத்தம் தழுவியவர்கள் ஏறத்தாழ எல்லோரும் இந்துக்கள் என்பதால் அவர்கள் இந்த உறுதிமொழிகளை வாசிக்கும்போது இந்து மதத்தை முற்றிலும் துறந்துவிட்டு வெளியே வந்தவர்களாக, விடுதலை உணர்வை அடைய வேண்டுமென்று விரும்பினார். பிக்குகளாக விரும்புவோரும் இதைப் போன்ற ஒரு முறையான அறிவுப்பூர்வமான நடைமுறை ஒன்றைச் செய்ய வேண்டுமென்றும் திட்டமிட்டார். அம்பேத்கர் அறிவும் அறமும் இணைந்து கலந்த பௌத்த வழிபாட்டு முறைகள் குறித்துச் சிறுநூல் ஒன்றையும் எழுதி வெளியிட்டார். இன்னும் ஏராளமான நூல்களை எழுதி வெளியிட வேண்டிய தேவை இன்றும் இருக்கிறது. பௌத்தத்தை மக்களிடம் கொண்டு சேர்க்கும் எல்லா வகையான பிரச்சார உத்திகளையும் கையாள்வது அம்பேத்கர் குறிப்பிட்ட பௌத்தம் வளர்வதற்காகச் செய்யவேண்டிய பணிகளில் முதன்மையானதாகும்.

மூன்றாவதாக, பௌத்தத்தை மக்களிடையே கொண்டு செல்வது மட்டுமன்றி அதை நிலைநிறுத்தும் பணியைச் செய்ய இரண்டு தளங்களில் பயிற்சி பெற்றவர்களை

---

112. Dr.B.R.Ambedkar,Dr. Babasaheb Ambedkar Writings and Speeches, Volume 17: Part III, Education Department, Government of Maharashtra, 2014 (P.No.530-532).

(நிறுவனங்களை) உருவாக்க வேண்டுமென்று திட்டமிட்டார். முதல் தளத்தில் பிக்குகளும் இரண்டாம் தளத்தில் பௌத்தப் பிரச்சாரகர்களும் வேண்டுமென்று திட்டமிட்டார். அப்போதைக்கிருந்த பிக்குகள் குறித்தும், பிக்கு சங்கம் குறித்தும் அம்பேத்கர் கடுமையாக விமர்சனம் செய்தார். பௌத்தத்தையும் பிற சமயங்களையும் தத்துவங்களையும் ஆழமாகக் கற்பதும் கற்ற பின் மக்களுக்காக அர்ப்பணிப்புணர்வுடன் கூடிய சேவைகளைச் செய்ய வேண்டுமென்றும் எதிர்பார்த்தார். மக்களோடு கலந்து பணிசெய்து அவர்களை நல்வழிப்படுத்தும் நடவடிக்கைகளில் பிக்குகள் ஒரு வழிகாட்டியைப் போலச் செயல்பட வேண்டுமென்று விரும்பினார். உதாரணமாக, யேசு சபை பாதிரிமார்கள் மற்றும் ராமகிருஷ்ணா மிஷன் செய்யும் கல்வி மற்றும் மருத்துவப் பணிகளை எடுத்துக்காட்டாகச் சுட்டிக் காட்டினார். பிக்குகளுக்கான சமயப் பயிற்சிப் பள்ளியைத் தொடங்க மைசூர் மன்னர் மூலம் பெங்களூரில் நிலம் பெறுவதற்காக ஏற்பாடு செய்திருந்தார். அவர் திட்டமிட்டு வைத்திருந்த பிக்கு சங்கங்கள் உருவாக்கப்படவில்லை. பௌத்தத்தை வளர்க்க வேண்டுமென்றால் முதலில் இவற்றை உருவாக்க வேண்டும்.

நான்காவதாக, பிக்குகள் மட்டுமன்றி மக்களிடையே தினமும் பௌத்தத்தைப் பிரச்சாரம் செய்யும் நோக்கில் உள்ளூர்ப் பிரச்சாரகர்களை உருவாக்க நினைத்ததையும் அம்பேத்கரால் செய்ய முடியவில்லை. இப்போது அதைத் தவறாமல் செய்தால் மட்டுமே பௌத்தம் பாமர மக்களிடையேயும் செழித்து வளரும். இவர்கள் உள்ளூர்க்காரர்களாக இருக்க வேண்டும். அந்தந்தப் பகுதி மக்களிடையே பிறந்து வாழ்பவர்கள். எப்போதும் மக்களோடு உடனிருப்பவர்கள். அவர்கள் திருமணம் முடித்துக் குடும்பம், குழந்தைகளோடு வாழ்பவர்களாயினும் பௌத்தத்தின் அடிப்படையைப் பயின்றவர்களாகவும் மக்கள் எளிதில் அணுகக் கூடிய முறையில் இருப்பவர்களாகவும் மக்களின் சிறிய தேவைகளைப் பூர்த்தி செய்யக்கூடியவர்களாகவும் இருக்க வேண்டும். எளிய உதாரணம் சொல்ல வேண்டுமென்றால், உள்ளூர்க் கோயில் பூசாரிகளைப் போலவும் அரசியல் கட்சித் தொண்டர்களைப் போலவும் இந்தப் பௌத்தப் பிரச்சாரகர்கள் செயலாற்ற வேண்டும். ஆனால், இறைக்கடமை செய்யும் மற்ற மதப் பூசாரிகளைப் போல இது பக்திப்பணி இல்லையென்பதையும் மக்களை வாக்குக்காகப் பயன்படுத்தும் வழமையான அரசியல் நோக்குடைய கட்சித் தொண்டர் பணி இது கிடையாது என்பதையும் உணர்ந்தவர்களாக இருக்க வேண்டும். பௌத்தத்தின் அடிப்படை அறக்கருத்துகளைப் புரிந்து போதிக்கும் வல்லமை உள்ளவர்களாக இந்தப் பிரச்சாரகர்களைப் பயிற்றுவித்து வளர்த்தெடுக்க வேண்டும்.

ஐந்தாவதாக, பாரத பௌத்த மகாசபையை அம்பேத்கர் நிறுவினார் என்றாலும் அம்பேத்கரின் திட்டத்தின்படி அது தீவிரமாகச் செயல்படவில்லையென்றே

சொல்ல வேண்டும். இந்தக் குறையைப் போக்குவது மேற்சொன்ன எல்லாப் பணிகளையும்விடக் கடினமானது. தேசிய அளவிலான, சர்வதேசிய அளவிலான சில பௌத்த அமைப்புகள் உள்ளன. என்றாலும், அவை அம்பேத்கரின் நவயான பௌத்த தம்மத்தைப் பின்பற்றுவதாக இல்லை. அவை அம்பேத்கரின் நவயான பௌத்தத்திற்கு ஆதரவளிக்க முன்வருவதாக இருக்குமா என்பதைத் தேடிச் சோதித்துப் பார்த்துத்தான் தெரிந்துகொள்ள வேண்டும். அதற்குத் தேவையான முயற்சிகளை முன்னெடுக்க வேண்டும். ஆங்காங்கே அம்பேத்கரியவாதிகள் தொடங்கி நடத்தும் சிறு சிறு அமைப்புகள், பௌத்தம் சார்ந்த குழுக்கள் ஒன்றுபட்டதாகவும், வலுவானதாகவும் இல்லை. தேசிய மற்றும் சர்வதேசிய அளவிலான ஆதரவுகளையும் ஆதாரங்களையும் தேட வேண்டும். இதையெல்லாம் செய்யாமல், பௌத்தத்தைப் பரப்புவதும், நிலைநிறுத்துவதும் கடினம் என்பதை உணர வேண்டும். 'புத்தரும், அவரது மதத்தின் எதிர்காலமும்' குறித்து அம்பேத்கர் விவாதிக்கும் போது சொல்வது இதுதான்,

"பௌத்தரின் கடமை என்பது வெறுமனே நல்ல பௌத்தராக இருப்பது கிடையாது. அவரது கடமை பௌத்தத்தைப் பரப்புவதுதான். பௌத்தத்தைப் பரப்புவது என்பதே மனிதகுலத்திற்குச் செய்யும் தொண்டு என்பதை அவர்கள் உணர வேண்டும்."[113]

பௌத்தம் வளர வேண்டுமென்று விரும்புகின்றவர்கள் அல்லது மக்களுக்குத் தொண்டு செய்ய வேண்டுமென்று விரும்புகின்றவர்கள் இதை உணர்ந்து தம் செயலை வேகப்படுத்தவேண்டிய நேரமிது.

கடைசியாக, பிரமாண்டமான பெரும் விகார்களையும் பள்ளிகள் மற்றும் கல்லூரிகளையும் மெட்ராஸ், பம்பாய், நாக்பூர் மற்றும் டெல்லி என நாட்டின் நான்கு பகுதிகளிலும் கட்ட வேண்டுமெனத் திட்டமிட்டிருந்தார். அவை பௌத்தத்தை நாட்டின் எல்லாப் பகுதிகளுக்கும் பரப்புவதற்குத் தேவையான வலிமையான, நிலையான நிறுவன, நிர்வாகக் கட்டமைப்பைக் கொடுக்க வேண்டுமென்பது அவரின் நீண்ட செயல்திட்டங்களின் ஒரு பகுதியாக இருந்தது.

அம்பேத்கரின் இக்கனவை எவரும் நிறைவேற்றுவதாகவோ அல்லது நிறைவேற்றுவதற்கான முயற்சிகளில் ஈடுபடுவதாகவோ தெரியவில்லை. உத்தரப் பிரதேசத்தில் பகுஜன் சமாஜ் கட்சி ஆட்சியில், அரசியல் அதிகாரம் தலித்துகளின் கையிலிருந்த போது அடையாளம் சார்ந்து முன்னெடுக்கப்பட்ட சில நடவடிக்கைகள் பாராட்டுக்குரியன. அரசின் ஆதரவுடன் சமய இயக்கங்கள், நிறுவனங்கள் செய்ய

---

113. Dr.B.R.Ambedkar,Dr. Babasaheb Ambedkar Writings and Speeches, Volume 17 Part II, Education Department, Government of Maharashtra, 2014 (P.No.108).

வேண்டிய பணியை உத்தரப்பிரதேசத்தில் அரசே அவற்றை அடையாளப்பூர்வமாகச் செய்தது. ஆனால், அவை அம்பேத்கரியத்தையும் பௌத்தத்தையும் கொள்கை அளவில் ஏற்றுக்கொண்ட தலைவர்களான கான்சிராம், மாயாவதி முதலானோர் முன்னெடுத்த நடவடிக்கைகள் என்ற அளவிலேயே நின்றுவிட்டன. பௌத்தத்தை மிகப் பரவலாக மக்களிடத்தில் எடுத்துச்செல்லப் போதுமானதாக இல்லை. இவ்வனுபவத்திலிருந்து பார்க்கும்போது இவற்றையெல்லாம் செய்வது அரசியல் அதிகாரத்தால் மட்டும் சாத்தியமாகக் கூடியதில்லை என்பதை உணர முடியும்.

பௌத்தத்தைப் பரப்புவது மக்கள் இயக்கமாக வளர்த்தெடுக்கப்படவில்லை. அம்பேத்கருக்கு முன்பும் இதே நிலைமைதான். அயோத்திதாசர், லட்சுமி நரசு ஆகியோர் சந்தித்த சிக்கல்கள் இவைதாம். அம்பேத்கருக்குப் பிறகும் இந்தியாவில் எங்கும் அதற்கான தனித்த பண்பாட்டு இயக்கம் அமைத்து யாரும் செயலாற்றவில்லை. அம்பேத்கர் ஒருவரே இந்தியா முழுமைக்கும் இல்லாவிடினும் முதல் கட்டமாகத் தொடக்கத்தில் மகாராஷ்டிராவில் மக்கள் இயக்கமாக முன்னெடுத்தார். பின்நாள்களில் அதைப் பரவலாக்கம் செய்யும் தெளிவோடு பல்வேறு தயாரிப்புகளில் ஈடுபட்டார். மகாராஷ்டிராவின் நவயான பௌத்தர்களிடத்தில் இன்று பல குறைபாடுகள் இருப்பினும், அது எண்ணிக்கை அளவில் குறிப்பிடத்தக்க உண்மையான பௌத்தப் பண்பாட்டு மக்கள் இயக்கமாக இன்றுவரை இயங்குகிறது. இப்போதுவரை அதற்கான சூழலும் சக்தியும் தலித் இயக்கங்களுக்கு இல்லையெனினும் அம்பேத்கர் வரைந்த திட்டங்களை அடிப்படை மாதிரியாக எடுத்துக்கொண்டு முயற்சிகள் மேற்கொள்ளப்பட வேண்டும். பொதுமக்களிடத்தில் பௌத்தம் வளர்வதற்குச் செய்ய வேண்டிய பணிகள் ஏராளம் உள்ளன. அவற்றைத் தொடர்ச்சியாகச் செய்துகொண்டேயிருப்பது கட்டாயத் தேவையாகிறது.

அதுவும் இன்றைய தேர்தல் அரசியலில் இருக்கும் அரசியல் கட்சிகள் மட்டுமே செய்யக்கூடிய சாத்தியங்களில்லை என்று சொன்னாலும், அவர்கள் இதில் முன்நிற்க வேண்டும். ஆனால், இவற்றை அவர்கள் கண்டுகொள்வதில்லை. பௌத்தம் குறித்து அம்பேத்கருக்கு இருந்த தெளிவும் அதை மக்கள் இயக்கமாகக் கட்டியெழுப்ப உயிர் போகுமளவு உழைத்த வேகமும் சமகால தலித் தலைவர்கள் எவரிடத்திலும் புலப்படவில்லை என்றே சொல்லலாம். அம்பேத்கர் செய்ததைவிட இக்காலத்தில் அதைவிடப் பன்மடங்கு பணிகள் இன்னும் அளவிலும் வேகத்திலும் கூடுதலாகச் செய்ய வேண்டியுள்ளன. அரசியல் இயக்கங்களைப் போல பௌத்தம் பரப்புவதற்கென்றே தனித்த பண்பாட்டு இயக்கம் வேண்டும். சமய நிறுவனங்கள் தொடங்கப்பட வேண்டும். இத்தகைய இயக்கங்களும் பௌத்தம் வளர்ப்பதை

முழுநேர வேலைத் திட்டமாக எடுத்துக்கொண்டு செய்தால் மட்டுமே பௌத்தம் பரவுவது இங்குச் சாத்தியமாகும்.

தமிழ்நாட்டுச் சூழலைக் கருத்தில் கொண்டு விவாதிக்கலாம். குறைந்தபட்சம், மகராஷ்டிராவில் செய்ததைப் போல கிராமங்கள்தோறும், சேரிகள்தோறும் விகார்கள் அமைக்க வேண்டும். கிராமங்களில் எழும் விகார் என்னும் கட்டட அமைப்பே இந்து மதத்தின் மீது விழும் பேரிடியாக இருக்கும். அம்பேத்கர் இந்தியாவில் டெல்லி, பம்பாய், சென்னை, நாக்பூர் ஆகிய நான்கு பகுதிகளில் பிரமாண்டமான விகார்களும், பள்ளிகள், கல்லூரிகளும் அமைக்கச் சொன்னதைப் போல தமிழ்நாட்டின் எல்லா மாவட்டங்களிலும் மாவட்டத் தலைமை விகார்களும், சென்னை, திருச்சி, மதுரை, கன்னியாகுமரி, கோயம்புத்தூர் முதலான பகுதிகளில் மணடலத் தலைமை விகார்களும், அவை எல்லா மாவட்டங்களிலும் உள்ள விகார்களையும், அதன் பணிகளையும் ஒருங்கிணைத்துத் தொடர்ந்து செயலாற்றும் பணிகளைச் செய்ய வேண்டும். எல்லா மாவட்டங்களிலும் பௌத்த நிறுவனங்களால் பள்ளிகளும் கல்லூரிகளும் அமைக்கப்பட வேண்டும். பள்ளிகள் மற்றும் கல்லூரிகள் இளைய தலைமுறையினரைச் சிறுவயதிலிருந்தே பௌத்தம் போதிக்கும் அறிவும் அறமும் நிரம்பிய மனிதர்களாக வளர்த்தெடுக்க உதவும்.

விகார்களில் தினமும் மக்களைக் கூட்டி ‘புத்தரும் அவரது தம்மமும்’ வாசிக்க வேண்டும். தினசரி தம்ம வாசிப்பு, கோயில்களில் அல்லது தேவாலயங்களில் நடப்பதைப் போல மந்திரங்களை உச்சரிப்பதும் கடவுள் மீது பாரத்தை இறக்கி வைத்துவிட்டுப் போவதுமாக இருக்கக் கூடாது. மகாராஷ்டிராவிலுள்ள பௌத்தர்கள் முன்பு கோயில்கள் கட்டியிருந்த இடங்களில் விகார்களை எழுப்பியிருந்தாலும் அங்கு பௌத்தக் கட்டடம் மட்டுமே இருக்கிறது. பௌத்தக் கருத்து இல்லை. அடையாள ரீதியாக ஒன்றுகூடும் தளமாகக் கட்டடமும் வேண்டும். அடையாள ரீதியாக ஒன்றாய் உணரும் கருத்தும் வேண்டும். ஒன்றை வெற்றிகரமாகச் செய்து முடித்துவிட்டவர்கள் இன்னொன்றையும் செய்ய முடியாது என்பதில்லை. அப்பணியைத் தொடர வேண்டும். அதைத் தொடர்ந்து செய்ய, மக்களைச் சரியான முறையில் வழிநடத்தப் பயிற்சி பெற்ற, பௌத்தத்தை ஆழக் கற்ற பிக்குகளும், பிரச்சாரகர்களும் வேண்டும். அம்பேத்கரின் 22 உறுதிமொழிகளில் உள்ளதைப் போல தெளிவாகவும் உறுதியாகவும் சாதி இல்லை, கடவுள் இல்லையென்பதை அழுத்தமாகச் சொல்ல வேண்டும். அன்பு, சமூக நீதி, சுயமரியாதை, சுதந்திரம், சமத்துவம், சகோதரத்துவம், ஜனநாயகம் போன்ற சமூக விழுமியங்களைத் தம் அன்றாட வாழ்வில் இயல்பாகப் பின்பற்றுமாறும், சமூகத்திலும் அவற்றை நடைமுறைப்படுத்துவதன் தொடக்கமாகத் தம்ம வாசிப்புகள் நடத்தப்பட வேண்டும்.

நீதியும் உரிமையும் மறுக்கப்படும் இடங்களில் அவற்றை நிலைநாட்டும் போராட்டங்களைச் செய்யும் மனத்திண்மையைத் தினசரி தம்ம வாசிப்புகளின் மூலம் மக்களிடையே வளர்த்தெடுக்க வேண்டும். ஒவ்வொரு தனிமனிதனுக்கும் 'நீயே உனக்கு ஒளியாவாய்' என்பதைச் சொல்லிப் புரிய வைத்து அவர்களின் சிக்கல்களுக்கு அவர்களே தீர்வுகளை அடைய வழிகாட்ட வேண்டும். அங்கிருக்கும் பௌத்தப் பிரச்சாரகர் மற்றும் பிக்குகள் அவர்களின் சிக்கலுக்கு வழிதேடி அதைக் களையும் முயற்சியில் இறங்கத் துணை செய்யவும், வழிகாட்டவும் வேண்டும். கடவுளற்ற, மூட நம்பிக்கைகளற்ற, பகுத்தறிவின் அடிப்படையிலான பௌத்த அறக் கருத்துகளைப் பரப்புவதிலும், மக்களுக்குத் தேவைப்படும் நேரங்களில் வழிகாட்டும் தலைவனாகவும் அவர்கள் திகழ வேண்டும். அம்பேத்கரின் மேற்கண்ட எல்லாக் கனவுகளும் நிறைவேறாமலே போனது என்பதால் இவையெல்லாம் சாத்தியமாகுமா? என்ற கேள்வி எல்லோர் மனதிலும் எழலாம்.

முதல் முயற்சியாக, தமிழ்நாட்டில் அயோத்திதாசரும் சிங்கார வேலரும் லட்சுமி நரசும், மகாராஷ்டிரத்தில் அம்பேத்கரும் செய்ததைப் போல பௌத்த பண்பாட்டு இயக்கம் ஒன்றை உருவாக்குவதிலிருந்து இப்பணியைத் தொடங்க வேண்டும். தமிழ்நாடெங்கும் எல்லாத் தலித் குடியிருப்புகளிலும் விகார்கள் கட்ட ஊக்குவிக்க வேண்டும். தமிழ்நாட்டிலும் கேரளத்திலும் பார்ப்பனரல்லாதோரை அர்ச்சகராக்கும் கொள்கையை நடைமுறைப்படுத்துவதற்காக அரசாங்கமே பயிற்சிப் பள்ளிகளின் மூலம் பயிற்சியளித்ததைப் போலப் பௌத்தப் பிக்குகளுக்கான பயிற்சிப் பள்ளிகளை அரசாங்க உதவியுடன் ஆரம்பிக்கலாம். மெல்ல மெல்ல பௌத்த நிறுவனங்களும் தொடங்கப்பட வேண்டும்.

இவற்றைச் செயல்படுத்தும் அதேவேளையில் இன்னொரு முக்கியமான விசயத்தையும் நாம் கவனத்தில் எடுத்துக்கொள்ள வேண்டியது அவசியமாகிறது. எல்லா நிறுவன மதங்களுமே அதிகாரம் சார்ந்து செயல்படுபவை அல்லது அதிகாரத்தை நோக்கிச் செயல்படுபவை என்பது ஆய்வாளர்களின் கருத்து. இது ஒரு வகையிலான எச்சரிக்கையுமாகும். இலங்கையில் நடப்பதை நாம் மோசமானதொரு உதாரணமாக எடுத்துக்கொள்ளலாம். போரைத் தடுத்து நிறுத்தி அமைதியை நிலைநாட்ட புறப்பட்ட சித்தார்த்த கௌதமரின் வழியைப் பின்பற்றுபவர்கள், கொல்லாமையைத் தத்துவமாகக்கொண்டிருக்கிற ஒரு மதத்தைப் பின்பற்றுபவர்கள் பேரின அடையாளத்தின் மூலம் இனவெறியைத் தூண்டி போரின் பெயரால் மனித உயிர்களைக் கொல்லுவதை ஒருபோதும் ஏற்றுக்கொள்ள முடியாது. அம்பேத்கர் கம்யூனிசத் தத்துவத்தை மறுத்து பௌத்தத்தைத் தேர்ந்தெடுத்துக்கொண்டதற்கான முதன்மையான காரணம் புரட்சி என்ற பெயரில் வன்முறை வழியிலான விடுதலைப் போராட்டம் கூடாது என்பதற்காகத்தான் என்பதை இந்த இடத்தில் நினைவுகூரலாம்.

இனம், மொழி, நிறம், மதம், சாதி, பால் என்ற எதனடிப்படையிலும் ஆதிக்கம் செய்வதோ அதிகாரம் செய்வதோ கூடாது. அம்பேத்கருடைய பௌத்தமயமாக்கம் அதிகாரத்துவத்தைக் கைக்கொள்வதை நோக்கமாகக்கொண்டதில்லை என்பதை அனைவரும் நினைவில்கொள்ள வேண்டும். பௌத்தம் தோன்றிய காலத்தில் சமூகத்தில் வழங்கி வந்த வேத மதம் வலிமையாக இருந்த நேரத்தில் அதை எதிர்ப்பதற்காக அரசதிகாரத்தைத் தனக்கான துணையாகக்கொண்டு பௌத்தம் வளர்ந்தது. ஆனால், அரசதிகாரத்தை ஆதிக்கத்திற்கான கருவியாக எக்காலத்திலும் மாற்றிக்கொண்டதில்லை. அதிகாரம் ஆதிக்கமாக மாறக்கூடிய தன்மைகொண்டது. பௌத்தத்தை ஏற்பது என்பதே அதிகாரத்தையும் ஆதிக்கத்தையும் எதிர்த்துத்தான். அதனால் அதற்கான செயல்திட்டங்களோடு பௌத்த பரப்பியக்கத்தை முன்னெடுத்துச் செல்ல வேண்டும். அதிகாரம், சுரண்டல், ஒடுக்குமுறை, வன்முறை, ஏற்றத்தாழ்வு, வெறுப்பு முதலானவை எந்தநிலையிலும், எந்த வடிவிலும் இல்லாததுதான் பௌத்தம். எந்தத் தேசத்திற்குச் சென்றாலும், எந்தச் சமூகக் குழுவிடம் சென்றாலும் பௌத்தம் அதன் சுயமான கூறுகளை அழித்தொழிக்காமல் கடலில் கலக்கும் நதிநீர் போலக் கலந்து விடும் வேலையைச் செய்ய வேண்டும். பௌத்தத்தின் மையத் தத்துவமான அறம் தழைக்க வேண்டும். அன்பு செழித்திட வேண்டும்.

அம்பேத்கரின் கேள்விக்கு அம்பேத்கரின் பதில்!

இவ்வாறாக அம்பேத்கரின் மேற்கண்ட திட்டங்களை நடைமுறைப்படுத்துவதைத் தமிழ்நாட்டிலிருந்தே தொடங்கலாம். சாதி எதிர்ப்பு, ஒடுக்குமுறை எதிர்ப்பு, ஆதிக்க எதிர்ப்பு மற்றும் சுரண்டல் எதிர்ப்புச் சிந்தனைகளிலும் அது சார்ந்த போராட்டங்களிலும் முன்னணியில் இருக்கும் தமிழக தலித்துகள் இதற்கான முன்னெடுப்பை எடுக்கலாம். இந்தியாவை பௌத்த நாடாக்க வேண்டுமென்று கனவு கண்ட அம்பேத்கர் அதற்காகத் தயாரித்த செயல்திட்டங்களை நடைமுறைப் படுத்துவதில்தான் பௌத்தம் வளர்வதற்கான எல்லா வாய்ப்புகளும் உண்டு. தன்னுடைய காலத்திற்குப் பிறகும் பௌத்தத்தைப் பரப்புவதற்காகத் திட்டமிட்டதில் இரண்டை மட்டும்தான் அம்பேத்கரால் தம் வாழ்நாளில் முழுமையாக நிறைவேற்ற முடிந்திருக்கிறது. ஒன்று, 'புத்தரும் அவரது தம்மமும்' என்னும் அரிய அறிவுப் பொக்கிஷம். இரண்டு, பௌத்த மத ஏற்பு நடைமுறைகளும் செயல்திட்டங்களின் பட்டியலும். வழக்கம் போல அம்பேத்கர் தன் கடமையைச் செய்துவிட்டார். நாம் நம்முடைய கடமையை எப்போது செய்யப் போகிறோம்?

ஒடுக்கப்படும் மக்களை விடுதலை பெறச் செய்ய வேண்டுமெனத் திட்டமிட்ட அம்பேத்கர் ஒடுக்குபவரையும் சேர்த்து ஆதிக்க மனப்பான்மையை வளர்க்கும் கொடுமைகளிலிருந்து விடுதலை பெறச் செய்ய வேண்டுமெனச் சிந்தித்து

முன்வைத்த தத்துவம்தான் பௌத்தம். பௌத்தத்தைப் பரப்புவது என்பது ஒடுக்குவோர், ஒடுக்கப்படுவோர் என்ற எல்லோரின் கடமையாகவும் ஆகிறது. அதிலும் குறிப்பாக, தினந்தோறும் ஒடுக்குமுறைகளைச் சந்தித்துக்கொண்டிருக்கும் ஒடுக்கப்படும் சமூகத்தின் உடனடியான கடமை ஆகிறது.

அம்பேத்கரின் பௌத்தம் இந்தியாவில் எந்தத் தாக்கத்தையும் உண்டு பண்ணவில்லை என்று பலர் கருத்துச் சொல்கின்றனர். பௌத்தம் இந்து மதத்திற்கு வலிமையான மாற்று இல்லை என்றும் பலர் கருதிக்கொண்டிருக்கின்றனர். குறிப்பாக, இன்னொரு மதத்திற்கு மாறும்போது அம்மத அடிப்படையிலான மக்கள் ஆதரவு கிடைக்கும் அல்லது நிறுவனங்களின் ஆதரவு கிடைக்கும் என்றெண்ணிப் பிற மதங்களுக்கு மாறுவதை ஆதரிப்போருக்கு ஒன்றைக் குறிப்பிட்டுச் சொல்ல வேண்டும். அம்பேத்கர் தம் காலத்தில் முற்றிலும் மறைந்துவிட்ட, குறிப்பிட்டுச் சொல்லும்படி எந்த நிறுவனங்களின் ஆதரவுமில்லாத பௌத்தத்திற்கு மாறினார். இந்து மதத்திலிருந்து வெளியேறுவதால் அரசியலமைப்புச் சட்டத்தில் வழங்கப்பட்டு வந்த இட ஒதுக்கீட்டை இழக்க நேர்ந்திடும் என்று அறிந்தும் வெளியேற முடிவெடுத்தார்.

ஏன் அதை அம்பேத்கர் செய்தார்? இங்கிருந்தே சிந்திக்கவும் செயலாற்றவும் தொடங்க வேண்டும். ஒடுக்கப்பட்ட மக்களின் விடுதலையின் ஒரு பகுதியாக, தற்காலிக நிவாரணமாக உரிமைப் போராட்டங்களை நடத்திய அம்பேத்கர் முற்று முழுதான விடுதலை குறித்துச் சிந்தித்தே பௌத்தத்திற்கு மாறினார். அதற்கு முதன்மைக் காரணம் அதன் தத்துவம், அதாவது 'பௌத்தமும் அதன் தம்மமும்'. பௌத்தம் மாறுவது குறித்துத் தயங்குவோருக்கும், அது குறித்துக் கேள்விகள் எழுப்புவோருக்கும் அம்பேத்கர் கேட்கும் கேள்வியும், அதற்கு அவர் அளிக்கும் பதிலும் இதுதான்.

அம்பேத்கர் கேட்கும் கேள்வி,

"உங்கள் மதத்தில் சாதியமைப்பு உண்டா? தீண்டாமை கடைப்பிடிக்கப்படுகிறதா?"

அம்பேத்கர் அளிக்கும் பதில்,

"ஆம் என்றால், நீங்கள் செய்ய வேண்டியதெல்லாம் ஒன்றுதான். பௌத்த மதத்திற்கு மாறுங்கள்!"

ஜெய் பீம்! நமோ புத்தாய!

துணை நின்ற நூல்கள்

1. **அம்பேத்கரின் 'மதம்' பற்றிய கோட்பாடு**

    1. Dhananjay Keer, Dr.B.R.Ambedkar Life and Mission, Popular Prakashan, Bombay, 1962 (P.No.275).

    2. Dr.B.R.Ambedkar, Dr.Babasaheb B.R.Ambedkar Writings and Speeches, Volumes 17 - Part II, Edited by Vasant Moon, Dr.Ambedkar Foundation, Ministry of Social Justice and Empowerment, Govt. of India, New Delhi, 2019 (P.No.104).

    3. Edited by Aakash Singh Rathore, Religious and Cultural Justice (Volume - V) in 'B.R.Ambedkar: The Quest for Justice', Oxford University Press, 2021 (P.No.108).

    4. Gail Omvedt, Buddhism in India, Challenging Brahamanism and Caste, Sage Publications, New Delhi, 2003 (P.No.19).

    5. பி.ஆர்.அம்பேத்கர், டாக்டர் பாபாசாகேப் அம்பேத்கர் நூல் தொகுப்பு தொகுதி 1, இந்திய அரசின் நல்வாழ்வு அமைச்சகத்திற்காகச் செய்தி ஒலிபரப்பு அமைச்சகத்தின் புத்தக வெளியீட்டுப் பிரிவின் வெளியீடு, 1993 (ப.எண்.112).

    6. Dr.B.R.Ambedkar, Dr. Babasaheb Ambedkar Writings and Speeches, Volume 1, Education Department, Government of Maharashtra, 2014 (P.No.114).

    7. Dr.B.R.Ambedkar, Dr. Babasaheb Ambedkar Writings and Speeches, Volume 1, Education Department, Government of Maharashtra, 2014 (P.No.503).

2. **அம்பேத்கர் ஏன் பௌத்தம் தழுவினார்?**

    1. Suraj Yengde and Anand Teltumbde (Edited), The Radical in Ambedkar: Critical Reflections, Allen Lane (Penguin Random House India) Publications, Gurgaon, 2018 (P.No.221).

    2. Edited by Aakash Singh Rathore, Religious and Cultural Justice (Volume - V) in 'B.R.Ambedkar: The Quest for Justice', Oxford University Press, 2021 (P.No.96).

    3. Suraj Yengde and Anand Teltumbde (Edited), The Radical in Ambedkar: Critical Reflections, Allen Lane (Penguin Random House India) Publications, Gurgaon, 2018 (P.No.222).

4. Suraj Yengde and Anand Teltumbde (Edited), The Radical in Ambedkar: Critical Reflections, Allen Lane (Penguin Random House India) Publications, Gurgaon, 2018, (P.No.223).

5. Ibid, (P.No.224).

6. Suraj Yengde and Anand Teltumbde (Edited), The Radical in Ambedkar: Critical Reflections, Allen Lane (Penguin Random House India) Publications, Gurgaon, 2018 (P.No.222).

7. Dr.B.R.Ambedkar, Dr. Babasaheb Ambedkar Writings and Speeches, Volume 17: Part II, Education Department, Government of Maharashtra, 2014 (P.No.97).

8. Dr.B.R.Ambedkar, Dr. Babasaheb Ambedkar Writings and Speeches, Volume 3, Education Department, Government of Maharashtra, 2014 (P.No.441).

9. Dr.B.R.Ambedkar, Dr. Babasaheb Ambedkar Writings and Speeches, Volume 17: Part II, Education Department, Government of Maharashtra, 2014 (P.No.515).

10. Dr.B.R.Ambedkar, Dr. Babasaheb Ambedkar Writings and Speeches, Volume 17: Part II, Education Department, Government of Maharashtra, 2014 (P.No.98).

11. Dr.B.R.Ambedkar, Dr. Babasaheb Ambedkar Writings and Speeches, Volume 17: Part II, Education Department, Government of Maharashtra, 2014 (P.No.515).

3. பௌத்தம்: அயோத்திதாசரும் அம்பேத்கரும்

1. Dr.B.R.Ambedkar, Dr. Babasaheb Ambedkar Writings and Speeches, Volume 17: Part 3, Education Department, Government of Maharashtra, 2014 (P.No.334-336).

2. Dr.B.R.Ambedkar, Dr. Babasaheb Ambedkar Writings and Speeches, Volume 17: Part III, Education Department, Government of Maharashtra, 2014 (P.No.511-512).

3. Dr.B.R.Ambedkar, Dr. Babasaheb Ambedkar Writings and Speeches, Volume 17: Part II, Education Department, Government of Maharashtra, 2014 (P.No.86-88).

4. தொகுப்பாசிரியர் ஞான.அலாய்சியஸ், 'அயோத்திதாசர் சிந்தனைகள் - I,II & III', நாட்டார் வழக்காற்றியல் ஆய்வு மையம், 1999.

5. ராஜ் கௌதமன், 'க.அயோத்திதாசர் ஆய்வுகள்', காலச்சுவடு பதிப்பகம், 2004.

6. ம.மதிவண்ணன், மெல்ல முகிழ்க்கும் உரையாடல், கருப்புப் பிரதிகள், சென்னை, 2013.

4. தமிழ்ப் பௌத்தமும் நவயானா பௌத்தமும்

1. 'க.அயோத்திதாசப் பண்டிதர் சிந்தனைகள் - தொகுதி நான்கு, 'இந்திரர் தேசச்சரித்திரம்', தலித் சாகித்ய அகாடமி, சென்னை, 1999.
2. Dr.B.R.Ambedkar, Dr.Babasaheb Ambedkar Writings and Speeches, Volume 17: Part III, Education Department, Government of Maharashtra, 2014 (P.No.533).
3. ராஜ் கௌதமன், 'க.அயோத்திதாசர் ஆய்வுகள்', காலச்சுவடு பதிப்பகம், 2004. (ப.எண்.187).
4. ஸ்டாலின் ராஜங்கம், 'அயோத்திதாசர்: வாழும் பௌத்தம்', காலச்சுவடு பதிப்பகம், 2016 (ப.எண்.91-93, 119).
5. ஸ்டாலின் ராஜங்கம், 'அயோத்திதாசர்: வாழும் பௌத்தம்', காலச்சுவடு பதிப்பகம், 2016 (ப.எண்.18).
6. ராஜ் கௌதமன், 'க.அயோத்திதாசர் ஆய்வுகள்', காலச்சுவடு பதிப்பகம், 2004. (ப.எண்.140).
7. Suraj Yengde and Anand Teltumbde (Edited), The Radical in Ambedkar: Critical Reflections, Allen Lane (Penguin Random House India) Publications, Gurgaon, 2018 (P.No.222).
8. ராஜ் கௌதமன், 'க.அயோத்திதாசர் ஆய்வுகள்', காலச்சுவடு பதிப்பகம், 2004. (ப.எண்.140).
9. Dr.B.R.Ambedkar, Dr. Babasaheb Ambedkar Writings and Speeches, Volume 17: Part-III, Education Department, Government of Maharashtra, 2014 (P.No.210).
10. தொகுப்பாசிரியர் ஞான.அலாய்சியஸ், 'அயோத்திதாசர் சிந்தனைகள் - I', நாட்டார் வழக்காற்றியல் ஆய்வு மையம், 1999 (ப.எண்.128, 130, 133, 134).
11. ராஜ் கௌதமன், 'க.அயோத்திதாசர் ஆய்வுகள்', காலச்சுவடு பதிப்பகம், 2004. (ப.எண்.87).
12. புத்தமித்திரன் நேர்காணல், கறுப்பு: எதிர்க்கதையாடல்கள், தொகுப்பு சுகனும் ஷோபாசக்தியும், அடையாளம் வெளியீடு, 2002 (ப.எண்.163).
13. தொகுப்பாசிரியர் ஞான.அலாய்சியஸ், 'அயோத்திதாசர் சிந்தனைகள் - I (அரசியல், சமூகம்)', நாட்டார் வழக்காற்றியல் ஆய்வு மையம், 1999 (ப.எண்.97).
14. Dr.B.R.Ambedkar, Dr.Babasaheb Ambedkar Writings and Speeches, Volume 11 (Buddha and His Dhamma), Education Department, Government of Maharashtra, 2014 (P.No.183).

15. தொகுப்பாசிரியர் ஞான.அலாய்சியஸ், 'அயோத்திதாசர் சிந்தனைகள் - I.' (அரசியல், சமூகம்)', நாட்டார் வழக்காற்றியல் ஆய்வு மையம், 1999 (ப.எண்.97).

16. மேற்கண்ட நூல், (ப.எண்.97).

17. டி.தருமராஜ், 'அயோத்திதாசர்: பார்ப்பனர் முதல் பறையர் வரை', கிழக்கு பதிப்பகம், 2019 (ப.எண்.9) (மின்னூல்).

18. ரவிக்குமார், ஜெ.பாலசுப்பிரமணியன், கோ.ரகுபதி, 'ஆதிதிராவிடராய் ஒன்றிணைவோம்: கட்டுரைகள்', மணற்கேணி பதிப்பகம், மார்ச், 2021.

19. Dr.B.R.Ambedkar, Dr.Babasaheb Ambedkar Writings and Speeches, Volume 3, Education Department, Government of Maharashtra, 2014 (P.No.441).

5. பௌத்தம்: பெரியாரும் அம்பேத்கரும்

1. எஸ்.வி.ராஜதுரை, 'சாட்சி சொல்ல ஒரு மரம்', விடியல் பதிப்பகம், கோவை, 2012.

2. கொளத்தூர் மணி (பதிப்பாளர்), குடி அரசு 1935 (தந்தை பெரியார் எழுத்தும் பேச்சும், குடி அரசு இதழ் தொகுப்பு, தொகுதி 20 & 21), பெரியார் திராவிடர் கழகம் வெளியீடு (Kindle Tamil Edition), 2022 (ப.எண்.1137)

3. வே.ஆனைமுத்து (பதிப்பாசிரியர்), பெரியார் ஈ.வெ.ரா.சிந்தனைகள், சிந்தனையாளர் கழகம், திருச்சிராப்பள்ளி, 1974 (ப.எண்.317).

4. கி.வீரமணி (தொகுப்பாசிரியர்), 'பெரியார்-அம்பேத்கர் நட்புறவு: ஒரு வரலாறு', திராவிடர் கழக (இயக்க) வெளியீடு, சென்னை, 2020 (ப.எண்.154).

5. மேற்கண்ட நூல் (ப.எண்.149).

6. https://www.keetru.com/index.php/homepage/2009-10-07-11-18-55/periyar-muzhakkam-sep18/35864-2018-09-24-04-33-50.

7. நாரா.நாச்சியப்பன், 'பர்மாவில் பெரியார்', அன்னை நாகம்மை பதிப்பகம், சென்னை, 1996 (ப.எண்.10).

8. வே.ஆனைமுத்து (பதிப்பாசிரியர்), பெரியார் ஈ.வெ.ரா.சிந்தனைகள், சிந்தனையாளர் கழகம், திருச்சிராப்பள்ளி, 1974 (ப.எண்.321-322).

9. வே.ஆனைமுத்து (பதிப்பாசிரியர்), பெரியார் ஈ.வெ.ரா.சிந்தனைகள், சிந்தனையாளர் கழகம், திருச்சிராப்பள்ளி, 1974 (ப.எண்.323).

10. மேற்கண்ட நூல் (ப.எண்.317).

11. மேற்கண்ட நூல் (ப.எண்.307).

12. வே.ஆனைமுத்து (பதிப்பாசிரியர்), பெரியார் ஈ.வெ.ரா.சிந்தனைகள், சிந்தனையாளர் கழகம், திருச்சிராப்பள்ளி, 1974 (ப.எண்.315).

13. கொளத்தூர் மணி (பதிப்பாளர்), குடி அரசு 1935 (தந்தை பெரியார் எழுத்தும் பேச்சும் குடி அரசு இதழ் தொகுப்பு, தொகுதி 20 & 21), பெரியார் திராவிடர் கழகம் வெளியீடு (Kindle Tamil Edition), 2022 (ப.எண்.1132).

14. கொளத்தூர் மணி (பதிப்பாளர்), குடி அரசு 1935 (தந்தை பெரியார் எழுத்தும் பேச்சும் குடி அரசு இதழ் தொகுப்பு, தொகுதி 20 & 21), பெரியார் திராவிடர் கழகம் வெளியீடு (Kindle Tamil Edition), 2022 (ப.எண்.1135).

15. வே.ஆனைமுத்து (பதிப்பாசிரியர்), பெரியார் ஈ.வெ.ரா.சிந்தனைகள், சிந்தனையாளர் கழகம், திருச்சிராப்பள்ளி, 1974 (ப.எண்.315).

16. வே.ஆனைமுத்து (பதிப்பாசிரியர்), பெரியார் ஈ.வெ.ரா.சிந்தனைகள், சிந்தனையாளர் கழகம், திருச்சிராப்பள்ளி, 1974 (ப.எண்.316).

17. அ.மார்க்ஸ், 'பெரியார்?' அடையாளம் வெளியீடு, சென்னை - 2001.

18. ந.முத்துமோகன், 'இந்தியத் தத்துவங்களும் தமிழின் தடங்களும்' NCBH வெளியீடு, சென்னை, 2016 (ப.எண்.442).

6. திராவிடச் சிந்தனை மரபும் நவயானா பௌத்தமும்

1. https://www.pewresearch.org/fact-tank/2021/06/29/key-findings-about-religion-in-india/

2. எஸ்.வி.ராஜதுரை, 'சாட்சி சொல்ல ஒரு மரம்', விடியல் பதிப்பகம், கோவை, 2012.

3. க.திருநாவுக்கரசு, புத்தர் கொள்கைகளும் பெரியார் இயக்கமும், மீனா பதிப்பகம், சென்னை - 2016.

4. Dr.B.R.Ambedkar, Dr.Babasaheb Ambedkar Writings and Speeches, Volume 17: Part II, Education Department, Government of Maharashtra, 2014 (P.No.102-103).

5. நாம் ஏன் பௌத்தத்தைத் தழுவ வேண்டும்?

6. Gail Omvedt, Buddhism in India, Challenging Brahamanism and Caste, Sage Publications, New Delhi, 2003 (P.No.18).

7. Suraj Yengde and Anand Teltumbde (Edited), The Radical in Ambedkar: Critical Reflections, Allen Lane (Penguin Random House India) Publications, Gurgaon, 2018 (P.No.285).

8. Ibid, (P.No.281, 285).

9. Suraj Yengde and Anand Teltumbde (Edited), The Radical in Ambedkar: Critical Reflections, Allen Lane (Penguin Random House India) Publications, Gurgaon, 2018 (P.No.232).

10. Ibid (P.no.290).

11. https://www.census2011.co.in/

12. ந.முத்துமோகன்

13. Gail Omvedt, Buddhism in India, Challenging Brahamanism and Caste, Sage Publications, New Delhi, 2003 (P.No.19).

14. Gail Omvedt, Buddhism in India, Challenging Brahamanism and Caste, Sage Publications, New Delhi, 2003 (P.No.19).

15. Dr.B.R.Ambedkar, Dr. Babasaheb Ambedkar Writings and Speeches, Volume 3, Education Department, Government of Maharashtra, 2014 (P.No.442).

7. பௌத்தம் வளர என்ன செய்ய வேண்டும்?

1. Dr.B.R.Ambedkar, Dr. Babasaheb Ambedkar Writings and Speeches, Volume 17 Part III, Education Department, Government of Maharashtra, 2014 (P.No.508-510).

2. Dr.B.R.Ambedkar, Dr. Babasaheb Ambedkar Writings and Speeches, Volume 17: Part II, Education Department, Government of Maharashtra, 2014 (P.No.515).

3. Dr.B.R.Ambedkar, Dr. Babasaheb Ambedkar Writings and Speeches, Volume 17: Part III, Education Department, Government of Maharashtra, 2014 (P.No.530-532).

4. Dr.B.R.Ambedkar, Dr. Babasaheb Ambedkar Writings and Speeches, Volume 17 Part II, Education Department, Government of Maharashtra, 2014 (P.No.108).